சுருக்கப்பட்ட நெடுங்கதைகள்

குமாரி

தமிழில் - எம். ரிஷான் ஷெரீப்

சுருக்கப்பட்ட நெடுங்கதைகள் : சிறுகதைகள்
சிங்களத்திலிருந்து தமிழில் : ரிஷான் ஷெரீப்

: © ஆசிரியருக்கு

முதற்பதிப்பு : பிப்ரவரி 2021
அட்டை வடிவமைப்பு : பி.எஸ்.வம்சி
வெளியீடு : வம்சி புக்ஸ்
19, டி.எம்.சாரோன்,
திருவண்ணாமலை - 606 601
9445870995, 04175 - 235806
அச்சாக்கம் : மணி ஆப்செட், சென்னை - 600 077
விலை : ₹ 250/-
ISBN : 978-93-84598-98-3

Surukkappatta Nedunkathigal : Short Stories
From Singalam to Tamil : Rishan Shareef

: © Author

First Edition : Februray - 2021
Wrapper Design : B.S. Vamsi
Published by : Vamsi books
19.D.M.Saron,
Tiruvannamalai - 606 601
9445870995, 04175 - 235806
Printed by : Mani Offset, Chennai - 600 077
: ₹ 250/-
ISBN : 978-93-84598-98-3

www.vamsibooks.com - e-mail: kvshylajatvm@gmail.com

குழந்தைப் போராளிகளுக்கும் அவர்களது
பெற்றோருக்கும்...

குமாரி

இலங்கையில் சிங்களம், ஆங்கிலம் ஆகிய மொழிகளில் எழுதி வரும் சிங்களப் பெண் எழுத்தாளர் குமாரி, கவிஞர், பத்திக் கட்டுரையாளர், தெரு நாடகக் கலைஞர் என பன்முகம் கொண்ட படைப்பாளியும், கலைஞரும், சமூக செயற்பாட்டாளரும் ஆவார். இவரது தெரு நாடகங்களும், நூல்களும் சர்வதேச அளவில் வரவேற்பைப் பெற்றவை.

எம். ரிஷான் ஷெரீப்

எம். ரிஷான் ஷெரீப் இலங்கையைச் சேர்ந்த தமிழ் எழுத்தாளரும், கவிஞரும், ஊடகவியலாளரும், மொழிபெயர்ப்பாளரும் ஆவார். கவிதை, சிறுகதை, கட்டுரை, புகைப்படம் ஆகிய துறைகளில் பங்களிப்பு செய்து வரும் இவர் சிங்களம், ஆங்கிலம் ஆகிய மொழிகளிலிருந்து தமிழுக்கு மொழிபெயர்ப்புகளையும் மேற்கொண்டு வருகிறார்.

இதுவரையில் இவரது ஒரு சிறுகதைத் தொகுப்பு, ஒரு கட்டுரைத் தொகுப்பு, ஒரு திறனாய்வுக் கட்டுரைத் தொகுப்பு, இரண்டு ஆய்வு நூல்கள், இரண்டு கவிதைத் தொகுப்புகள், ஒரு மொழிபெயர்ப்பு கட்டுரைத் தொகுப்பு, ஐந்து மொழிபெயர்ப்பு சிறுகதைத் தொகுப்புகள், நான்கு மொழிபெயர்ப்புக் கவிதைத் தொகுப்புகள், நான்கு மொழிபெயர்ப்பு நாவல்கள் ஆகியவை வெளிவந்துள்ளன.

இந் நூல்களுக்காக இவர் இதுவரையில் இலங்கை அரச சாகித்திய விருது, இந்தியா வம்சி விருது, கனடா இயல் விருது, இந்தியா வாசகசாலை விருது போன்ற முக்கியமான விருதுகளை வென்றுள்ளார். இவரது படைப்புகள் சிங்களம், ஆங்கிலம் ஆகிய மொழிகளில் மொழிபெயர்க்கப்பட்டு வெளியாகியுள்ளன.

தொடர்புக்கு : mrishansh@gmail.com <mailto:mrishansha@gmail.com>

மொழிபெயர்ப்பாளரின் நூல்கள்

கவிதைத் தொகுப்புகள்
- வீழ்தலின் நிழல்
- மிக ரகசியச் சொற்கள்

சிறுகதைத் தொகுப்பு
- அடைக்கலப் பாம்புகள்

கட்டுரைத் தொகுப்புகள்
- கறுப்பு ஜூன் 2014
- இயற்கை
- ஆழங்களினூடு

மொழிபெயர்ப்புக் கவிதைத் தொகுப்புகள்
- தலைப்பற்ற தாய்நிலம்
- இறுதி மணித்தியாலம்
- அவர்கள் நம் அயல் மனிதர்கள்
- அல்பேனியக் கவிதைகள்

மொழிபெயர்ப்பு சிறுகதைத் தொகுப்புகள்
- எனது தேசத்தை மீளப் பெறுகிறேன்
- அயல் பெண்களின் கதைகள்

- சுருக்கப்பட்ட நெடுங்கதைகள்
- அந்திமக் காலத்தின் இறுதி நேசம்
- திருமதி. பெரேரா

மொழிபெயர்ப்புக் கட்டுரைத் தொகுப்பு
- பிரபாகரனின் தாயாரது இறுதி யாத்திரை

மொழிபெயர்ப்பு நாவல்கள்
- அம்மாவின் ரகசியம்
- தரணி
- நிலவியலின் துயரம்
- கிகோர்

மொழிபெயர்ப்பாளர் குறிப்பு

மூன்று தசாப்த (முப்பது ஆண்டுகள்) காலத்துக்கும் மேலாகத் தொடர்ந்த ஈழப் போராட்டத்தின் மற்றுமொரு பக்கத்தை, தனது சொந்த அனுபவங்களைக் கொண்டு எழுதியிருக்கிறார் எழுத்தாளர் குமாரி. தமது சிறுபிராயப் பிள்ளைகள் கடத்தப்பட்ட துயரங்களை குமாரியிடம் பெற்றோர்கள் முறையிட அதை அவ்வாறே குறிப்பிட்டிருக்கும் குமாரியின் எழுத்துக்கள் வழியே அந்தத் துயரங்களும், வடுக்களும் எம்மையும் தாக்குகின்றன.

இறுதிப்போருக்கு ஓரிரு ஆண்டுகள் முன்னர் எழுதப்பட்டுள்ள இந்த நூலை ஈழப் போரிலக்கியத்தில் ஒரு முக்கிய ஆவணமாகக் கருதியதால் இதை தமிழில் மொழிபெயர்த்திருக்கிறேன். நிலத்துக்கான போராட்டத்துக்காக சுய விருப்பத்தோடு இயக்கங்களில் இணைந்து கொண்டவர்கள் பற்றியல்லாமல் இங்கு குமாரி சுருக்கமாகச் சொல்லியிருக்கும் நெடுங்கதைகள் அனைத்தும் பலவந்தமாகக் கடத்தப்பட்டு இயக்கங்களில் சேர்க்கப்பட்டவர்கள் பற்றியவையாகும் என்பதை வாசகர்கள் கவனத்தில் கொள்ள வேண்டும்.

இந்த நூலை மொழிபெயர்க்க அனுமதித்த எழுத்தாளர் குமாரிக்கும், குமாரியின் எழுத்துகள் பற்றிய முன்னுரையைத் தந்திருக்கும் அவரது தோழி விஜயலக்ஷ்மி சேகருக்கும், இக் கதைகளின் வழியே தனது அனுபவங்களையும் கொண்டு காத்திரமான பார்வையை முன்வைத்திருக்கும் எழுத்தாளர் ஷோபாசக்திக்கும், ஓவியங்களை

வரைந்திருக்கும் ஓவியர் ஜகத் வீரசிங்காவுக்கும், அட்டைப்படத்தை வடிவமைத்திருக்கும் பி.எஸ்.வம்சிக்கும் நூலை வடிவமைத்திருக்கும் வம்சி புக்ஸ் பதிப்பகத்தின் அன்பிற்குரிய சகோதரியும் எழுத்தாளருமான ஷைலஜாவிற்கும் எனது மனமார்ந்த நன்றியும், அன்பும் எப்போதும் உரித்தாகும்.

- எம். ரிஷான் ஷெரீப்

12.01.2021

குமாரியின் கதைகளுக்கூடாக...

'ஹலோ...' என்றவுடன் மறுமுனையில் இருந்து வரும் ஒரே பதில் 'தங்கச்...சி'. குமாரி அக்காவின் பதில் இதுதான். இந்த ' 'தங்கச்...சி' என்பதில் உள்ள அழுத்தம்... மிகவும் ஆழமானது. நாங்கள் சந்தித்து நாட்கள் ஆகியிருந்தாலும், இருவரும் வெகு வெகு தூரம் இருந்தாலும் இப்போதுதான் கை பற்றியிருந்து விலகியது போன்ற ஓர் ஈரம்... உறவு... சினேகிதம் .... அதற்கூடாகத் தெரியும் அவர் சிரிப்பு....

1998 இல் குமாரி மட்டக்களப்பிற்கு, தனது நண்பி அமராவிடம் வந்தார். அதிலிருந்து தொடர்கிறது எங்களது இணைபிரியா நட்பு. அமரா சிறு புல்லின் உயிரையும், வலியையும், அவற்றுக்குள்ளும் உள்ள தனித்துவமான மதிப்புகளையும் உணரத் தெரிந்த, மதிக்கத் தெரிந்த எனது இன்னொரு நண்பி. அவருக்கூடாகவே குமாரி அக்காவுடனான எனது நட்பு கூடியது.

குமாரியை ஒரு படைப்பாளி, எழுத்தாளர் என்று தனித்துச் சொல்ல முடியாது. தான் ஒரு எழுத்தாளர் என்பதற்காய், எழுதிச் சிரமப்படாதவர். படைப்புக்களை வெளியிடுவதற்காய் வெளியீடுகளைச் செய்யத் தெரியாதவர்தான் அவர்.

குமாரி, மக்களைச் சந்திப்பதில், அவர்களுடன் இருப்பதில் மிகுந்த நாட்டம் உடையவர் என்பதை நான் அவரிடம் உணர்ந்து கொண்டேன். ஒவ்வொரு மனிதர்களது அசைவுகளுக்கும் பெறுமதிகள் உண்டு. எனினும் பலரது அசைவுகள் காற்றோடு கரைந்து விடுகின்றன. இவ்வாறு கரைந்து விடும் குரல் அற்றவர்களின் அசைவுகளின் உணர்வுகளுக்காய்ச் சிந்திப்பவர் அவர். அந்த அசைவுகளுக்குள் உள்ள

நியாயங்களை, அங்கலாய்ப்புக்களை, கோபங்களை அவர்களது உரத்த எனினும் மௌனிக்கப்பட்ட குரல்களை, அதன் மெல்லிய உணர்வுகளை உலகத்தின் முன், முன்வைத்தே ஆக வேண்டும் எனத் துடிப்பவர். இதற்கூடாக அவர்களது கொதிப்பான கேள்விகளை உலகத்தார் காதுகளில் அறைபவர்... அதுதான் குமாரி; இதற்காகத்தான் அவரது எழுத்துக்கள்.

ஒருவர் எழுதுவதற்கான எத்தனையோ முறைகள் உண்டு. அதற்கான சட்டகங்கள் உண்டு. ஆனால் எந்த சட்டகத்திற்குள்ளும் நில்லாது குமாரி எழுதுவார். ஏனெனில் அவர் முன்னே இருப்பது, மனித வாழ்வும் அதன் தவிப்புமே. பின்னர் எந்தச் சட்டகம் வேண்டுமோ அது தானாக அவர் எழுத்தைப் பொருத்திக் கொள்ளும்.

குமாரியின் கதையில் வரும் பின்வரும் பத்தி;

‘கடந்த திங்கட் கிழமை நகரத்தில் ஒரு குழுவினர் மனித ;உரிமைகள் குறித்த கருத்தரங்கொன்றை ஏற்பாடு செய்திருந்தார்கள். இல்லை, உண்மையில் அது கலந்துரையாடலொன்று. மனித உரிமைகளைப் பற்றிச் சொல்லித் தர வந்திருந்தவர் கழுத்திலிருந்த டையைத் தடவித் தடவி கதைக்கக் கூடிய அதிகாரி ஒருவர். கலந்துரையாடல் தொடங்கும்போதே 'மனித உரிமைகள் என்றால் என்னவென்று தெரியுமா?’ எனக் கேட்டார்.

யாரும் பதிலளிக்கவில்லை. சற்று நேரம் சென்றது. ஒரு தாய் எழுந்து நின்று சொன்னாள், ‘ஐயோ ஐயா...! அதென்டால் எங்களுக்குத் தெரியாது. எங்களுக்கு இஞ்ச எல்லா நாளும் பிரச்சனைதான். இதெல்லாம் கஷ்டங்களெண்டு எங்களுக்குத் தெரியும். இதுகளுக்கு என்ன செய்றதென்டு தெரிஞ்சு கொள்ளத்தான் நாங்க வந்திருக்கிறம்’ அந்தஸ்து, கௌரவம் நிறைந்த தொழிலில் தான் தமது வாழ்வே

தங்கியுள்ளது என வாழ்பவர்கள் மனநிலையும், தம் வாழ்வே சவாலாகிப் போன மக்களது வேதனையின் முன் எத்தனை பெரிய மனிதக் கோபுரங்களும் வெறுமனே சிறு புள்ளிகள்தான்.

இங்கு ஒரே கயிற்றில் ஒரே நேரத்தில் ஊசலாடுகிறது பல்வேறுபட்ட மனித வாழ்வுகள்... மனங்கள்... குமாரியின் கதைகளுக்கூடாக.

விஜயலஷ்மி சேகர்
மட்டக்களப்பு
01.07.2020

உள்ளே.......

கதைகள் குறித்த கதை 17

1. பார்வதி 32

2. பொன்னுதுரை 37

3. தாய்மாரும் பிள்ளைகளும் 43

4. அரசன் எனப்படும் அப்பு 53

5. வீடு திரும்பிய கூந்தல் வெட்டப்பட்ட பிள்ளைகள் 61

6. ஹேமலதா ரத்னாயக, இனம்: சிங்களம், தாய்மொழி: தமிழ் 72

7. சித்தாண்டி 88

8. தலைமகன் நிலவைக் காணவில்லை 109

9. பெயர்கள் - அற்றுப் போன - பிள்ளைகள் 115

10. நேரமிருந்தால் செவிமடுங்கள்...(நேரம் இருந்தால்).......................... 128

11. காளி.. 144

12. நாங்கள் அவளுக்கு தனிமையை உரித்தாக்கினோம்.......................... 152

13. எமக்கும் பாடல் கேட்கப் பிடிக்கும் 165

14. மூன்று வேண்டுகோள்கள்.. 174

15. குகன் - முச்சக்கர வண்டிச் சாரதி / அரசியல்வாதி............................. 196

16. கற்பிதங்களின் கீழே (ஷோபாசக்தி) 254

மூண்டது பெரும்போர்
முதலாம் ஸக வருடத்தில்.
பயங்கரமாக மோதிக் கொண்டார்கள்
ஸக ராஜாக்களும், வனச் சேனாதிபதிகளும்.
அவர்களது குதிரைப்படைக் குளம்புகள் மிதித்து
அழிந்து போயின அனைத்துப் பயிர்நிலங்களும்.
'யாருக்காக இம் மாபெரும் யுத்தம்?'
விவசாயிகள் சூழ்ந்து வினவி நின்றார்கள்.
'உங்களுக்காக' என இரு தரப்பினரும் சத்தமாகப் பதிலளித்தார்கள்.
'எதிர்காலத்திலும் எம்மைப் போன்ற வீர புருஷர்கள்
நிச்சயமாக உங்களுக்காகவே பிறப்பார்கள்.'

சிங்களப் பேராசிரியரும், எழுத்தாளரும், கலைஞருமான
சைமன் நவகத்தேகமவின் 'சாபேக்ஷணி' எனும் நூலிலுள்ள
'ஸக ராஜாவளிய' எனும் தலைப்பிலான கவிதை

கதைகள் குறித்த கதை

பால்ய வயதில், திரைப்படமொன்றைப் பார்த்து விட்டு வீட்டுக்கு வந்த பின்னர், பல நாட்கள் செல்லும் வரைக்கும் எனக்குள் அதில் சொல்லப்படாத கதை என்ன என்பது குறித்த ஆர்வமொன்று உள்ளுக்குள் தேங்கியிருக்கும். கதைப் புத்தகங்களை வாசித்த பின்னரும் கூட, அவற்றில் இடைநடுவே கை விடப்படும் கதாபாத்திரங்கள் குறித்த ஆர்வமும் அவ்வாறே எஞ்சியிருக்கும்.

திரைப்படங்களை எடுப்பவர்களும், புத்தகங்களை எழுதுபவர்களும் என்னைப் போன்றவர்கள்தான் என்பதையும், அவர்கள் எமக்கு அந்தக் கதாபாத்திரங்களைச் சந்திக்க வைப்பதுவும், கை விடுவதும், கொன்று விடுவதும் அவர்களுடைய தேவைக்காக என்பதையும் உணர்ந்த பிற்பாடு புனைவுக் கதைகளிலும், புனைவு நூல்களிலும் கைவிடப்பட்டவை அல்லது வாசிக்காது விட்டவை குறித்த எனது தேடல் படிப்படியாகக் குறைந்த போதிலும், உண்மை நிகழ்வுகள் வெளிப்படுத்தப்படும்போது அவற்றில் கைவிடப் படுபவை குறித்த ஆர்வம் வளர்ந்து கொண்டே வந்தது. வரலாற்றுக் கதைகளைப் போலவே பலவிதமான மக்கள் பிரிவினரைக் குறித்து எழுதப்பட்ட கதைகளை வாசிக்க நான் தூண்டப்பட்டதன் காரணம் இந்த ஆர்வம்தான்.

இந்தக் கதைகள் எழுதப்படுவது யாரால், யாருக்காக? எழுதப்பட வேண்டியவை, தீர்மானிக்கப்படுவது எதன் அடிப்படையில்? எழுதப்படாதவை மற்றும் கைவிடப்படுபவர்களுக்கான நீதி என்ன? உள்ளத்தில் உதித்த ஆயிரக்கணக்கான கேள்விகளுக்கு ஒழுங்கான பதில்கள் இல்லை என்பதாலோ என்னவோ அவற்றைக் குறித்த சந்தேகங்களும் அநேகமிருந்தன.

கைவிடப்படுபவர்களை நான் பற்றிக் கொண்டது இந்தக் காரணத்தினால்தான். கதையொன்றை எழுதுவதை விட்டு, கதையொன்று இருப்பதாக நினைத்துப் பார்க்கக் கூடிய திடமாவது கைவிடப்படுபவர்களிடம் எஞ்சியிருக்கக் கூடுமா? மிதித்துத் தகர்த்துப் போடப்பட்ட பிறகு, தோன்றக் கூடிய எண்ணங்கள் கூட கட்டுப்படுத்தப்படக் கூடும், இல்லையா? சித்திரவதைகளுக்கு உட்படுத்தப்பட்டு இந்த ஜனங்கள் வெற்றுக் காகிதங்களாக மாற்றப்படக் கூடும், இல்லையா?

ஆர்வம், எனக்குள்ளே தீயை மூட்டி விட்டது. உண்மையை உணர்ந்து கொள்ளவும், ஆர்வத்தைத் தீர்த்துக் கொள்ளவும் கைவிடப்பட்டவர்களைத் தேடிப் போக வேண்டும். எனது வாழ்க்கைப் பயணத்தின் தீர்மானமான திருப்புமுனையானது, இந்த உசுப்பி விடப்பட்ட ஆர்வத்தின் காரணமான தனித்த தேடல்தான்.

1998 ஆம் ஆண்டு பெப்ரவரி வரைக்கும் கிழக்கு மாகாணமும், அதில் வசிப்பவர்களும் எனக்கு அந்நியமானவர்களாகவே இருந்தார்கள். அங்கு வசிக்கும் சிங்களம், தமிழ், முஸ்லிம் இனத்தவர்கள் எனது அறிவுக்கெட்டிய வரையில் எங்கோ லண்டன், நிவ்யோர்க், பாரிஸ் வாழ் மக்களையும், எகிப்தின் பிரமிடுகளையும் விடத் தொலைவானவர்களாக இருந்தார்கள்.

பாடசாலைக் காலத்தில் ஒரு தடவை மாத்திரம் திருகோணமலைக்குச் சென்ற சுற்றுப் பயணம் குறித்த

ஞாபகத்தினுள்ளும் அங்கு வசிப்பவர்கள் நிலைத்திருக்கவில்லை. எல்லையற்று விரிந்த நீலக் கடலும், பாலைவனத்தைப் போலப் பரந்து விரிந்திருந்த கடற்கரையும், தேங்காய்த் துருவலுடன் சோற்றோடு பிசைந்து சாப்பிட்ட சூரை மீன் கறியும், காதலர்கள் தற்கொலை செய்து கொள்ளப் பயன்படுத்தி வந்த கோணேஸ்வரர் கோயிலின் உயர்ந்த மலையுச்சியும் அழியாத நினைவுகளாக ஞாபகத்தில் நிலைத்திருக்கின்றன. எனில் நான் சென்றிருந்தது, மனிதர்களேயற்றிருந்த திருகோண மலைக்கா? மனிதர்கள் வசித்திருந்தார்களென்றால் அவர்கள் எனது ஞாபகத்திலிருந்தும் கை விடப்பட்டு நீங்கிச் சென்றது எவ்வாறு? கைவிடப்பட்டவர்கள் குறித்து எண்ணிப் பார்க்கும் ஒவ்வொரு தடவையும் எஞ்சும் மேலுமொரு கேள்வியாக திருகோணமலைப் பயணமும் கூட எண்ணங்களிடையே படிந்து விட்டிருக்கும்.

அண்மைக்காலமாக கிழக்கைக் குறித்து அடிக்கடி கேள்விப்படுவது உண்மைதான். எனினும், அதுவும் புலிகள், ஆயுதங்கள் மற்றும் அகதிகள் குறித்தல்லாமல் மக்கள் குறித்தல்ல. கிழக்கு மாகாணத்தில் சிங்களவர்களோடு சரிக்குச் சமமாக வாழ்ந்து வரும் முஸ்லிம்கள் மற்றும் தமிழர்கள் குறித்து பாசமோ, நெருக்கமோ, குறைந்தபட்சம் அனுதாபமோ தோன்றச் செய்யக் கூடிய கதைகளையோ, தகவல்களையோ கிழக்கு மாகாணத்தில் வசிக்கத் தொடங்கும் வரை நான் கேள்விப்பட்டிருக்கவில்லை. பொதுவாக எமது நாட்டில் வசிக்கும் தமிழர்களும், முஸ்லிம்களும் சிங்களவர்கள் அளவுக்கு பெறுமதி வாய்ந்தவர்களோ, பிரதானமானவர்களோ அல்ல எனக் கூறும் அநேகமான கதைகள், வாய்மொழிகள், கருத்துகள் ஆகியவற்றை நான் சிறுவயதிலிருந்து வேண்டிய அளவு கேள்விப்பட்டிருக்கிறேன்.

ஒரே விடயம் திரும்பத் திரும்ப காலம் காலமாக செவியில் விழுந்து கொண்டேயிருக்கையில் அது உண்மையாக மாறிவிடுமென சிலர்

கூறுவதுண்டு. எனினும் நான் கேள்விப்பட்டவை அனைத்தையும் அவ்வாறே நம்பாதிருக்கவும், அவற்றைக் குறித்து கேள்வியெழுப்பவும் ஒரு காரணம் என்னுள்ளே கட்டியெழுப்பப் பட்டிருந்தது. அது நான் முன்பு கூறிய கைவிடப்பட்டவர்கள் மற்றும் கைவிடப்படுபவர்கள் குறித்த ஆர்வம்தான்.

அந்தக் கதைகளில் முஸ்லிம் இனத்தவர்கள் மட்டையன் அல்லது மரக்கலயன் என்று அறிமுகப்படுத்தப்பட்டதோடு அவர்கள் துர்நாற்றம் வீசுபவர்கள் என்றும், அசுத்தமானவர்கள் என்றும், தினந்தோறும் மாட்டிறைச்சி சாப்பிடாமல் வாழ முடியாதவர்கள் என்றும் கூறப்பட்டது. மாடுகளை வெட்டுவது போல மனிதர்களை வெட்டக்கூடிய அளவுக்கு அவர்கள் கடுமையானவர்கள் என்றும், தனது இனத்தவர்களுக்கு மாத்திரம் உதவி செய்தவாறு நாட்டைப் பிடிக்க முயற்சி செய்பவர்கள் என்றும் கூறப்பட்டதோடு அவர்கள் அனைவருமே வியாபார விடயத்தில் மாத்திரம் கெட்டிக்காரர்கள், பணத்தின் மீது பேராசை கொண்டவர்கள் என்றும் கூறப்பட்டது.

தமிழர்கள் குறித்து, அவர்கள் அனைவரிடமும் நிறைய செல்வமும், சொத்துக்களும் இருந்த போதிலும் அவர்கள் இன்னுமின்னும் பணத்தின் மீது பேராசையை உருவாக்கிக் கொள்பவர்கள் என்று கூறப்பட்டது. அவர்கள் வாழ்வதற்கு அனைத்து வசதிகளும் இருந்த போதிலும், நாட்டின் ஒரு பாகத்தைப் பிரித்து வேறாக்கிக் கொள்ள முயற்சித்துக் கொண்டிருப்பதாகவும், சிங்களவர்களைப் படுகொலை செய்ய அவர்களுக்கு சிறிதும் தயக்கமில்லை என்றும் கூறப்பட்டது. கிராமப்புறங்களிலிருந்த அநேகமான சிங்களத் தாய்மார்கள் அக் காலத்தில் கடும்வர்ணங்களையுடைய சேலைகளைத் தவிர்த்தது அவை தமிழர் நிறங்களாகவோ, முஸ்லிம் நிறங்களாகவோ இருந்தமையால் தான். முடிவேயற்றுக் கத்திக் கூச்சலிடுபவர்களை 'தமிழர்கள் அல்லது சக்கிலியர்களுக்குக் கூலி கிடைத்தது போல' என்று கூறித் திட்டினார்கள்.

தமிழ் மொழியின் ஒரே ஒரு வார்த்தையை மாத்திரம் அறிந்த சிங்களப் பெண்ணாக, 1998 ஆம் ஆண்டு பெப்ரவரி மாதம் நான் அவர்களுக்கு மத்தியில் வசிக்க ஆரம்பித்த வேளையில் என்னுள்ளே இந்தக் கதைகள் உருவாக்கியிருந்த பீதியிருக்கவில்லை என்று கூறவும் இயலாது. 'வணக்கம்' என்பதை மாத்திரம் நான் அறிந்திருந்தேன். முஸ்லிம் பிரதேசங்களுக்கு அது கூட செல்லுபடியாகாது. ஆர்வத்தின் காரணமாக வெளிப்படையாகவும், அவநம்பிக்கையற்றும் மக்கள் தொடர்பாடலைக் கட்டியெழுப்பிப் பேண என்னால் முடிந்ததால், நான் கேள்விப்பட்டிருந்தவற்றுக்கு மிகவும் மாற்றமானவற்றைக் காணுமளவுக்கு நான் பாக்கியசாலியாகவிருந்தேன்.

நான் சந்தித்த அநேகமான சிங்கள மற்றும் ஆங்கில இனத்தவர்களை விடவும் மிகத் தூய்மையான முஸ்லிம் பெண்களையும், ஆண்களையும், பிள்ளைகளையும் அக்கரைப்பற்றில் சந்தித்த வேளையில் நான் ஆச்சரியமடைந்தேன். இறைச்சி மாத்திரமல்லாது மீனைக் கூட உணவாகக் கொள்ளாத முஸ்லிம் இனத்தவரைச் சந்தித்தபோது அது உண்மைதானா? என நம்பத் தயங்கினேன். வியாபாரங்கள் தொடர்பாக எவ்வித ஆர்வமுமற்று வாழ்க்கையைப் புரிந்து கொள்ள முயற்சிக்கும், Zen Buddhism வாசிக்கும், காந்தியை நேசிக்கும், கவிதைகள் எழுதும் முஸ்லிம் இளைஞர்களை நான் நேசித்தேன். ஜீவிதத்தில் மிகுந்த பிரச்சினைகளுக்கு முகம் கொடுத்த தமிழ்த் தாய்மார்களது அனைத்துக் கஷ்டங்களையும் பகிர்ந்துகொள்ள முன் வந்திருந்த முஸ்லிம் தாய்மார்கள் எனது சகோதரிகளாக ஆகினார்கள். அக்கரைப்பற்று முஸ்லிம் பிள்ளைகளது அன்பிற்குரிய அக்காவாக நான் மிக விரைவில் ஆகி விட்டிருந்தேன்.

ஆலையடிவேம்பு, ஆர்.கே.எம் கல்லூரி வீதியிலிருந்த ஒரு வீட்டிலேயே நான் தங்கியிருந்தேன். விடுதலைப் புலிகளால் அனைத்து ட்ரான்ஸ்ஃபோமர்களும் வெடிக்க வைக்கப்பட்டிருந்ததனால்,

அம்பாறை மற்றும் பொத்துவில் ஊடாகச் செல்லும் பெருந்தெருவின் ஒரு புறத்துக்குச் சொந்தமான, தமிழ் மக்கள் வாழ்ந்து வந்த ஆலையடிவேம்பு பிரதேசமானது எப்போதும் இரவில் இருளிலேயே மூழ்கியிருந்தது. பாதையின் மறுபுறத்தில் நள்ளிரவு வரை கொத்து ரொட்டி இடும் ஓசையானது, நியோன் விளக்குகள் ஒளிர்ந்து கொண்டிருக்கும் சாப்பாட்டுக் கடைகளிலிருந்து எழுந்து வரும். அது முஸ்லிம் பகுதி. தமிழர் பகுதியில் சாகம வீதிக்குத் திரும்பும் சந்தியிலிருக்கும் STF அல்லது போலிஸ்காரர்கள் தவிர்த்து, மாலை ஐந்து, ஆறு மணிக்குப் பிறகு அவசரத் தேவைகளுக்குக் கூட STF படையினர் கிராமங்களுக்குள் நடமாடியது ஆயுதங்களேந்திய குழுக்களாகத்தான். மரங்களின் சிறு அசைவுகளும் கூட அப் பிரதேசங்கள் முழுதும் பெரும் அச்சத்தை ஏற்படுத்த வல்லவையாக இருந்தன.

எனது பாதுகாப்புக்காகவும், பணியில் உதவி புரியவுமென லண்டனிலிருந்து முதிய ஆங்கிலேயத் தம்பதியினரை அனுப்பி வைத்திருந்தார்கள். அந்தக் கணவரது ஓரளவு கேட்கக் கூடிய காதில் அணிந்திருந்த காது கேட்கும் கருவியை அவர் உறங்கச் செல்லும் முன்பு கழற்றி வைக்க வேண்டியிருந்தது. பதற்றப்பட்டால் மூச்சுத் திணறல் ஏற்படக் கூடிய வியாதி மனைவிக்கு இருந்தது. சிங்களமோ, ஆங்கிலமோ துளியும் அறியாத, முதுமை வரும் முன்பே முதியவர்களாகி விட்டிருந்த பெண்களும், ஆண்களுமே சுற்றிவர வசித்து வந்தார்கள். ஆயுதங்களின் அதிகாரத்தினால், மனிதனொருவன் தனது வாழ்நாளில் தாங்கிக் கொள்ளக் கூடிய உச்ச அளவு என நான் நம்பியிருந்த துயரத்தின் அளவை விடவும் பத்து பன்னிரெண்டு மடங்குகள் அதிகமான அளவைத் தாங்கிக் கொண்டிருந்த அவர்களிடம் அன்பும், பாசமும் மாத்திரமல்லாது எதிர்பார்ப்புகளும், இடைக்கிடையே காணும் கனவுகளும் இன்னும்

எஞ்சியிருப்பதைக் காணக் கிடைத்த போதெல்லாம் நான் திகைப்படைந்தேன்.

பல வருடங்கள் அக்கரைப்பற்றில் பணியாற்றிக் கொண்டிருந்த இராணுவப் படை வீரரொருவர் நான் அங்கு தங்கியிருப்பது எனது மூடத்தனத்தால் அல்லது மூளைக் குறைப்பாட்டால் எனக் கூறினார். சுற்றி வர இருப்பவர்கள் நம்ப முடியாதவர்கள் என்பதுதான் அவரது எண்ணமாக இருந்தது. அவரது கருத்தைப் பொய்ப்பிக்கும் விதமாக, சுற்றி வர இருந்த தமிழர்கள் எனது பெற்றோர்கள், பிள்ளைகள் மற்றும் சகோதர சகோதரிகளாக விரைவில் மாறியிருந்தார்கள். இனம், மதம், குல வேறுபாடுகளைக் கடந்து அனைத்து மனிதர்களுமே துயரம் அல்லது சந்தோஷத்தை ஒன்று போலவே உணர்வதாக நான் நம்பியிருந்ததை அவர்கள் உணர்ந்தது போல, அந்த உணர்வை நேசிக்கவும், எனது பாதுகாப்புக்காகவும், எனக்குக் காவலிருக்கவும் மாத்திரமல்லாது என்னைப் பசியில் வைத்திருக்காதிருக்கவும் அவர்கள் தயை காட்டினார்கள். முற்றிலும் அந்நியமான, திடீரென வந்து விழுந்திருக்கும் சிங்களப் பெண்ணுக்கு கருணை காட்டவும் அந்த இதயங்களுக்குள் இன்னும் இட வசதிகள் மீதமிருந்தன. வார்த்தைகளற்ற மொழியால் அவர்கள் என்னிடம் சவாலிட்டது, அவர்களுடன் இருக்கும்போது நான் கொல்லப்படுவேனானால், அவர்களது பிணங்களின் மேல்தான் அது நடக்கும் என்றுதான்.

சிறுவர்கள் என்னருகே வந்து எனது முகத்தோடு முகம் வைத்துப் பார்ப்பார்கள். கைகளைத் தொட்டுப் பார்ப்பார்கள். சிங்களப் பெண்ணொருத்தி இவ்வாறு இரத்தமும், சதையும் கொண்டிருப்பவளாக இருப்பதையும், இருதயம் உள்ளவளாக இருப்பதையும் அவர்களால் நம்ப முடியாதிருப்பதைப் போல, மிகவும் நிச்சயமற்ற வாழ்க்கையை வாழ்ந்து கொண்டிருந்த இளைஞர்களது விதி எழுதப்பட்டிருந்தது வேறொருவரின் கைகளில்தான். கண் முன்னே

நிகழும் அநீதிகளுக்கு எதிராக எதையும் செய்ய வழியற்றவளாக காய்ச்சல் கண்டவளைப் போல நான் கழித்த தினங்கள் அநேகம். என்னைக் காணவும், தொட்டுப் பார்க்கவும் அடிக்கடி வீட்டுக்கு வரும் சிறுவர்களுக்கு நான் தினமும் மாலை வேளைகளில் சிங்கள மொழி வகுப்பொன்றை ஆரம்பித்தேன். சிங்களம் கற்பதை விடவும், தமது பெற்றோரிடமிருந்தோ, வளர்ந்தவர்களிடமிருந்தோ கிடைக்காத பாசத்தை, ஒட்டுதலை அல்லது சிறு அவதானத்தைக் கோரி அவர்கள் வந்திருக்கலாம். இந்த அன்புதான் பிறகொரு நாள் அவர்கள் தற்கொலை குண்டுதாரியாக மாறுவதைத் தவிர்க்கும் என நான் நம்பினேன்.

கவிமதியின் சித்தி வசந்தாவும் சிறுமியொருத்தியைப் போல அடிக்கடி என்னைத் தேடி வந்த இளம் பெண்ணொருத்தி. பெண்களுக்கு சிறு கடன் வழங்கும் செயற்திட்டத்தில் சிறியதொரு பணியைச் செய்து வந்த அவளது கருமையான நீண்ட கூந்தலும், பூரித்த உதடுகளுடனான அழகும் முகத்திலிருந்த வறுமை மற்றும் துயர ரேகைகளை மறைத்து வைப்பதில் வெற்றியடைந்திருந்தன. சங்கோஜத்துடனான நட்பைப் பேணி வந்தவளான அவள் வேலைக்குப் போகும் ஒவ்வொரு தடவையும் என்னை அழைத்து கூறி விட்டுப் போக மறக்கவில்லை.

ஒரு நாள் பதுளையில் நடைபெற்ற நிகழ்ச்சித் திட்டமொன்றில் கலந்து கொண்டு விட்டு இரவாகி நான் வீட்டுக்கு வந்த வேளையில் முற்றத்தில் குந்தியமர்ந்து காத்துக் கொண்டிருந்த வசந்தாவின் பெற்றோர்களைக் கண்டேன். ஆழக் கிணற்றின் அடி வரை மூழ்கிப் போயிருந்த வெற்று விழிகளிரண்டாலும் முடிவிலியைப் பார்த்தவாறிருந்த அவர்கள் என்னைக் கண்டபோதும் அசையாமலே அமர்ந்திருந்தார்கள். மாலை நேரத்தில் ஊருக்குள் பிரவேசித்த இலக்கத் தகடற்ற ஜீப் வண்டியில் வந்திருந்த அந்நியர்கள் வசந்தாவையும், அவளது தங்கையையும் கடத்திக் கொண்டு போயிருந்தார்கள். வசந்தா வீட்டிலிருந்திருக்கிறாள். தங்கை உயர்தர வகுப்பொன்றில் கலந்து

கொண்டிருந்திருக்கிறாள். அந்த இளம்பெண்களைத் தேடிக் கண்டுபிடிக்க உதவி கோரி என்னைத் தேடி வந்திருந்த, வாடிப் போயிருந்த பெற்றோர் விடிகாலை வரை காத்திருந்து விட்டு யாரால், எந்தக் காரணத்துக்காக, எங்கே தமது பிள்ளைகளைக் கொண்டு போயிருப்பார்களென்ற எவ்விதத் தகவலுமற்று வெறுங்கையோடு வீட்டுக்குத் திரும்பிச் சென்றார்கள்.

மறுநாள் லங்காதீப பத்திரிகையின் பிரதான தலைப்புச் செய்தியாக, கிழக்கு மாகாணத்திற்குரிய விடுதலைப் புலி இயக்கத்தின் தலைவியை அக்கரைப்பற்றில் வைத்துக் கைது செய்திருப்பதாகவும், உயர்தரத்தில் கல்வி கற்கும் அவளது தங்கையும் கூட இயக்கத்தைச் சேர்ந்தவள்தான் எனவும் பிரசுரிக்கப்பட்டிருந்தது. சிங்களப் பத்திரிகைகளை வாசிப்பவர்களுக்கு வசந்தாவும், அவளது தங்கையும் இப்போதும் புலிகள்தான். எனினும் இரண்டு வருடங்களுக்குப் பிறகு குற்றம் நிரூபிக்கப்படாததால் விடுதலையான வசந்தாவுக்கும், அவளது தங்கைக்கும் வாழ்க்கை முழுவதும் சீர்படுத்த முடியாதளவு சிதைவுகள் அநேகம் இருந்தன. அதற்கு சில வருடங்களுக்குப் பிறகு வசந்தா சந்தித்த, அவளது சிதைந்து போன ஜீவிதத்தை மீண்டும் கட்டியெழுப்ப கை கொடுத்து உதவ முன் வந்த காதலனும் கூட அவர்களது திருமணத்துக்கு இரண்டு கிழமைகள் மாத்திரமே மீதமிருந்த வேளையில் விடுதலைப் புலிகளால் படுகொலை செய்யப் பட்டிருந்தான். அவன் புலி எதிர்ப்பு அரசியல் கட்சியின் உறுப்பினர் என்பதால் அவ்வாறு நிகழ்ந்ததெனக் கூறப்பட்டது. கவிமதி போன்றவர்களைக் கைவிட்டு விடாது பார்த்துக் கொள்வது எவ்வாறென அக்கரைப்பற்றில் தங்கியிருந்த காலம் முழுவதும் நான் யோசிக்கப் பாடுபட்டேன்.

இரண்டாயிரமாம் ஆண்டு எனது பணியை நான் இழந்தேன். இல்லாவிட்டால் நானாகவே தொழிலை இழக்கச் செய்து

விட்டிருந்தேன். சமாதானத்தை ஏற்படுத்துவதற்காக எனக் கூறியவாறு இலங்கையில் தங்கியிருந்து கொண்டு அனைத்து சொத்து சுகங்களையும் அனுபவித்துக் கொண்டிருந்த ஆங்கில இனத்தவர்களிடம் நானெழுப்பிய கேள்விகள் அவர்களது இருப்புக்கு சவாலாகக் கூடுமென அவர்களுக்கு சந்தேகங்கள் தோன்றியிருந்தன. அக்கேள்விகள் அக்காலத்தில் வெளியே கூறப்படாதவை குறித்த எனது ஆர்வத்தின் பகுதியே தவிர வேறேதுமில்லை. எனினும் தமது இருப்பை நிலைநிறுத்துவதற்காக அவர்கள் என்னிடம் சண்டைக்கு வந்தார்கள். எவ்வாறாயினும், தொழிலுக்கு புண்ணியம் கிடைக்க, கிழக்குவாழ் மக்கள் மற்றும் அவர்களது வாழ்க்கை குறித்தும், ஆங்கிலேயர்கள் குறித்தும் அப்போது எனது பார்வையிலும், கருத்துகளிலும் பெரிய மாற்றங்கள் நிகழ்ந்திருந்தன.

கிழக்கில் வசிக்கும் சிங்களவர்களைக் குறித்து தெற்கிலிருந்து கொண்டு முதலைக் கண்ணீர் வடித்துக் கதறும் தேசபக்தர்கள் பற்றி எனக்குச் சொல்லித் தந்தது மங்களகமவிலிருந்து உஹண வரை நீளும் எல்லைக் கிராம மக்கள்தான், அவர்களது வாழ்க்கையைப் பகிர்ந்து கொள்ள எனக்குக் கிடைத்த அநேகமான சந்தர்ப்பங்களில் அது நிகழ்ந்தது. பாதுகாப்பு கிடைக்குமென்ற நம்பிக்கையில் நெல் மூட்டையை, சாத்தப்பட்ட கதவு ஜன்னல்களில் சாய்த்து வைத்துவிட்டு கழித்த உறக்கமற்ற இரவுகளில், அந்தக் கிராமத்தவர்களால் என்னிடம் கூறப்பட்ட அரசியலானது, புத்தகங்களில் வாசித்திருந்த மற்றும் மேடைகளில் செவிமடுத்திருந்த அரசியலை விடவும் உண்மையாகவும், நேரடியாகவுமிருந்தது. அரசியலில் வேர் பிடித்திருந்த பொய்கள் குறித்து கொழும்பிலிருந்த எம்மை விடவும் அவர்கள் நன்றாகப் புரிந்து வைத்திருந்தார்கள்.

மரண பயத்தில் ஓடி ஒளிந்து, நிறைய இன்னல்களுக்கு முகங்கொடுத்தவாறு சேமித்து வைத்திருந்த சொற்ப அறுவடையின்

ஒரு பங்கை எடுத்துக் கொண்டு ரஜகலதென்ன கிராமத்தின் சிங்கள விவசாயிகள், தமிழ் அகதிகளிருந்த கிராமமொன்றுக்குச் சென்றபோது எனக்கும் அவர்களோடு செல்ல சந்தர்ப்பம் கிடைத்தது. அப் பயணம், ஒரு தசாப்தத்துக்கும் (பத்து ஆண்டுகளுக்கும்) அதிகமான காலம் தமது ஊரை, காணிகளை விட்டு இடம்பெயர்ந்து சென்று, தமது வயல்களில் வேளாண்மை செய்ய இயலாமல் வறுமையிலும், பட்டினியிலும் வாடிப் போயிருந்த தமிழ் சகோதர, சகோதரிகளுக்கு அரிசி மூட்டைகளைக் கொடுத்து வருவதற்குத்தான். அவ்வளவு காலங்களுக்குப் பிறகு ஒருவரையொருவர் கண்ட அவர்கள், காணாமல் போன சகோதர சகோதரிகளைக் கண்டது போல எதுவும் கதைத்துக் கொள்ளாமலேயே ஒருவரையொருவர் அரவணைத்து அழுது தீர்த்தார்கள். அச்சமயம் ஒரு கிராமவாசி கூறியது இப்போதும் எனது நினைவில் எழுகிறது.

'நாங்கள் கொண்டு வந்தது சொற்பம்தான். ஆனால் எம்முடனே வந்திருக்கும் மூழ்கிப் போகாத சகோதர பந்த உணர்வு ஒருபோதும் சொற்பமில்லை. உங்களால் விதைத்து அறுவடை செய்யப்படும் உணவைக் கொண்டு நீங்களும், உங்கள் பிள்ளைகளும் பசியாறும் நாள்தான் எங்களுக்கும் மகிழ்வான நாளாக அமையும். அந்த நாள் விரைவில் வரட்டுமென நாங்கள் பிரார்த்திக்கிறோம்.

ஆகவே, நான் காத்திருந்தேன். சிங்களவர், தமிழர்களிடையேயான யுத்தம் யாருக்காக, யாரால் நடத்தப்பட்டுக் கொண்டிருக்கிறதெனப் புரிந்து கொள்ள இயலாமல், அநேகமானவற்றுக்கு முகம் கொடுத்தவாறு காத்துக் கொண்டிருந்தேன். அனைத்துமே கைவிடப்பட்டிருப்பதை நான் அவதானித்தேன். மனிதர்களிடையே அமைதியில்லை என்பவர்களாலும், சமாதானத்தைக் கட்டியெழுப்புவதற்காக செயற்திட்டங்களை நிர்மாணிப்பவர்களாலும் கைவிடப் பட்டவர்கள் மென்மேலும் கைவிடப்பட்டுக் கொண்டிருப்பதை நான் அவதானித்தேன்.

தமிழில் - எம். ரிஷான் ஷெரீப்

மட்டக்களப்புக்குச் சென்று வரத் தொடங்கிய ஆரம்ப காலத்தில் ஒரு நாள், பேய் மரமேறும் ஜாமமென கிராமத்தவர்கள் கூறும் நள்ளிரவில், துயரம் தோய்ந்த பெருங் குரலெடுத்து பாடப்படும் பாடகர் குணதாச கபுகேயின் பாடலைக் கேட்டு நான் விழித்துக் கொண்டேன். இராணுவம் அல்லது போலிஸ் தவிர்த்து ஏனைய அனைவருமே தமிழர்களாகவிருந்த நகரத்தில் ஆயுதமேந்தாத ஒரே சிங்களவர் நானாக இருக்கக் கூடுமென்ற தயக்கத்தோடு உறங்கச் சென்றிருந்த எனக்குள் மகிழ்ச்சியும், திகைப்பும் ஒன்றாகத் தோன்றியது. அருகிலிருந்த டெலிகொம் கோபுரத்துக்குக் காவலிருந்த தனித்துப் போன படைச் சிப்பாயின் தனிமையும் ஏக்கமும், அவனிருக்கும் திசையை அனுமானிக்க இடமளிப்பதால் ஏற்படக் கூடிய அபாயங்கள் குறித்த பயத்தைப் போக்கும் அளவுக்கு வல்லமை பெற்றிருந்தன. அதை உணர்ந்ததும் எனது இரு விழிகளிலிருந்து ஊற்றெடுத்து வழிந்த கண்ணீரை நிறுத்த முடியவில்லை. அப்போதிலிருந்து ஆயுதமேந்திய படைவீரர்கள் குறித்து என்னுள்ளிருந்த வெறுப்பு நீங்கியது. அதிகாரம் எனும் முகமூடிக்கும், ஆயுதங்களுக்குப் பின்னாலும் மறைந்திருக்கும் உண்மையான துயரம், வேதனை, களைப்பு, நிர்க்கதி நிலை போன்றவற்றை அவர்களது ஓரிரு வார்த்தைகளாலோ, பார்வையாலோ அறிந்து கொள்ள முடிந்த எனது இதயம் கசிந்தது.

ஒரு நாள் திருகோணமலையிலிருந்து கண்டி நோக்கிப் பயணித்துக் கொண்டிருந்த, நான் அமர்ந்திருந்த பேருந்தானது, குண்டொன்று வெடித்த ஓசையில் அதிர்ந்து தெருவிலேயே நின்றது. அது தம்பலகாமம் சந்தி. முன்னால் கடற்படை பேரூந்தொன்று கண்ணிவெடியில் சிக்கி வெடித்து அருகிலிருந்த வயலில் விழுந்து பற்றியெரிந்து கொண்டிருந்தது. சடலங்களும், அனைத்து சிதைவுகளும் உடனடியாக அகற்றப்பட்டு ஒரு மணித்தியாலத்திற்குப் பிறகு பாதை மீண்டும் திறந்து கொண்டது. கடற்படை வீரனொருவனுக்குச் சொந்தமான,

பளபளப்பாக்கப்பட்ட கறுப்பு நிறச் சப்பாத்தொன்று உரிமையாளன் இல்லாமல் தனித்துப் போய் தெருவோரத்தில் கிடந்தது. அது கைவிடப்பட்டவர்களின் மேலுமொரு கதையை என்னிடம் சொன்னது.

பல வருடங்களாக கை விடப்பட்டவர்களின் கதைகளைக் கேட்டவாறும், அனுபவித்தவாறும், பகிர்ந்து கொண்டும் இருந்தேனே ஒழிய அவற்றை எழுதி வைக்க வேண்டுமென்ற எண்ணம் எனக்குள் தோன்றியிருக்கவில்லை. அவ்வாறு எழுதி வைக்க விஷேட திறமை இருக்க வேண்டும் என்றும் என்னால் அதைச் செய்ய முடியாதென்றும் நான் எண்ணியிருந்ததால் இருக்கும். நெருங்கிய சிநேகிதர்களோடு இக் கதைகளைப் பகிர்ந்துக் கொண்ட எல்லா சந்தர்ப்பங்களிலும் இவற்றை எழுதி வைக்குமாறு அவர்கள் கூறினார்கள்.

பணி நிமித்தம் அல்லாவிட்டாலும் கூட, பழகிப் போயிருந்ததால் கிழக்கு மாகாணத்துக்குப் போய் அங்கிருக்கும் சிங்கள, தமிழ், முஸ்லிம் கிராமங்களில் உலா வருவதை தொடர்ந்தும் செய்து வந்தேன். தனியாக உரையாடலை மேற்கொள்ளும் அளவுக்கு தமிழ் மொழியறிவும் வளர்ந்திருக்கிறது. பேருந்திலோ புகையிரதத்திலோ தனியாகப் போய் அங்கு வசிப்பவர்களுடன் சுக துக்கங்களைப் பகிர்ந்து கொள்ள நான் இப்போது பழகியிருக்கிறேன். எனது ஊர் கிழக்குப் பிரதேசமென்று நான் கூறுவது விளையாட்டிற்கல்ல என நான் அறிவேன்.

இன்றைக்கு இரண்டு மூன்று மாதங்களுக்கு முன்பு, மட்டக்களப்புக்கான இரவு நேரப் புகையிரதத்தில் பயணித்துக் கொண்டிருந்த வேளையில் ஜன்னலினூடே தொடர்ந்து வரும் நிழல்களைக் கண்ணுற்ற எனக்கு திடீரென எழுதத் தோன்றியது. மறுநாள் நான் சந்தித்த பார்வதி மற்றும் பொன்னுதுரையைக் குறித்து எழுதி விட்டு கொழும்பிலிருந்த திலீபவைத் தொலைபேசியில் தொடர்பு கொண்டு அவற்றை வாசித்துக் காட்டினேன்.

'நீ தொடர்ந்து எழுத வேண்டியிருக்கும்... நிறுத்தி விடாதே... நாங்கள் இதை எப்படியாவது ஒரு புத்தகமாகக் கொண்டு வருவோம். சரியா? நீ உண்மையை எழுதுகிறாய். நீ காண்பவற்றை எழுது. அது மிகப் பெறுமதியானது.'

இப்படித்தான் இது ஆரம்பித்தது. எதிர்காலத்தில் என்ன நடக்குமென யாரறிவார்? Insha ALLAH!

இன்னும் ஒரு விடயத்தைக் கூற வேண்டும். இங்கு எழுதப்பட்டிருப்பது கிழக்கினதோ, இலங்கையினதோ வரலாற்றுக் கதைகளல்ல. இது விசாலமான ஓவியமொன்றின் மிகச் சிறிய பகுதியொன்று மாத்திரமே. இந்தச் சிறு பகுதியை வைத்துக் கொண்டு முழு ஓவியத்தையும் புரிந்து கொள்ள முடியாதிருக்கும் என்பதைப் போலவே இந்தச் சிறு பகுதி இல்லாமல் ஓவியம் முழுமை அடையாதெனவும் நான் நம்புகிறேன்.

முஸ்லிம்களைக் குறித்து, கிழக்கு வாழ் சிங்களவர்களைக் குறித்து, 88, 89 காலப் பகுதி தெற்கைக் குறித்து, 83 கலவரம் குறித்து, அதைக் குறித்து, இதைக் குறித்து ஏன் எழுதவில்லை என சிலர் வினவக் கூடும். அவை அனைத்தைக் குறித்தும், இன்னும் சிலவற்றைக் குறித்தும் எழுதப்பட வேண்டும் என்பதை நான் ஏற்றுக் கொள்கிறேன். விடயங்களைக் கைவிடுவதல்லாது ஒரு பாகத்தையாவது சேர்த்துக் கொள்வதே எனது முயற்சியாக இருந்தது. ஒரு பாகத்தை எழுதும்போது நிகழும் ஏனைய பாகங்கள் கைவிட்டுப் போவதன் பொறுப்பை நான் ஏற்றுக் கொள்ள மாட்டேன். நான் எழுதியிருப்பது கை விடப்பட்டவர்கள் குறித்து, அவர்களுக்காக வேண்டியே, எவர்க்கும் எவ்விடத்திலும் இதைத் தொடங்க முடியும்.

- குமாரி
கொழும்பு
நவம்பர், 2007

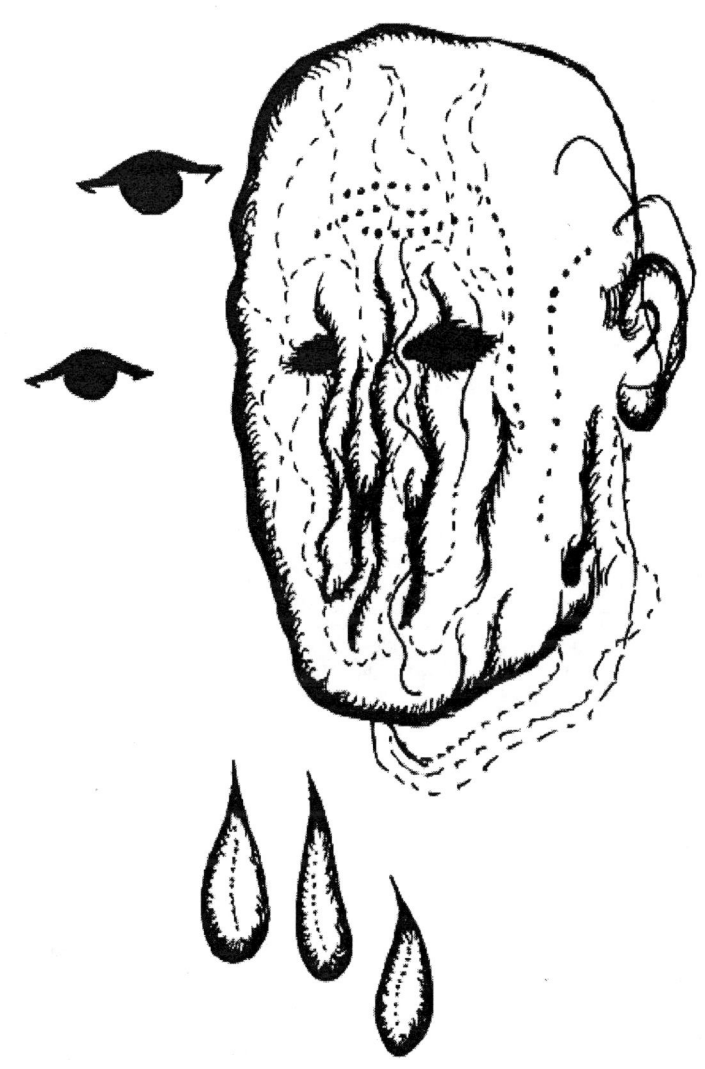

பார்வதி

பார்வதிக்கு இப்போதுதான் முப்பத்தாறு வயது நடக்கிறது. EPRLF இலிருந்து விலகிய ஒருவரைத் திருமணம் முடித்திருந்தாள். அக் காலத்தில் குடும்பிமலைக்கு அடிவாரத்திலிருக்கும் கோராவளி கிராமத்தில் வசித்து வந்தவள்.

தொண்ணூறாம் ஆண்டு கலவரத்தின் போது வீடு வாசல்களைக் கைவிட்டு வந்த போது, மூத்த மகனுக்கு அப்போதுதான் இரண்டு வயதாகியிருந்தது. அணிந்திருந்த ஆடைகள் மாத்திரமே அவர்களுக்குச் சொந்தமாகவிருந்தன. அவர்கள் வரும்போது கிரான் ஒரு ஊராக அல்லாது, காடாகவே காணப்பட்டது. எவ்வாறோ கொஞ்சம் சுற்றுவட்டாரத்தைத் துப்புரவாக்கி சிறியதொரு குடிசையை அமைத்துக் கொண்டு வாழ்ந்து வந்தார்கள். அவர்களுடன் தப்பியோடி வந்த ஏனையவர்களும் அயலில் அவ்வாறே வாழத் தொடங்கியிருந்தார்கள்.

தொண்ணூற்று மூன்றில் யாரோ கணவனுக்கு துப்பாக்கியால் வேட்டு வைத்தார்கள். அக்காலகட்டத்தில் பார்வதிக்கு இரண்டு மகன்கள் இருந்தார்கள். கணவனைக் கொன்றது யாரென பார்வதிக்கு இப்போது வரை தெரியாது. எதற்காகக் கொன்றார்கள் என்பதை அறிந்து கொள்வதால் பயனிருக்கப் போவதுமில்லை.

தொண்ணூற்றைந்தில் பார்வதி, வீட்டுப் பணிப்பெண்ணாக ஜோர்தானுக்குப் போனாள். பல தடவைகள் வீட்டுக்குத் திரும்பி வந்து விட்டு திரும்பவும் போனாள். உழைத்த பணத்தைக் கொண்டு எப்படியோ வீட்டில் இரண்டு அறைகளைக் கட்டினாள். பார்வதியின் அப்பாவோடு வசித்து வந்த இரண்டு பிள்ளைகளுக்கும் உண்ணவும், உடுக்கவும் கொடுத்து ஒருவாறு பாடசாலைக்கும் அனுப்பி வைத்தாள்.

பதினொரு வருடங்கள் ஜோர்தானில் வீட்டுப் பணிப்பெண்ணாக இருந்த பார்வதிக்கு 2006 ஆம் ஆண்டு அதை முடித்துக் கொண்டு நாட்டுக்குத் திரும்பி வரவேண்டியிருந்தது. அது, உழைத்து அலுத்துப் போனதாலோ, பணிப்பெண் ஜீவிதம் வெறுத்துப் போனதாலோ அல்ல.

அச்சமயத்தில் தச்சனாக பணி புரியத் தொடங்கியிருந்த பதினேழு வயதான மூத்த மகனை செப்டம்பர் மாதத்தில் கருணா குழுவினர் பலவந்தமாகக் கொண்டு போயிருந்தமையால் தான். அவள் வர வேண்டியிருந்தது. மூத்தவன், அதுவரை தான் தச்சனாகப் பணி புரிந்து உழைத்துச் சம்பாதித்த பணத்தில் வீட்டுக்கு TV ஒன்றையும், Deck ஒன்றையும், Sound Systems ஒன்றையும் வாங்கியிருந்தான். மூத்தவனுக்கு அவற்றின் மேல் கடும் விருப்பம். அவற்றை தான் உழைத்த பணத்தில் வாங்கி வைத்து அம்மா வரும்போது காட்ட வேண்டும் என மிகுந்த பெருமிதத்தோடு காத்திருந்தான்.

வீட்டுக்கு வந்ததிலிருந்து பார்வதி மூத்தவனைத் தேடி பல இடங்களுக்கும் அலைந்து திரிந்தாள். கடைசியில் மகன் கிடைத்தான். எனினும் அவனால் நடக்க முடியவில்லை. வாகரைப் போரில் வேட்டுப் பட்டு ஒரு கால் மிகவும் மோசமாகப் பாதிக்கப்பட்டிருந்தது. மகனை வீட்டுக்கு அழைத்துச் செல்ல பார்வதி வேண்டினாள். 'மகன் எங்களிடம் இருப்பதுதான் நல்லது, நாங்கள் அவனைப் பார்த்துக் கொள்கிறோம், மருத்துவம் செய்கிறோம், பாதுகாப்பாகவும் இருக்கலாம்' என அவர்கள் கூறினார்கள்.

இயலுமான போதெல்லாம் பார்வதி மகனைப் பார்க்கப் போவாள். அம்மா போய்த் திரும்பி வரும்வரை மகனின் கண்களில் கண்ணீர் நிறைந்திருக்கும். எனினும் பார்வதி அந்தக் கண்ணீரைத் தவிர்க்க முயல்வாள்.

தனியாக நடக்கக் கூட முடியாமல் இருக்கும்போது தப்பித்து வருவது எவ்வாறு? தவிர, அந்த முகாமைச் சூழவும் இராணுவ முகாமிருந்தது. ஒரு புறம் கடல். மறு புறம் ஆறு. எவ்வாறேனும் தப்பித்து வந்து விட்டான் என்று வைத்துக் கொள்வோம். அதற்குப் பிறகு என்ன நடக்கும்? திரும்பவும் பிடித்துக் கொண்டு போய் தப்பித்துப் போனமைக்கு தண்டனை வழங்குவார்கள். இல்லாவிட்டால் யாராவது துப்பாக்கியால் சுட்டுக் கொல்வார்கள். அதுவும் இல்லாவிட்டால் அந்த மகனுக்குப் பதிலாக வீட்டிலிருக்கும் வேறொருவரைக் கொண்டு போவார்கள். பிரச்சினைகள் மட்டும்தான் எஞ்சும். அவ்வாறு நடக்காது என யாரால் உத்தரவாதமளிக்க முடியும்?

கடைசியில் பார்வதி காத்திருக்கத் தீர்மானித்தாள். எப்போதாவது ஒரு நாள், யாராவது ஒரு ஆள் மகனை வீட்டுக்குக் கொண்டு வந்து சேர்க்கக் கூடும்.

பார்வதியால் வெறுமனே நேரத்தைக் கழிக்க முடியாது. மற்ற மகனை வாழ வைக்க வேண்டும். படிப்பிக்க வேண்டும். எனினும், தொழிலொன்றைச் செய்யும் அளவுக்கு அவளுக்கு கல்வியறிவு இல்லை. தொலைவாகச் செல்லவும் முடியாது. பிள்ளைகளைப் பார்த்துக் கொண்டு வீட்டிலிருந்த அப்பாவும் நோயாளியாகி விட்டிருந்தார்.

ஆகவே, அவள் வீட்டிலிருந்து கொண்டு பியர் விற்கத் தொடங்கி இருந்தாள். மதுபானசாலையிலிருந்து திருட்டு வழியில் வீட்டுக்குக் கொண்டு வரப்படும் பியரை இருபது ரூபாய் இலாபம் வைத்து

விற்கிறாள். போலிஸிடமோ, படையினரிடமோ, வேறேதும் குழுக்களிடமோ மாட்டிக் கொண்டால் பெரிய பிரச்சினையாகும்தான். பரவாயில்லை. அதற்கு அன்றைக்கு முகம் கொடுக்கலாம்.

சிவனின் சக்தி - அவள், பார்வதி மணமுடித்திருந்தது கருணாவை, மகனின் பெயர் பிரபா. நான் பார்வதியை துர்கா என்றேன். சக்தி மிக்க கடவுள்களாலும் வெற்றி கொள்ள முடியாதிருந்த எமனைத் தோற்கடித்த... தெய்வங்களின் அனைத்து சக்திகளையும் ஒன்றிணைத்துப் போரிட்ட... துர்கா. அவர்களது ஆண் பலத்துக்கு தனது பெண் சக்தியைச் சேர்த்த பார்வதி வாழ்க்கைப் போராட்டத்தைத் தொடர்ந்தும் முன்னெடுத்து வருகிறாள், அழுகிறாள், சிரிக்கிறாள். எமக்கு கசகசா இட்ட சர்பத்தைத் தயாரித்துக் கொடுத்தாள். மிகவும் அழகிய பெண்ணுடலொன்று ஆண்களின் பயணத்தை மேற் கொள்வதைப் பார்த்திருந்தேன் நான். 'ஏன் பார்வதி இன்னொரு கல்யாணம் முடிக்கல?' எனக் கேட்டேன். அவள் வெட்கப்பட்டுச் சிரித்தாள்.

இரவு ஏழு மணி கடந்ததும் சுற்றி வர வீடுகளில் இருக்கும் எவருமே வெளியே இறங்க மாட்டார்கள். பார்வதியும் ஏழு மணியாகும்போதே மகனையும் உள்ளே இழுத்துக் கொண்டு வாயிற்கதவைத் தாழ்ப்பாளிட்டுப் பூட்டி விட்டு வீட்டுக்குள் ஒடுங்கிக் கொள்வாள்.

'என்னண்டா இது ஓரோர் வகைத் துப்பாக்கிக்காரன்களிண்டையும் சொர்க்க பூமியல்லோ' என்றாள் பார்வதி.

'சடுதியா ஒண்ணுக்கு வந்தா?' எனக் கேட்டேன். அவள் மீண்டும் வெட்கப்பட்டுச் சிரித்தாள்.

ஜூன் 28, 2007

பொன்னுதுரை

பொன்னுதுரை குடும்பத்தினர் தொண்ணூறாம் ஆண்டு வரையும் குடும்பிமலையில் வசித்தவர்கள். வாழைச்சேனையிலிருந்து மட்டக்களப்பிற்குப் போகும்போது களப்பைத் தாண்டியதும் ஒரு கனவினைப் போல தொலைவில் தென்படுமே ஒரு மலைத் தொடர்... அதற்குச் சற்று இந்தப் பக்கமாக தனியாக நின்று கொண்டிருக்கும் கொண்டைப் பலகாரத்தைப் போன்ற உச்சியைக் கொண்ட ஒரு குன்று. அதுதான் குடும்பிமலை.

பொன்னுதுரை குடும்பத்தவர்கள் செழிப்பாக விவசாயம் செய்தவாறும், எருமைப் பண்ணைகளை வைத்துக் கொண்டும் வளமாக வாழ்ந்தவர்கள். யுத்தத்தின் காரணமாக உடுத்திருந்த ஆடையோடு அனைத்தையும் கைவிட்டு தப்பியோடி வந்து இந்தப் பிரதேசத்தில் புதிதாக ஜீவிதத்தைத் தொடங்க வேண்டியிருந்தது.

பொன்னுதுரைக்கோ, குணேஸ்வரிக்கோ எழுத வாசிக்கத் தெரியாது. கூலி வேலை செய்து எவ்வளவாவது உழைத்தவாறு வாழ்க்கையை ஓட்டிக் கொண்டிருந்த இந்த இருவருக்கும் ஒற்றைக் கனவே இருந்தது. அது ஐந்து பிள்ளைகளையும் வளர்த்தெடுத்து, படிக்க வைத்து நல்லதொரு இடத்துக்கு அனுப்ப வேண்டும் என்பதாகும்.

மூத்த மகன் சாதாரண தரப் பரீட்சைக்குப் படித்துக் கொண்டிருந்த காலப் பகுதியில், தமது கனவு பூக்கும் காலம் நெருங்கி விட்டதென அவர்கள் எண்ணியிருந்தார்கள். எனினும் கனவு பிளவுற்றது. மூத்த மகனை எல்.டீ.டீ.ஈ கொண்டு சென்றது. பிள்ளையைக் கேட்டவாறே பொன்னுதுரையும், குணேஸ்வரியும் ஒவ்வொரு முகாமாக அலைந்து திரிந்தார்கள். கடைசியில் சிதைந்து போன எதிர்பார்ப்புகளோடு அவர்கள் திரும்பி வந்தார்கள். இனி செய்ய ஏதுமில்லை. இரண்டாமவனை நன்றாகப் படிக்க வைப்போம். அவன் நல்லதொரு நிலைக்கு வந்தால் மூத்தவனையும் கேட்டு வாங்கிக் கொள்ள இயலுமாகும். பொன்னுதுரை கடுமையாகப் பாடுபட்டு கூலி வேலைகளில் ஈடுபட்டு வந்தார்.

திடீரென எல்.டீ.டீ.ஈ. உள்ளே பிளவுபட்டது. பிடித்துச் செல்லப்பட்டு போரிட நிர்ப்பந்திக்கப்பட்ட சில பிள்ளைகள் தப்பித்து வீட்டுக்கு வந்து சேர்ந்தார்கள். பொன்னுதுரையினதும், குணேஸ்வரியினதும் மூத்த மகனும் வீட்டுக்கு வந்து சேர்ந்தான்.

மகனைத் திரும்பவும் பாடசாலைக்கு அனுப்ப முடிந்தால் எவ்வளவு நன்றாக இருக்கும்?! அவர்களுக்கு ஆவலாக இருந்த போதிலும் வீட்டில் அவனை வைத்துக் கொண்டிருக்க பயமாகவும் இருந்தது. எந்த நேரம் இனந்தெரியாத துப்பாக்கிதாரி வந்து கடத்திப் போவானோ? மண்டையோட்டைச் சிதறடிப்பானோ? அவர்களால் மனதை சாந்தப்படுத்த முடியவில்லை. பயம் அதைத் தாண்டி மேலெழுந்து வந்தது. 'இனி பிள்ளையை வெளிநாட்டுக்கு அனுப்ப வேண்டும்.' இதுதான் அவர்களது தீர்மானம்.

உதவி தேடித் தேடி காலையிலிருந்து இரவு வரைக்கும் அறிந்த தெரிந்த அனைத்து இடங்களுக்கும் கால் தேயத் தேய நடந்து திரிந்தார்கள். கடைசியில் ஒரு வழி பிறந்தது. மூத்த மகன்

தொழிலாளியாக வெளிநாட்டுக்குப் போனான். எப்படியோ பிரச்சினை முடிந்தது. அவர்கள் அவ்வாறுதான் நினைத்தார்கள்.

இரண்டாவது மகன் பரீட்சையில் சித்தியடைந்து தொழில்நுட்பக் கல்லூரிக்குத் தெரிவானான். பொன்னுதுரை தம்பதியினர் நிம்மதிப் பெருமூச்சு விட்டார்கள். விழிகளில் கண்ணீர் நிறைந்தது. எப்படியோ இந்தத் தடவை நாங்கள் வென்று விட்டோம். அவர்கள் அவ்வாறுதான் நினைத்திருப்பார்கள்.

ஆனால் இரண்டாயிரத்து ஆறாம் ஆண்டு செப்டம்பர் மாதம் அந்தக் கனவு சிதைந்தது. பொன்னுதுரையும், குணேஸ்வரியும் அதல பாதாளத்தில் வீழ்ந்தார்கள். மகனைக் கடத்திக் கொண்டு போயிருந்தார்கள். இந்தத் தடவை கருணா குழுவினரால் கொண்டு செல்லப்பட்டிருந்தான்.

இனி வாழ்வதில் பயனில்லை எனத் தான் பொன்னுதுரை நினைத்தார். எனினும் இன்னும் மூன்று பிள்ளைகள் தமக்கிருப்பதை குணேஸ்வரி அவருக்கு நினைவுபடுத்தினாள். அவர்களை நல்லதொரு நிலைமைக்கு ஈடேற்றுவது எப்படிப் போனாலும் அவர்கள் இந்த உலகில் வழிதவறிப் போக இடமளிக்க முடியாது. அத்தோடு மகனைத் தேடுவதை நிறுத்தவும் முடியாது.

இப்போதெல்லாம் பொன்னுதுரை கனவே காண்பதில்லை. எனினும் நாற்பத்தொன்பது வயதான இந்த கட்டுமஸ்தான ஆணின் விழிகளில் கண்ணீர் வழிவது நிற்பதாயுமில்லை. இந்தக் கண்ணீருக்கு சாட்சியளிப்பது யார்?

நாங்கள் மாமரத்தடியில், மணல் பரவிய தரையில் அமர்ந்தவாறு வெற்று மனிதர்களைப் போல அந்தக் கண்ணீரையே பார்த்துக் கொண்டிருந்தோம். அவர் வீட்டுக்குள்ளே போய் ஒரு ஆல்பத்தை எடுத்துக் கொண்டு வந்தார்.

‘இதோ இருக்கிறார் என்ட மகன். எனக்கோ பொஞ்சாதிக்கோ எழுத வாசிக்கத் தெரியாதம்மா... என்ட மகன் படிச்சு பெரிய ஆளா வர இருந்தவர்...’

‘மகன் கிடைச்சாரா?’

‘ஓம். நாங்கள் அவரிருக்குற இடத்தைக் கண்டுபிடிச்சம். கதைக்கவும் சந்தர்ப்பம் கிடைச்சது. பிள்ளை வீட்டுக்கு வர வேணுமெண்டு ஒரே அழுகை. நாங்கள் என்ன செய்ய அம்மா...? கடவுள்தான் எங்களுக்கு இருக்கிற ஒரே நம்பிக்கை.’

‘கடவுள்! கடவுள் என்று ஒன்று இருக்கிறதென்றால் ஏன் உங்களுக்கு இவ்வளவு கஷ்டங்கள் வரப் போகுது?’

‘அப்படிச் சொல்லாதீங்கம்மா. ஜீவிதம் தொடங்கிய காலம் தொட்டு எங்களுக்கெண்டு யாருமே எதுவுமே செய்யேல்ல. இனிச் செய்யவும் மாட்டாங்கள். அதிகாரத்தில இருந்தவங்களும், அதிகாரத்தைப் பெற்றுக் கொள்ளப் போராடுறவங்களும் எல்லோருமே எங்களை நிம்மதியா வாழ விடாததைத்தான் செய்து கொண்டிருக்கினம். எங்களுக்கெண்டு இருக்குறது கடவுள் மாத்திரம்தான் அம்மா. கடவுள் எப்படியாவது என்ட பிள்ளை வீட்டுக்கு வர வழி செய்யும்.’

பொன்னுதுரையின் வீட்டுக் கொல்லைப் புறத்திலிருந்து வயதான தாயொருத்தி எட்டிப் பார்த்தாள்.

‘அது என்ட அக்கா. அவளின்ட மகனையும் எல்.டீ.டீ.ஈ. கொண்டு போயிட்டுது. இப்ப ரெண்டு வருஷத்துக்கு முன்னால மூத்த மகன் தப்பிச்சு வந்த காலத்தில அந்தப் பிள்ளையும் தப்பிச்சு வந்தது. கருணா படை வந்து இந்த வீட்டுக்கு முன்னாடி... அதோ அந்த மாமரத்துக்குக் கிட்ட அந்தப் பிள்ளைக்கு வேட்டு வச்சது. சாகேக்க பதினெட்டு வயசு. அப்பதான் மீசை முளைக்குற வயசு...’

பொன்னுதுரையின் அக்கா கம்பி வேலிக்கு மேலால் எம்மைப் பார்த்து ஒரு பல் கூட இல்லாத பொக்கை வாயால் புன்னகைத்தாள்.

'தமிழனாப் பொறந்த பாவத்துக்கு கடவுள்தான் என்ன செய்யும்?' நாங்கள் புறப்பட்ட போது அந்த வார்த்தைகள் பொன்னுதுரையின் அக்காவின் வீடிருந்த திசையிலிருந்து வந்தன.

ஜூன் 28, 2007

தாய்மாரும் பிள்ளைகளும்

சித்ரகலா தனது கதையை எம்மிடம் கூறி முடித்த பிறகு ஊரின் எல்லையிலிருந்த மனோன்மணியின் வீட்டுக்கு எம்மை அழைத்துச் சென்றார்.

தனது பிள்ளைக்குப் போலவே ஏனைய பிள்ளைகளிடத்திலும் அன்பைப் பொழிய இந்த அம்மாக்களால் இப்போதும் முடிகிறது இல்லையா ? என அவள் தனது கதையைக் கூறிக் கொண்டிருந்த வேளையில் எனக்குத் தோன்றியது.

சித்ரகலாவின் மகன் சாதாரண தரப் பரீட்சைக்குத் தயாராகிக் கொண்டிருந்த காலப் பகுதியில் அதே ஊரிலிருந்த அவனது வயதொத்த பிள்ளைகளைப் பிடித்துக் கொண்டு போயிருந்தார்கள். அந்தப் பிள்ளைகளையும் கருணா படையினர் பலவந்தமாகப் பிடித்து கடத்திக் கொண்டு போயிருந்தார்கள். அது அவளது மகனைப் பிடித்துக் கொண்டு போவதற்கு முன்பு நடந்தது. எனினும், சித்ரகலாவின் மூத்த மகன் ரூபனும், அந்தப் பிள்ளைகளும் முற்றிலும் வித்தியாச மானவர்களாம்.

ரூபன், வெளியில் சுற்றித் திரியாத, வீட்டுக்குள்ளேயிருந்து புத்தகம் வாசித்துக் கொண்டிருந்த, குழப்படிகளுக்குப் போகாத ஒரு பையன். படிப்பிலும் நல்ல கெட்டிக்காரன். பிடித்துக் கொண்டு போனதன் பிறகு

அக்குழுவின் தலைமைகளைச் சந்திக்கச் சென்ற சித்ரகலா மகனைப் பற்றிய விபரம் சொல்லி, அவனுக்கு சிறு வயதிலிருந்தே இருந்து வரும் நெஞ்சு வருத்தம் பற்றியும் கூறியிருக்கிறாள். அவர்கள் பிள்ளையை வீட்டுக்கு அனுப்புவதற்கு சம்மதித்திருக்கிறார்கள். ஆனால் கொண்டு செல்லப்பட்டிருந்த ஏனைய பிள்ளைகள் 'ரூபனை வீட்ட அனுப்புறதெண்டால் நாங்களும் போறம். ஏன் எங்களால போக முடியாது' என்று கூறியிருக்கிறார்கள். அதுவும் நிஜம்தானே என சித்ரகலா கூறுகிறாள்.

எல்.டீ.டீ.ஈ. இலிருந்து தப்பி வந்து அப்போது அங்கே தங்கியிருந்த தனது அண்ணனின் மகனுக்கு ஏதாவது உதவி செய்யுமாறுதான் அவள் எம்மிடம் கோரினாள். இரண்டு வருடங்கள் உள்ளே இருந்து விட்டுத்தான் அந்தப் பையன் தப்பி வந்திருந்தான். ஆனால் அவனே விரும்பித்தான் இயக்கத்தில் போய்ச் சேர்ந்தவனாம்.

அத்தை அவனைப் பற்றிய விபரங்களைச் சொல்லும்போது மரமொன்றைப் போல அசையாது அவன் எங்கள் முன்னால் நின்று கொண்டிருந்தான். அந்த முகத்தில் எவ்வித சலனங்களோ, உணர்ச்சி வெளிப்பாடுகளோ காணப்படவில்லை. இருபது வயதான ஒரு இளைஞனின் வதனம் இவ்வளவு வெறுமையாக இருப்பது எவ்வாறென என்னால் நம்பவே முடியவில்லை. இரவில் நாய் குரைக்கும் ஓசை கேட்டால் கூட இந்தப் பிள்ளை பதற்றப்பட்டு பயந்து ஓடுகிறான் என சித்ரகலா கடைசியாகக் கூறினாள். அந்தப் பையன் திரும்பிச் சென்றான்.

உயிர் இருந்த போதிலும் மரித்துப் போயிருக்கும் மற்றுமொரு இளம் ஜீவிதம்...

அந்தப் பையனுக்காக எங்களால்தான் என்ன செய்ய இயலும்? ஆலோசனை வழங்க என்னிடம் எதுவும் இருக்கவில்லை. இதற்கிடையில் 'விருப்பம்' என்பதன் நிஜமான அர்த்தம் என்னவென்று புரிந்து கொள்ள நான் முயற்சித்துக் கொண்டிருந்தேன்.

சித்ரகலா மனோன்மணியின் வீடிருந்த குறுக்குப்பாதையில் திரும்பி 'அந்த மூலையில இருக்கிற வீடு. நான் திரும்ப வாறேன்' என்று கூறியவாறே, சைக்கிள்களை நிறுத்தி வைத்துக் கொண்டு, எம்மையே பார்த்துக் கொண்டிருந்த இளைஞர்கள் குழுவினரை ஓரக் கண்ணால் பார்த்து 'அது அவங்கதான்' என்றாள். அந்த வார்த்தைகளை மாத்திரம் வாயைத் திறக்காமல் மெல்லமாகக் கூறினாள்.

கொழும்பில் இருப்பதைக் காட்டிலும் முற்றிலும் வித்தியாசமாகத்தான் இங்கு நாம் கூட பயம் என்பதை உணர்ந்து கொண்டிருக்கிறோம்.

மனோன்மணியின் வீடு என எமக்குக் காட்டப்பட்ட இடத்துக்கு நடந்து வந்து வாயிற்கதவு போல குறுக்கே இடப்பட்டிருந்த மரக்கட்டைகளிடையே எட்டிப் பார்த்து உரத்த குரலில் நாங்கள் அழைத்தோம்.

'வீட்டுல யாரு?'

'எங்க? இந்த மரங்களுக்குப் பின்னால வீடொண்ணு தென்படுதா?'

'ஆனா சித்ரகலா இந்த இடம்தான் என்று சொன்னாளே... எமக்குத் தென்படலன்னாலும் வீடொண்ணு இருக்கும்...'

'வீட்டுல யாராவது...'

'ஆஹ்... அதோ... அந்தப் பக்கத்துல இருந்து ஓடி வாறது அவளாத்தான் இருக்கும்.'

அந்த மைதானத்தின் மூலையிலிருந்த, ஒரு புறம் இடிந்து வீழ்ந்து கூரையுமற்றுக் காணப்பட்ட வீடொன்றின் அருகேயிருந்து, ஓரடியை விடவும் கூடுதலான உயரத்தில் ஒரு மரம் கூடக் காணப்படாத மைதானத்தினூடே சீத்தைச் சட்டையொன்றை அணிந்திருந்த இளம் பெண்ணொருத்தி ஓடி வந்து கொண்டிருந்தாள். வலது கையால்

சட்டையின் நெஞ்சுப் பகுதியை அழுத்திப் பிடித்தவாறே அவள் ஓடி வந்தாள்.

'மனோன்மணியா? சித்ரகலாதான் எங்களுக்கு வழிகாட்டினா.'

'வாங்கோ, வாங்கோ, உள்ள போவம்' மரக்கட்டைகளை கீழே இழுத்துப் போட்டவாறு அவள் கூறினாள்.

'எங்கடை வீடு வாசல் எல்லாம் இருந்தது கோராவளியில. தொண்ணூறாமாண்டு கலவரத்தாலதான் நாங்க இஞ்ச வர நேர்ந்தது. இன்னமும் ஒரு அறை கூடக் கட்டிக் கொள்ள முடியேல்ல. பிரச்சினைகள் தான் முடிவேயில்லாம இருக்கே...'

'எங்களால முடிஞ்ச விதத்துல பாதிக்கப்பட்டவங்களை நேரடியா சந்திச்சு பேசிட்டுப் போக வேணுமெண்டு எங்களுக்குத் தோணுச்சு.'

'அது எவ்வளவு நல்லது? என்ட மகளை ரெண்டாயிரத்து நாலாம் ஆண்டு எல்.டீ.டீ.ஈ கொண்டு போச்சுது. அப்பவும் நாங்க இந்த வீட்டிலயேதான் இருந்தம்.'

அறையை மூடியிருந்த தகரத் துண்டை ஒரு புறமாக எடுத்து வைத்து விட்டு, உள்ளேயிருந்து இரண்டு பாய்களை எடுத்து வந்தாள் மனோன்மணி. வெளியே வேப்ப மரத்தடியில் நிழலில் விரிக்கப்பட்ட பழைய பாய்களில் இழைக்கப்பட்டிருந்த அலங்காரங்கள் அப்போதும் அழகாகவே இருந்தன.

'இருங்கோவன்'

'எங்க உங்க புருஷன்?'

'அவர் கூலி வேலையொண்டு தேடிப் போனார். இந்த நாட்கள்ல வேலையொண்டு தேடிக் கொள்றது கடும் கஷ்டம். வயலுக்குப் போகவும் ஏலாது. விடாம ஷெல்லடிக்கிறாங்கள்.'

'வயல் எங்கே இருக்கு?'

'கோராவளியிலதான். நாங்க இஞ்ச வந்துட்டமெண்டு வயலை விட்டுட முடியாதில்லையா? பிள்ளையளுக்கு சாப்பாடு கொடுக்க வேறு வழியில்லையே? எங்களை இஞ்ச இருக்க விட்டுட்டு அவர் அங்க வயல்லதான் அதிகம் இருப்பார். அங்க ஒரு குடிலிருக்குது. சமைச்சுச் சாப்பிடத் தேவையானதுகளும் இருக்குது.'

'அங்க யார் அவருக்கு உதவிக்கு இருக்காங்க?'

'உதவிக்கு இருக்குறது மேல இருக்குற கடவுள் மாத்திரம்தான். உதவக் கூடிய ஒருத்தனையும்தான் கருணா படை கொண்டு போச்சுதே.'

'அது யாரு?'

'எங்கடை ஒரே மகன். எங்களுக்கு நாலு மகள்களும், ஒரு மகனும்.'

'மகளை எல்.டீ.டீ.ஈ கொண்டு போச்சு. மகனை கருணா படை கொண்டு போச்சு. அப்படியென்றால் சண்டை போட்டுக் கொள்றது உங்க மகளும் மகனும்தானே?'

'மகனைக் கொண்டு போன காலத்திலயே மகள் தப்பிச்சு வீட்ட வந்திருக்காட்டி அப்படித்தான் நடந்திருக்கும்.'

'மகள் எவ்வளவு காலம் அங்கே இருந்தார்?'

'ரெண்டு வருஷம். கொண்டு போகேக்க பதினாலு வயசு. வரேக்க பதினாறு வயசு. மகனை ரெண்டாயிரத்து ஆறாம் ஆண்டு செப்டம்பர் மாசம் கொண்டு போனாங்க. அப்ப அவனுக்கு வயசு சரியா பதினாலு.'

'அப்படியென்றால் மகன் எப்படியாவது தப்பிச்சு வருவார் தானே?'

'மகனும் இன்னும் ரெண்டு கூட்டாளிகளும் தப்பிச்சு வரத்தான் திட்டம் போட்டிருந்தாங்களாம். ஆனா தப்பிச்சு வந்த பிள்ளைகளோட அப்பாமார்ட கைகளைப் பின்னால கட்டி கேம்புக்குக் கொண்டு

வாறதை அவங்க கண்டாங்களாம். அப்படிக் கொண்டு வந்த பெரும்பாலான அப்பாமாரை பிள்ளைகள் கண் முன்னால கனக்க சித்திரவதை செஞ்சாங்களாம். 'அம்மா நாங்க தப்பிச்சு வந்தா எங்கடை அப்பாமாரையும் அப்படிக் கைகளைப் பின்னால கட்டிக் கூட்டிக் கொண்டு வந்து சித்திரவதை செய்வாங்கள் என்டு பயப்படுறம். நாங்க மூண்டு பேரும் ஒருக்கிலும் தப்பிச்சு வர மாட்டம்' எண்டு போன தடவை நான் போனப்ப மகன் சொன்னவன்.'

'மகன் அப்படிச் சொன்னப்போ உங்களுக்கு என்ன தோணுச்சு?'

'ஐயோ! எங்கட கருமத்துக்கு, எங்கட ஆறு பேரையும் பார்த்துக் கொள்ள இருந்த ஒரே தங்க மகனைத்தானே நாங்க இழந்திருக்குறோம்' எண்டு. எனக்கு எவ்வளவு கவலையிருந்தாலும் மகனைப் பார்க்கப் போனா அவன்ட முன்னால அழ மாட்டன். நான் அழுதா அவன் அதைத் தாங்கிக் கொள்ள மாட்டான். அப்பா அவனைப் பார்க்கப் போறதேயில்ல.'

'ஏன்?'

'அவர் ரொம்ப மென்மையான மனுஷன். மகனைக் கண்டால் தாங்கிக் கொள்ள முடியாமப் போகுமெண்டு அவருக்குப் பயம். மகனைக் கொண்டு போன அண்டைக்கு அவர் வயலிலிருந்து அழுதழுது ஓடி வந்தார் நாயைச் சுட்டுட்டாங்களெண்டு.'

'நாயை யார் சுட்டது? நாய் இந்த வீட்டில் இருக்கலையா?'

'அந்த நாய் பதினாலு வருஷமா அவரோடேதான் இருந்தது. அவருக்குப் பின்னாலேயே அங்கேயும் இங்கேயும் ஓடிக் கொண்டிருக்கும். அவர் வயலில பாடுபடேக்க குடில்ல தனியா காத்தது அந்த நாய்தான்.'

'பிறகு?'

‘அண்டைக்கு அந்தி நேரம் எல்.டீ.டீ.ஈ. இலிருந்து வந்து குடில்ல சாய்ச்சு வச்சிருந்த சைக்கிளைக் கேட்டிருக்கினம். அதையெண்டாத் தர ஏலாது. அது இல்லாம நானெப்படி வீட்ட போறதெண்டு இவர் கொடுக்க மறுத்திருக்கிறார். அவங்கள் அதைக் கேட்காம சைக்கிளுக்குக் கிட்டப் போனதும் நாய் குரைச்சிருக்கு. அப்பவும் இவர் சொன்னவராம் நாயைத் தொந்தரவு செய்யாதீங்கோ சைக்கிளை எடுத்துத் தாறன் எண்டு. ஆனா அவங்க சைக்கிளை விட்டுட்டு நாய்ட செவிக்குச் சுட்டுட்டாங்கள்...’

‘ஓஹ்...’

‘நாய் அந்த இடத்துலேயே செத்துப் போச்சுது. இவர் அப்பவே சைக்கிளை எடுத்துக் கொண்டு அத்தனை கட்டைகள் தூரத்தையும் ஒரே மூச்சுல மிதிச்சுக் கடந்து வீட்ட வந்தார்.’

‘வீட்டுக்கு வந்ததும் என்ன நடந்தது?’

‘என்ன நடக்க? இவர் வரேக்க இஞ்ச நடக்க வேண்டியதெல்லாம் நடந்து போயிருந்தது. அங்க அந்த நாயைக் கொன்னு போட்ட அதே நேரத்துலதான் இஞ்ச என்ட மகனை பலவந்தமா கதறக் கதறக் கொண்டு போனவை. இவர் உண்ணாமல் குடிக்காமல் பார்த்த இடத்தையே வெறிச்சுப் பார்த்துக் கொண்டு பல நாளாக் கிடந்தார். நான்தான் எந்நாளும் அலைஞ்சு திரிஞ்சு நடந்து மகனைக் கொண்டு போன இடத்தைக் கண்டுபிடிச்சனான்.’

‘அப்ப உங்க எல்.டீ.டீ.ஈ. இலிருந்து தப்பிச்சு வந்த மகள். அவ இப்ப எங்க?’

‘கிருஷ்ணாவுக்கெண்டால் இப்ப எந்தப் பிரச்சினையும் இல்ல கடவுள் அருளால. ஆனா நான் போன தடவை அவளைப் பார்க்கப் போயிருந்தப்ப ரொம்ப மனசுடைஞ்சு போயிருந்தா.’

‘ஏன் யாராவது ஏதாவது சொன்னார்களாமா?’

இல்ல. அவளுக்கு பஞ்சுமரத்தடியில ஷெல்பட்டுச் செத்துப் போன எல்.டீ.டீ.ஈ பொம்பளைப் பிள்ளையள் எட்டுப் பேரைப் பற்றியும் தெரிஞ்சு போச்சுது. அதுல செத்துப் போன ஒரு பிள்ளை கிருஷ்ணா உள்ளே இருக்கேக்க அவளிண்ட நெருங்கிய சிநேகிதியாம். அவட பேர் சுஜா. கிருஷ்ணா தப்பிச்சு வரேக்க சுஜாவையும் கூப்பிட்டவளாம். ஆனா அவ வரேல்ல. தப்பிச்சு வெளிய வந்தா அவளைப் பாரமெடுக்க ஆருமில்ல. போகவும் ஓரிடமில்ல எண்டு அவ சொன்னவளாம். சுஜாவுக்கு அம்மா மட்டும்தான். அவவும் சுஜாவை வளர்த்தெடுக்க வேணுமெண்டு சவூதிக்குப் போனவ. அம்மா சவூதியில இருந்த வேளையிலதா சுஜாவை எல்.டீ.டீ.ஈ கொண்டு போச்சுது. சவூதியிலிருந்த அம்மாவையும் அவ இருந்த வீட்டுக்கார ஆட்கள் அவையளோடு வாக்குவாதப்பட்டாளெண்டு சொல்லி கொன்னு போட்டிருந்தவையாம்.‘

நாங்கள் அனைவரும் ஊமைகளாகி விட்டிருந்தோம்.

‘அப்ப நாங்க போயிட்டு வாறம்.’

‘இருங்கோம இருங்கோம கதைச்சுக் கொண்டிருந்ததல்லாம ஒண்ணும் குடிக்கத் தரவும் இல்லையே. இருங்கோ இளநீ வெட்டித் தாறன். அதோ... அவரும் வாறார்.’

சாரம் உடுத்தியிருந்த, அகாலத்தில் வயதாகிப் போயிருந்த உயர்ந்து மெலிந்த நபரொருவர் அங்கு வந்தார். அவர்தான் மனோன்மணியின் கணவர். அவரது ஒரு கையில் ஒரு வயதுக் குழந்தையொன்று இருந்ததோடு, வயதுக்கேற்ற வளர்ச்சியற்ற, கரை படிந்த பாலர் வகுப்புச் சீருடையொன்றை அணிந்திருந்த சிறுமியொருத்தி மறு கையைப் பிடித்துத் தொங்கிக் கொண்டிருந்தாள்.

'இஞ்ச ஒருக்கா வாங்கோவன். இவையளுக்கு இளநீ வெட்டிக் கொடுங்கோ. பிள்ளையை என்னட்டத் தாங்கோ.'

'இது எங்கட கடைசி மகள். மொன்டிசோரிக்குப் போயிட்டு வாறா. மற்றது எங்கட மூத்த மகளோட மகள்.'

'அப்ப இவர் வேலை தேடிப் போகலையா?'

'திரும்பி வரேக்க நான் இருக்கிறேனாண்டு பார்க்க மூத்த மகள்ட வீட்ட போயிருப்பார். இவளுக்குப் பால் கொடுத்துக் கொண்டிருக்கேக்க இவள் தூங்கிட்டாள். இவளைத் தூங்கப் பண்ணிக் கொண்டிருக்கேக்கதான் உங்களைக் கண்டு ஓடி வந்தனான்.'

'அப்ப இவரோட சைக்கிள்?'

'அதோ அங்க சாய்ச்சு வச்சிருக்கார். இப்ப ஓட முடியாது. நல்லாச் சிதைஞ்சு போய்க் கிடக்குது. எங்களப் போலத்தான்' என மனோன்மணி சிறு குழந்தையை அணைத்தவாறு சத்தமாகச் சிரித்தாள்.

நான் ஏனையவர்களைப் பார்த்தேன். அவர்கள் சிரிப்பதா வேண்டாமா எனத் தீர்மானிக்க முடியாத குழப்பத்திலிருந்தார்கள். எனக்கு சிரிக்க வேண்டும் போல இருந்தது. கடைசியில் எல்லோரும் என்னோடு சேர்ந்து சிரித்தார்கள். நாங்கள் அனைவரும் சிரித்துக் கொண்டேயிருந்தோம், கண்களிலிருந்து கண்ணீர் வழிந்தோடித் தீரும் வரைக்கும்.

ஜூலை, 2007

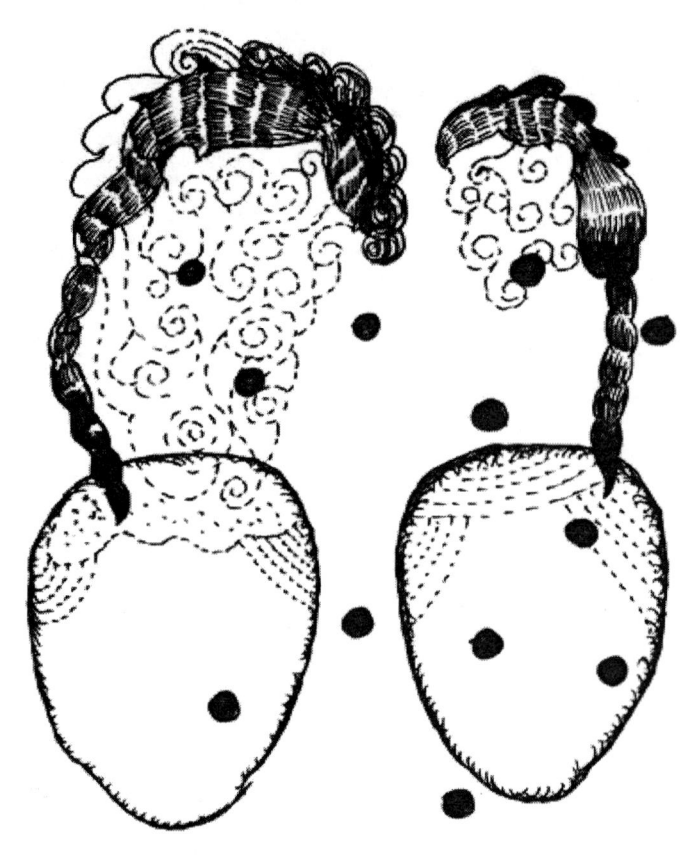

அரசன் எனப்படும் அப்பு

அப்பு முற்றத்தைப் பெருக்கும் ஓசை கேட்டு காலையிலேயே விழித்துக் கொண்டேன். படுத்திருந்த பாயைக் கூட சுருட்டி வைக்காமல் வேகமாக அடித்துப் பிடித்தெழுந்து முற்ற அலங்காரத்தைப் பார்க்க ஓடி வந்தேன்.

எனது சிறு வயதிலிருந்தே விளக்குமாறால் அலங்காரங்கள் இடப்பட்டிருக்கும் மணல் முற்றங்கள் எனக்கு மிகவும் பிடித்தமானவை. முற்றத்தைப் பெருக்கியவுடனேயே அதைப் பார்க்கக் கிடைக்காவிட்டால், பிறகு யாராவது நடந்து திரிந்து அன்றைய அலங்காரம் அழிந்து போயிருக்கும். அந்தக் காலங்களில் நானே விளக்குமாறால் முற்றத்தைப் பெருக்கி அலங்கரிப்பேன். அப்போதுதான் யாரும் அதன் மேல் நடப்பதற்கு முன்பு பெருக்கும்போதே இடையிடையே பல தடவைகள் அலங்காரத்தைத் திரும்பிப் பார்த்து ரசித்துக் கொண்டிருக்க முடியும்.

ஐயோ! இந்த அப்பு அலங்கார வடிவில் முற்றத்தைப் பெருக்கியிருக்கவில்லை. அங்குமிங்குமாக அலைந்த ஈர்க்கில் குச்சித் தடயங்கள் எல்லா இடங்களிலும் காணப்பட்டன, ஏதோ முற்றத்தோடிருக்கும் கோபத்தில் செய்தது போல.

தண்ணீர் நிரம்பியிருந்த வாளியைத் தூக்கிக் கொண்டு வந்த அப்பு என்னைக் கண்டதும் நின்றார். முழங்காலுக்கு மேலே மடித்துக் கட்டியிருந்த சாரத்தை கீழேயிறக்கி விட்டு சிதைந்து போயிருந்த பற்களைக் காட்டி தலை சாய்த்துச் சிரித்தார். 'அரசன்' என்றால்தான் ஊராருக்கு அப்புவைத் தெரியும். சுருண்ட தலைமயிரை பின்புறமாக வாரி...அடர்ந்த மீசையை வாயின் இரு ஓரங்களிலும் மேல் நோக்கி உயர்த்தி விட்டிருப்பார். இளந்தாரி வயதில் பார்த்த தமிழ்நாட்டுத் திரைப்படங்களின் கதாநாயகனது அலங்காரமாக இருக்கலாம்.

காதில் சொருகியிருந்த செம்பருத்திப் பூவும் நெற்றியில் பூசப்பட்டிருந்த விபூதியும் அந்த வீரத் தோற்றத்துக்கு ஒரு அழகைச் சேர்த்திருந்தது. வீர அழகு. ஓ...! அப்படியிருக்கச் சாத்தியமில்லையே. அழகுடைய ஒரு வீரன்.

அப்பு தினந்தோறும் கோயிலுக்குப் போய் விட்டுத்தான் வேலைக்கு வருவதாக எனக்குத் தோன்றியது. சிறந்த பக்திமானாக இருக்கக் கூடும். அப்புவின் இடது பக்க நெஞ்சில் மார்புக்கு மேலே திரிசூலமொன்று பெரிதாக பச்சை குத்தப்பட்டிருந்தது. தெய்வங்களின் ஆயுதம்!

அப்பு, கொல்லைப்புறத்திலிருந்த கிணற்றருகேயிருந்து மேலுமொரு தண்ணீர் வாளியை எடுத்துக் கொண்டு வந்தார். நான் சுவரில் சாய்ந்து நின்று பார்த்துக் கொண்டிருந்தேன். அவர் என்னைக் காணவில்லை. நான் இருந்த இடத்தைக் கடந்து செல்லும் அப்புவைப் பார்த்துக் கொண்டேயிருந்தேன் நான்.

அப்பு ஆறடிக்கு இரண்டு மூன்று அங்குலங்களே குறைவாக இருப்பார். ஆனால் அந்த மெலிந்த உடல் சிரமப்பட்டே நடந்து சென்றது. முதுகு சற்று வளைந்திருந்தது. அது போதாதற்கு இயல்புக்கு மாற்றமான நொண்டிய நடை. நடக்கும்போது பாதங்களின் எலும்புகள் இரண்டும் முன்னால் வரும் வெளியே குதிக்கப் போவதைப் போல.

தண்ணீர் வாளியை வீட்டுக்கு முன்பாகவிருந்த சாமந்திப் பாத்திக்கு ஊற்றி விட்டுத் திரும்பிய அப்புவின் முன்னால் நான் போய் நின்றேன். வெற்று வாளியோடு நிலத்தைப் பார்த்தவாறே முன்னால் அடி வைக்க முயற்சித்த அப்பு என் முன்னால் திடுக்கிட்டுப் போய் நின்றார். முகத்தை உயர்த்தி என்னைப் பார்த்தார்.

அவரது பாதி திறந்திருந்த வாயின் இரு ஓரங்களும் கீழ் நோக்கி வளைந்திருந்தன. அதைக் கண்டு நான் அதிர்ந்து போனேன். அப்புவின் கண்களை உற்றுப் பார்த்தேன். ஆமாம். நான் நினைத்தது சரிதான். அப்புவுக்கு பிணமொன்றின் இரண்டு கண்கள்...!

'சாப்பிட்டீங்களா?'

எம் இருவரதும் திகைப்புகளைக் குறைப்பதற்கு வாயில் வந்த ஒரே வார்த்தை அதுதான். ஏதோ கடவுள் கொடுத்தது போல.

மறந்து போயிருந்த ஏதோவொன்று திடீரென நினைவுக்கு வந்தது போல, அப்பு தனது வாயின் வடிவத்தை சடுதியாக மாற்றிக் கொண்டார். அல்லது அதுவாகவே மாறியது. தலையசைந்தது. அதன் அர்த்தம் 'ஆமாம்' என்பதாக இருக்கலாம். 'முடித்தாயிற்று' என்பதாக இருக்கலாம். 'இல்லை பரவாயில்லை' என்பதாக இருக்கலாம். 'விசாரிப்புக்கு மிகவும் நன்றி. சிரமப்படாதீர்கள்' என்பதாகவும் இருக்கலாம். அப்போதும் அசையாதிருந்த எனது ஒரு புறமாகத் திரும்பி அப்பு திரும்பவும் கிணற்றடிக்குப் போனார்.

அப்பு... அரசன்... வீரன்... பிணக் கண்கள்... நொண்டி... அச்சமூட்டும் உதடுகள்... யாரிந்த அப்பு...? ஏன்...? எதற்கு...? எப்படி...?

'அப்பு யாரென்றா கேட்கிறாய்? அவர் முன்பிருந்தே எங்கள் எல்லோரதும் வேலைகளையும் செய்து தருகிறார். நல்ல மனதுள்ள மனிதன். யார் வேலை சொன்னாலும் செய்து தருவார். இவருக்கு

நடந்தவையெல்லாம் எமக்கு நடந்திருந்தால் எங்களைப் புதைத்த இடங்களில் இப்போது மரங்களே அடர்ந்திருக்கும். வேலை செய்து கிடைக்குற காசில் குடிக்கிறதைக் கொண்டுதான் கவலைகள் எல்லாவற்றையும் தாங்கிக் கொள்கிறார். ஆனால் யாரோடும் சண்டை சச்சரவுகளுக்குப் போவது கிடையாது. மகளின் வீட்டுக்குப் போய் படுத்துக் கொள்வார். சாப்பிடக் கொடுத்தால் சாப்பிட்டு விட்டுத் தூங்குவார். காலையில் சாப்பிட்டுவிட்டு கோயிலுக்குப் போய் தன்னுடைய வேலையைத் தொடங்குவார். ஆஹ்... இந்தத் தேனீரைக் குடிச்சிட்டு இரு. என்ன காலையில் எழுந்தவுடனே அப்புவைப் பற்றி விசாரிக்குறாய்?'

நான் தேநீரைக் குடித்தவாறே அங்கிருந்த பிரம்பினாலான சாய்மனைக் கதிரையில் அமர்ந்து சாய்ந்து கொண்டேன். விடயங்களைத் தெரிந்து கொள்ளும் வரைக்கும் எனக்கு பொறுமையிருக்கவில்லை.

அப்பு கல்யாணம் முடித்து நான்கு பிள்ளைகளுக்கு அப்பா. இரண்டு மகன்மார். இரண்டு மகள்மார். அப்புவின் பொஞ்சாதியும் நல்ல சுறுசுறுப்பான ஆரோக்கியமான பெண்ணொருத்தி. அப்புவைப் போலவே நல்லா வேலை செய்வா. அழகி. ரெண்டு பேரும் எல்லோருடைய மனதையும் கவர்ந்தவாறு கதைத்துப் பேசி சந்தோஷமாக இருந்தாங்க. எண்பதுகளின் கடைசியில் இல்லாட்டி தொண்ணூறுகளின் தொடக்கத்தில் எனக்கு காலம் சரியா நினைவில்ல. அப்புவின் பொஞ்சாதியையும், சின்ன மகளையும், மகன்கள் ரெண்டு பேரையும் வீட்டுக்குள்ளே வெட்டிக் கொன்று போட்டிருந்தாங்க. எல்.டீ.டீ.ஈ க்கு துப்பு கொடுத்ததால் ராணுவம் செய்தது இதென்று ஊரார் சொல்றாங்க. அப்பு அன்றைக்கு ஒரு வேலைக்காக கல்முனைக்குப் போயிருந்தார். மூத்த மகள் அதற்கு முன்பே வீட்டிலிருந்து சொல்லாமல் கொள்ளாமல் போய் எல்.டீ.டீ.ஈ யில்

சேர்ந்திருந்தாள். அந்தக் காலத்தில் எல்.டீ.டீ.ஈ ஆட்கள் பாடசாலைகளுக்கும் பிரத்தியேக வகுப்புகளுக்கும் போய் ஓ/எல், ஏ/எல் வகுப்புப் பிள்ளைகளுக்கு உரையாற்றுவார்கள். அவர்களது சிரமங்களைக் குறித்து வகுப்பெடுப்பார்கள். வீடியோக்கள் காட்டுவார்கள். பிள்ளைகள் மொத்த வகுப்பாகச் சேர்ந்து போய் இயக்கத்தோடு இணைந்து கொள்வார்கள். ஆனால் நகர்ப்புறங்களிலிருந்த பாடசாலைகளில் இவை நடக்கவில்லை. அப்புவின் மகளும் பாடசாலை நேரத்திலேயே அப்படிப் போனவள்தான். அப்புவின் குடும்பத்துடைய அழிவு அங்குதான் ஆரம்பித்தது. மகள் விருப்பத்தோடு போனதால் அப்பு அவளைத் திருப்பிக் கேட்டுப் போகவில்லை. அவர்கள் அத் துயரத்தைத் தாங்கிக் கொண்டிருந்தார்கள். எப்படியோ குடும்பத்தினரின் மரணம் குறித்து மூத்த மகளுக்கு அறியக் கிடைக்கவில்லை. எவரும் அப்புவுக்கு தகவல் கொடுக்கவுமில்லை. அவர் அந்தச் சம்பவம் நடைபெற்று ஒரு கிழமைக்குப் பிறகுதான் வீட்டுக்கு வந்தார். எப்படியிருந்திருக்கும் என்று நினைச்சுப் பாரு. பைத்தியம் பிடிச்சவர் மாதிரி அப்பு அலைந்து திரிந்தார். அப்பு பற்றிய நினைவுகளும் மரித்தவர்களோடு சேர்ந்து மண்ணுக்குக் கீழாகப் புதையுண்டு போகாமல் இருந்தது, மூத்த மகள் எல்.டீ.டீ.ஈ லிருந்து தப்பி வீட்டுக்கு வந்ததால்தான். அப்புவுக்கு திரும்பவும் வாழ வேண்டியும், மகளுக்கு பாதுகாப்பாக இருக்க வேண்டியும், அவளைப் படிப்பிக்க வேண்டியும் வந்தது. அவர் திரும்பவும் வேலை செய்யத் தொடங்கினார். மெதுமெதுவாக காலம் கடந்து போனது. அப்பு திரும்பவும் பழைய நிலைக்குத் திரும்பினார்.'

நான் நீண்ட பெருமூச்சு விட்டவாறு வெற்றுக் கோப்பையை எடுத்துக் கொண்டு எழுந்தேன்.

'தொண்ணூறுகளில் திடீரென அப்பு காணாமல் போனார். அப்புவுக்கு என்ன நடந்ததென எல்லோரும் பதற்றத்தோடு தேடிக்

கொண்டிருந்தார்கள். காரணம் அக்காலகட்டத்தில் அவர் அதிகமாக ராணுவத்தினதும், போலிஸினதும் காணிகளில் கூலி வேலைகளையே செய்து கொண்டிருந்தார். அப்புவை எல்.டீ.டீ.ஈ கொண்டு போயிருப்பதை பிறகுதான் அறிந்து கொண்டோம்.'

பிரம்பு நாற்காலி முனகலோசை எழுப்பியது திடீரென தன் மேல் விழுந்த கனத்தைத் தாங்கிக் கொள்ள முடியாமலாக இருக்கக் கூடும்.

'ராணுவத்துக்கு, போலிஸுக்கு துப்பு கொடுத்திருக்கிறார் என்று கூறித்தான் கொண்டு போயிருக்கிறார்கள். நெடுங்காலம் சென்று அப்பு வெளியே வரும்போது நன்றாக உருக்குலைந்து நொருங்கிப் போயிருந்தார். வெகுகாலம் மருத்துவம் செய்தே மீண்டார். ஆனால் இப்போதும் நொண்டியாக விந்தி விந்தியே நடக்கிறார்.'

....

....

....

'எப்படியோ மகளை வளர்த்தெடுத்து கல்யாணம் முடிச்சும் கொடுத்தார். மகளுக்கு மூன்று ஆண் பிள்ளைகள். செத்துப் போன பிள்ளைகள்தான் மீண்டும் பிறந்திருப்பதாக ஆட்கள் சொன்னார்கள். அந்த மூன்று பிள்ளைகளுமென்றால் அப்புவுக்கு உயிர். அந்தப் பிள்ளைகளும் அப்படித்தான். எப்போதும் தாத்தாவைச் சுற்றிக் கொண்டும், தோளிலும், முதுகிலும் ஏறிக் கொண்டு விளையாடித் திரிவார்கள். புத்துணர்வு பெற்றது போல அக்காலத்தில் அப்பு காணப்பட்டார்.'

எனது இருதயம் துடிக்கும் ஓசை எனக்குக் கேட்டது. டக் டக். டக் டக், டக் டக்... உலக்கையால் இடிப்பது போல... அதற்குப் பிறகு என்ன நடந்தது...? இன்னும் கதை முடியவில்லையா?

'டிசெம்பர் ரெண்டாயிரத்து நாலுல சுனாமி வந்தது. அப்புவின் மகளின் புருஷனையும், பிள்ளைகள் மூவரையும் வீட்டோடு சேர்த்து கடல் கொண்டு போயிற்று. அப்போதும் கூட அப்புவும் மகளும் இருவருமே வீட்டில் இருக்கவில்லை. அந்த அழிவும் அப்படித்தான் நிகழ்ந்தது. அருகிலிருந்த ராணுவ முகாமின் அதிகாரியொருவர் கடலில் குதித்து ஒரு பிள்ளையைக் காப்பாற்றியிருந்தார். மற்றப் பிள்ளையையும் காப்பாற்ற கடலில் குதித்த அந்த அதிகாரி திரும்ப கரைக்கு மீளவேயில்லை.'

....

....

....

நான் கண்களை மூடியவாறு கேட்டுக் கொண்டிருந்தேன்.

....

....

....

....

....

....

....

....

....

கதை இன்னும் முடியவில்லை என்பதை நானறிவேன். என்றாலும் நான் சட்டென கதிரையிலிருந்து எழுந்து நின்றேன். வேண்டாம்... முற்றத்துக்கு அலங்காரமொன்று அவசியமேயில்லை.!

ஜூன் 29, 2007

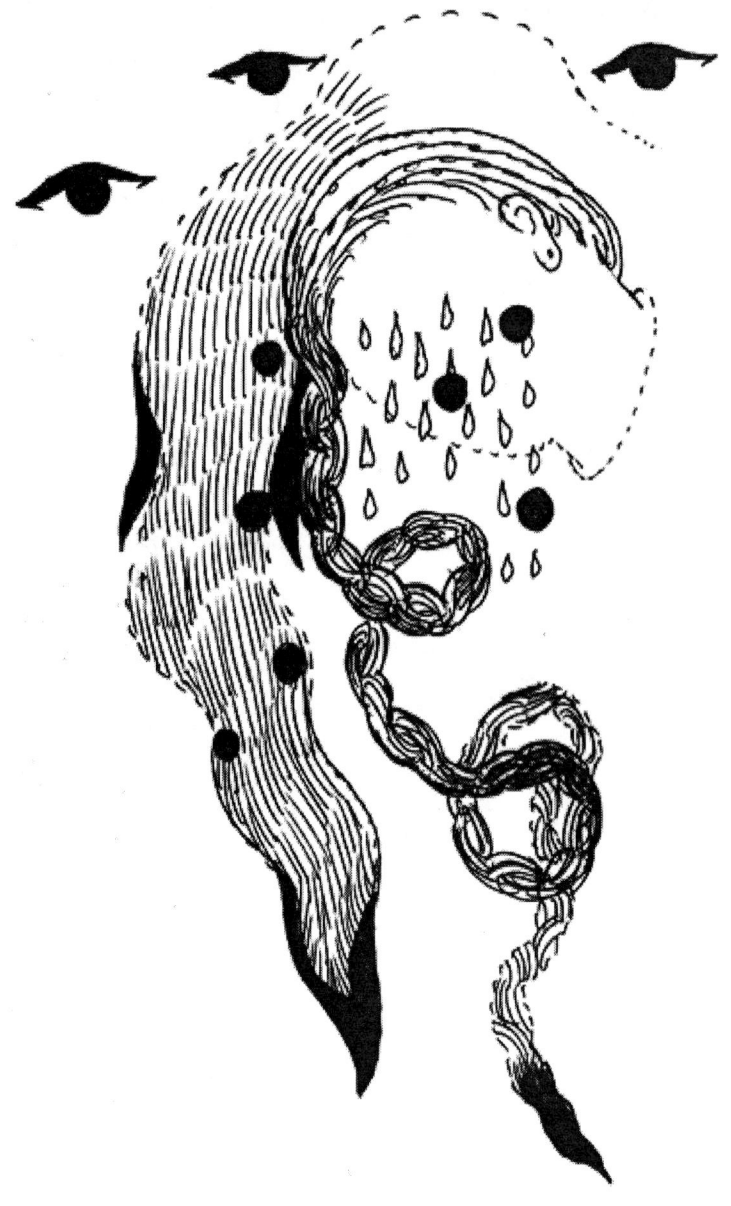

வீடு திரும்பிய கூந்தல் வெட்டப்பட்ட பிள்ளைகள்

இன்று பகல் ஒரு முகாமுக்குப் போகக் கிடைத்தது. இடம்பெயர்ந்தவர்களது முகாம். ஆங்கிலத்தில் அவர்களை 'Internally displaced' என்கிறார்கள். அர்த்தம் 'தாய்நாட்டில் தமது இடங்களை இழந்தவர்கள்'... அப்படித்தானா?

இந்த முகாமில், மட்டக்களப்பு - பதுளை வீதியில், அதாவது செங்கலடி - மஹஓய பாதையிலிருந்து மிகத் தொலைவில் உள்நோக்கி அமைந்திருக்கும் கிராமங்களிலிருந்து வந்தவர்கள் தங்கியிருக்கிறார்கள்.

நீருக்குப் பதிலாக ஷெல்லும், மல்டி பெரலும் மழையாய்ப் பொழிகையில் தற்காத்துக் கொள்ள குடையேதுமற்று உயிர் தப்பி வந்தவர்கள் இவர்கள். மழை இன்னும் ஓயவில்லை, விரித்துக் காத்துக் கொள்ள குடையும் கிடைக்கவில்லை. ஆகவே UNHCR CR கூடாரக் கொட்டகை வீடுகளுக்குள்ளே 'தற்காலிகமாக' குடியிருக்கிறார்கள். தொலைவில் அந்தக் கூடார வீடுகள் துணிகளால் அமைக்கப்பட்ட சிரட்டைப் பிட்டுகள் போலக் காணப்படுகின்றன.

தெருவோரத்தில் சுகாதாரத் திணைக்களத்திற்குச் சொந்தமான சிறியதொரு ஜீப் நிறுத்தி வைக்கப்பட்டிருந்தது. சாரதி, வாயைத் திறந்தவாறு நல்ல உறக்கத்திலிருந்தார். பின்புறத்தில் மருந்துப் பெட்டிகளிடையே அமர்ந்திருந்த இளைஞன் தெருவில் போய்

தமிழில் - எம். ரிஷான் ஷெரீப்

வருபவர்களை வெற்றுப் பார்வையால் வெறித்துப் பார்த்தவாறிருந்தான். நான் அவனைப் பார்த்துப் புன்னகைத்தேன். ஆனால் அந்த முகத்திலிருந்தோ, விழிகளிரண்டிலிருந்தோ எவ்வித மறுமொழியும் வரவில்லை.

ஆளை விடப் பெரிய சட்டைகளை அணிந்திருந்த சிறிய சிறுமிகள், அவர்களை விடவும் சிறிய குழந்தைகளை இடுப்பில் சுமந்தவாறு அங்குமிங்குமாகப் போகும்போது எம்மைக் கண்டு கையால் வாயைப் பொத்தியவாறு சிரித்தார்கள்.

கம்பி வேலிக்குள்ளே செங்கலினால் கட்டப்பட்டிருந்த சிறிய கட்டடமொன்று காணப்பட்டது. அதனுள்ளே சுவரோரமாக, பெரிய மேசையைச் சுற்றி இடப்பட்டிருந்த கதிரைகளில் சற்று நேர்த்தியாக உடையணிந்திருந்த இளம் பெண்கள் சிலரும் மறுபுறத்தில் சிறிய மேசையருகே ஸ்டெதஸ்கோப்பைக் காதில் வைத்துக் கொண்ட ஒருவரும் காணப்பட்டார்கள். இளம் பெண்கள் எம்மை இனம்கண்டு கொண்டவர்களாக புன்னகைத்தவாறே எழுந்து வந்தார்கள்.

'ஹலோ... வாங்கோ வாங்கோ என்ன இந்தப் பக்கம்? நாங்கதான் இந்த முகாமைப் பார்த்துக் கொள்றனாங்கள்.'

'நீங்கள்...?'

'ஓம் கூந்தல் வெட்டப்பட்ட பிள்ளைகள் நாங்க NGO'

'ஓஹ்... அப்ப அவர்?'

'மருத்துவர்... இன்றைக்கு மருந்து கொடுக்குற நாள்தானே.'

உரையாடிக் கொண்டிருக்கும்போதே நான் தெருவில் அங்குமிங்குமாக நடந்து சென்றுகொண்டிருப்பவர்களைப் பார்த்துக் கொண்டிருந்தேன். மருந்து வாகனத்துக்கு மறுபுறமாக பெரியதொரு சட்டையை அணிந்திருந்த, கூந்தல் குட்டையாக வெட்டப்பட்டிருந்த

சிறுமியொருத்தி, கையில் எதையோ பொத்திப் பிடித்து நெஞ்சோடு சேர்த்தணைத்தவாறு நடந்து வந்து கொண்டிருந்தாள். அவளது முகத்தில் குறும்புத்தனமான, எளிதில் புரிந்து கொள்ள முடியாத சிரிப்பொன்று காணப்பட்டது. இவள் வித்தியாசமானவள்ம நான் பார்த்துக் கொண்டேயிருந்தேன்.

'நாங்க அந்தப் பிள்ளைகள் ரெண்டு பேரையும் சந்திக்க வந்திருக்கிறோம்...'

'ஒருத்தருக்கு அறையில் கவுன்ஸிலிங் நடக்குது. அது முடிஞ்சதும் அறையைத் தரலாம்.'

அவளையே பார்த்துக் கொண்டிருந்த எனது கண்களை நேருக்கு நேராகப் பார்த்தவாறு நடந்து வந்த அந்தச் சிறுமி வலப்புறமாகத் திரும்பி நடந்தாள். மீதிக் காட்சி சுவருக்கு மறைந்து போனது.

'அறையொண்ணு அவசியமில்ல. எங்களுக்கு வீட்டக் காட்டுறீங்களா? நாங்க அங்க போய்ச் சந்திக்குறம். பரவாயில்லைதானே?'

'பரவாயில்ல... பரவாயில்ல... அதோ தெரியுதே... அந்த டென்ட்தான். ஆனா ரொம்ப நேரம் கதைக்கப் போறீங்களெண்டால் திரும்ப இஞ்ச அறைக்கு வாங்கோ. அங்க இருக்கேலாது. டென்ட் கனக்கச் சூடாகும்.'

இரண்டு கூடாரங்கள் நடுவே நிழலுக்கு மேலே போடப்பட்டிருந்த கூடாரத் துணியின் கீழ் பிளாஸ்டிக் பாய்களில் அமர்ந்து கொண்டு நாங்கள் உரையாடத் தொடங்கினோம். ஒரு மூலையில் மண்மேட்டில் சாம்பலுக்கும் எரிந்த விறகுகளுக்கும் மத்தியில் மூன்று கருங்கற்கள் தகரத் துண்டொன்றுக்கு மேலால் வைக்கப்பட்டிருந்தன. நான் அதைக் கூர்ந்து கவனித்துக் கொண்டிருந்ததைக் கண்ட ஒரு தாய் 'அதுதான் எங்கட குசினி' என்றாள்.

நான் கூந்தல் வெட்டப்பட்டிருந்த அந்தச் சிறுமிக்கு அருகிலேயே அமர்ந்திருந்தேன். அவளுக்கு மறுபுறத்தில் மற்றுமொரு கூந்தல் வெட்டப்பட்ட சிறுமி அமர்ந்திருந்தாள். அவளது கூந்தல் சற்று வளர்ந்திருந்தது. கபில நிற விழிகளில் சிறியதாக ஒரு பயமும், நிர்க்கதி நிலையும் தென்பட்டது.

அச்சிறுமிகள் இருவரினதும் அக்கா, தங்கைகள் எம்மைச் சூழவும் அமர்ந்திருந்தார்கள். ஆண் பிள்ளைகளாக சிறிய குழந்தைகள் மாத்திரமே காணப்பட்டார்கள்.

'ஆம்பிளையள் தொழில் தேடிப் போயிருக்கினம். எப்படியும் வேலையொண்டு கிடைக்குதோ இல்லையோ இந்தத் துணிக்குக் கீழே அவங்களால பகலைக்கு இருக்க முடியாது' என மற்றுமொரு தாய் கூறினாள்.

எனது விழிகள் சுற்றிச் சுழன்று குறும்புத்தனமான, எளிதில் புரிந்து கொள்ள முடியாத சிரிப்பின் மீது நிலைத்த வேளையில் அந்தக் கூர்மையான விழிகளும் என் மீதே நிலைத்திருப்பதைக் கண்டேன். எங்கள் பார்வைகள் மோதிக் கொண்டன, இரண்டாவது தடவையாக. இந்தத் தடவை மிகவும் நெருக்கமாக. உண்மையில் இந்தத் தடவை அவை சிக்கிக் கொண்டன. விடுவிப்பது இலகுவல்ல. அவள் எனது யார்...? ...? ...?

'இங்கே பாருங்க. என்னோட கூந்தலும் வெட்டப்பட்டுத் தானிருக்கு' என நான் கூறியதும் அவள் தனது தலையில் இட்டிருந்த கறுப்பு நிற பேண்டினைக் கழற்றி எனது தலையிலிட்டுவிட்டுச் சிரித்தாள். இடது கை இப்போதும் பொத்திப் பிடிக்கப்பட்டிருந்தது. உள்ளே பெரியதொரு காகித உருண்டை போல ஏதோவொன்று.

'கையிலென்ன?'

விரல்கள் விரிந்தன. வியர்வையில் ஆங்காங்கே ஊறிப் போயிருந்த காகித உருண்டையில் மஞ்சள், நீல நிறங்களில் சில மாத்திரைகளும், வெள்ளை மற்றும் மஞ்சள் நிறங்களில் சில மாத்திரைகளும், மூடியற்ற சிறியதொரு குப்பியில் வெள்ளை நிறத்தில் கிரீமொன்றும் காணப்பட்டது.

'எதுக்கு?'

சற்று வலப்புறமாகத் திரும்பி சட்டையின் முதுகுப்புறத்தை நகர்த்தி முதுகை எனக்குக் காட்டியவள் எனது விழிகளைப் பார்த்து நாணிச் சிரித்தாள். கொப்புளங்கள் தோன்றிச் சிவந்து போய் ஒரு ரூபாய் (புதிய ஒரு ரூபாயல்ல) நாணயக் குற்றியளவான ஒரு வட்டம் தோலில் காணப்பட்டது. முதுகு வழியே வியர்வை வழிந்து கொண்டிருந்தது.

'அரிக்குதா?'

திரும்பவும் அதே சிரிப்பு...

'எரியுதா?'

அவள் சிரித்த போதிலும் ஒருபோதும் பற்களைக் காட்டவில்லை. அச்சிரிப்பில் இருந்தது ஒரு சிறு கேலி, ஒரு சவால். ஆனால் சிக்கிக் கொண்ட எமது விழிகளுக்கு அந்தச் சிரிப்பு எவ்விதப் பாதிப்பையும் ஏற்படுத்தவில்லை. அவள் எனக்கு விடுக்கும் சவால்தான் என்ன...?

தலையிலிருந்த பேண்டை (Hair band) கழற்றி அவளிடமே திருப்பிக் கொடுத்த நான் கையில் படிந்திருந்த எண்ணெய்யை காற்சட்டையின் பின்புறத்தில் துடைத்துக் கொண்டேன். தலையில் இவ்வளவு எண்ணெய்...? மறுபுறத்தில் நடந்து கொண்டிருந்த உரையாடலுக்கு செவி கொடுத்தேன்.

'இல்ல... எங்கட மகளுக்கு அடையாள அட்டை இல்ல. அவள் பிறகுதானே வந்தவள். இன்னும் ஒரு மாசம் கூட ஆகேல்ல. அந்தப் பக்கமா இருப்பவள் தங்கச்சிட மகள். அவள் ஏழு மாசத்துக்கு முன்னால

தப்பிச்சு வந்தவள். அவளுக்கெண்டால் இந்த செஞ்சிலுவையால கொடுத்த இலக்கமோ ஏதோ இருக்குது.'

'எங்கே பார்க்கலாம்... அதென்ன?'

'இஞ்ச சுற்றி வளைச்சப்ப அந்தப் பிள்ளையையும் போலிஸுக்குக் கொண்டு போயிட்டினம். மூண்டு நாள் உள்ள இருந்து கோர்ட்டுக்குப் போய்டுத்தான் வெளிய வந்தவள். அப்பதான் அந்த இலக்கத்தைத் தந்தவங்கள்.'

'அப்போ ரெண்டு பேரும் ஒண்ணாத் தப்பிச்சு வரலயா? ஆனா ஒண்ணாத்தான் கொண்டு போனவங்கள் இல்லையா?'

'ஓம். ரெண்டு பேரும் கூட்டாளிகள்தானே. ஊரிலிருந்து ஒண்டாத்தான் கொண்டு போனவங்கள். ஆனா அங்க வேறு வேறு இடங்களுக்குப் பிரிச்சுப் போட்டிருக்கினம். அந்தப் பிள்ளை எப்படியோ இன்னும் கொஞ்சப் பிள்ளைகளோடு காட்டுக்குத் தப்பி வந்துட்டுது. ஆனா மற்றப் பிள்ளைகள் மாட்டுப்பட்டு திரும்பக் கொண்டு போனவங்களாம். இவள் ஏழு நாள் காட்டுக்குள்ளேயே ஒளிச்சிருந்துட்டு தப்பி வந்தவள்.'

'காட்டுக்குப் போன ஊராட்கள் எப்படியோ எங்கட மகளைக் கண்டு என்ட புருஷன்கிட்டச் சொல்லியிருக்கினம். எனக்குக் கூடத் தெரியாது. அவர் பிள்ளையைத் தேடிக் காட்டுக்குள்ள போயிருக்கார். பிள்ளையைத் தேடிக் கண்டுபிடிச்சுக் கூட்டிக் கொண்டு வரேக்க அவர்ட கால்ல ஒரு பக்கம் இருக்கேல்ல...முதலையொண்டு கவ்வியிருந்தது.'

நான் மறுபுறத்தில் அமர்ந்திருந்த கூந்தல் வெட்டிய சிறுமியைப் பார்த்தேன். முகத்தில் பெரியதொரு வெண்ணிறத் தழும்பைக் கொண்டிருந்த, விசாலமாகப் புடைத்த வயிற்றைக் கொண்டிருந்த ஒரு சிறு குழந்தை குச்சி போன்ற கால்களால் நடந்து வந்து அந்தச் சிறுமியின் மடியில் குதித்தது.

அந்தச் சிறுமி கொடுத்த முத்தங்களுக்குக் கூச்சப்பட்டு அக்குழந்தை சத்தமாகச் சிரித்தது. எல்லோரும் சிரிப்பு வந்த திசையைப் பார்த்தார்கள்.

'அப்ப இந்தக் குழந்தை? குழந்தையோட அம்மா யாரு?'

'இதோ இருக்குறா... என்ட இளைய மகள்...அந்தப் பிள்ளையைக் கொண்டு போனதும் பயத்துல நான் இவளை சுருக்கா கல்யாணம் முடிச்சுக் கொடுத்தன். எனக்கு ஒன்பது பிள்ளையள். ஒரு பொம்புளப் புள்ளைக்கு நடக்கேலாது. வீட்டுக்குள்ள இருக்குறா. மற்ற எல்லாரும் கல்யாணம் கட்டிட்டினம்.'

கந்தல் துவாயொன்றைத் தோளில் இட்டிருந்த பதினைந்து வயதிருக்கக் கூடிய மெலிந்த சிறுமியொருத்தி முன்னும் பின்னுமாக அசைந்து எம்மைப் பார்த்து வெட்கத்தோடு புன்னகைத்தாள்.

எனது விழிகள் ஒரு சுற்றுச் சுற்றி கபில நிறக் கண்களை அடையாளம் கண்டுகொண்டன. ஒன்று, இரண்டு, மூன்று, நான்கு, ஐந்து, ஆறு, ஏழு, வீட்டிலிருக்கும் பிள்ளையோடு சேர்த்து எட்டு. ஒன்று குறைகிறதே. மகனாக இருக்கலாம். வெளியே போயிருக்கக் கூடும். கேள்வி கேட்கப் பயந்தது போல எனது மனமே தீர்மானித்துக் கொண்டது.

'அப்ப இந்தப் பிள்ளைகள் ரெண்டு பேருக்கும் என்ன செய்யப் போறீங்க?'

'அதுதான்... எங்களுக்கும் என்ன செய்றதெண்டு விளங்கேல்ல. என்ட மகள் திரும்பவும் ஸ்கூலுக்குப் போய் படிக்க வேணுமெண்டே சொல்லிக் கொண்டிருக்கிறா. கொண்டு போகேக்க ஒன்பதாம் வகுப்பு படிச்சுக் கொண்டிருந்தவள். படிக்கவும் நல்ல திறம். இப்பவும் அதைப் பற்றித்தான் யோசிச்சுக் கொண்டிருக்குறம்.'

'அப்ப... உங்க மகள்?'

'என்ட மகள் மூணாம் வகுப்பு வரைக்கும்தான் ஸ்கூலுக்குப் போனவள். மற்றப் பிள்ளைகளிண்ட வேலைகள் நிறையேக்க என்னால

அவளை அதுக்கு மேல படிக்க வைக்க முடியேல்ல. அவளுக்கு படிக்க அவ்வளவா விருப்பமும் இல்ல. யாராவது வேற ஏதாவது... தையலோ... பின்னலோ... படிக்க வச்சாக் கூட அதிர்ஷ்டம்தான்...'

'நாங்க தெரிஞ்சவங்கக்கிட்ட சொல்லிப் பார்க்குறம்.'

'ஆனா இவையள் ரெண்டு பேருக்கும் ஒரே இடத்துலதான் இருக்க வேணுமாம். பிரிஞ்சிருக்க விருப்பமில்ல. எப்பவும் ஊசியும் நூலும் போல ஒண்டாத்தான் இருக்குதுகள்.'

நாம் அனைவருமே அவர்களைத் திரும்பிப் பார்த்த போதும், அவள் பார்த்துக் கொண்டேயிருந்தது எனது கண்களைத்தான்.

'சரி... உங்க மகள் எப்படித் தப்பிச்சு வந்தாளென்று எங்களுக்குச் சொல்ல விருப்பமில்லையா?'

'அவள் எப்படியோ சமயம் வரும் வரைக்கும் காத்திருந்து தனியா காட்டுக்குத் தப்பி வந்து நாற்பது கிலோமீட்டர் தூரம் நடந்தே வந்து சேர்ந்தா.'

'பயப்படலயா?'

'அதை அவளிட்டத்தான் கேட்க வேணும்.'

நான் திரும்பவும் அவளின் கண்களைப் பார்த்தேன். புதிதாகப் பயப்பட எதுவும் அதில் மிச்சமிருந்திருக்காது என எனக்குத் தோன்றியது.

'என்ன சாப்பிட்டிருந்தா?'

'என்ன சாப்பிட? தண்ணி கண்ட இடத்துல குடிச்சிருக்கா. அவ்வளவுதான். வீட்டுக்கு வந்து என் கையால ஒரு பிடிச் சோறு சாப்பிடும் வரைக்கும் வயித்துல எதுவுமே விழுந்திருக்கேல்ல.'

'நீங்க இங்க இருக்கும்போதுதானே வந்தவ? எப்படித் தேடிக் கண்டுபிடிச்சா?'

'எப்படியோ அவள் அங்க இருக்கும்போதே ஊர்ல ஆட்கள் யாருமில்லன்ற தகவல் கிடைச்சிருக்கு. எங்கட தம்பி அவளிருந்த இடத்துக்குக் கொஞ்சம் தூரத்துல இருக்குறார். மகள் அங்கதான் முதல்ல போனவள். நாங்க இஞ்ச இருக்குறமெண்டு தெரிஞ்சதும் திரும்ப காட்டுக்குள்ள புகுந்து இஞ்ச வரைக்கும் நடந்தே வந்துட்டாள். பஸ்ஸில வரக் காசில்லைதானே... உடுத்திருந்த உடுப்பும் சரியில்லையே.'

'உங்களைக் கண்டதும் அவள் அழுதாளா?'

அம்மா மகளைப் பார்த்தாள். மகளின் கண்கள் அம்மாவின் கண்களோடு சிக்கிக் கொண்டன. அவள் என்னிடம் காட்டிய அதே புன்னகையை அம்மாவுக்கும் கொடுத்தாள்.

அழவிருந்த கண்ணீரையும், இனிமேல் அழப் போகும் கண்ணீரையும் ஒன்று திரட்டி அவள் முகாமின் வரண்ட தரையை ஈரமாக்கியிருக்கக் கூடும் என எனக்குத் தோன்றியது.

'எங்களுக்கு திரும்பவும் உங்களைப் பார்க்க வர சந்தர்ப்பம் கிடைத்தால் உங்களுக்கு என்ன கொண்டு வர வேணும்?'

அவள் அம்மாவிடமிருந்து பார்வையைத் திசை திருப்பி திரும்பவும் எனது விழிகளோடு கோர்த்துக் கொண்டாள். வலதுகையின் சுட்டு விரலால் தனது தலையிலிருந்த பேண்டைச் சுட்டிக் காட்டினாள்.

'ஆஹ்.. தலையில போடுற பேண்ட் ஒன்று. ம்ம்ம்.. என்ன நிறத்துல வேணும்?'

அந்த விரலே எனது சட்டையை நோக்கி நீண்டது. நான் தலையைக் குனித்து எனது உடுப்பைப் பார்த்தேன். ஒரு சிவப்பு நிறச் சட்டையை

அணிந்திருந்தேன். சட்டையைப் பார்த்துக் கொண்டிருந்த விழிகளை நான் உயர்த்தும் முன்பே எனக்கு முதன்முறையாக அவளது குரல் கேட்டது.

'ரெண்டு'

நான் திடுக்கிட்டுப் போய் அவளது கண்களைப் பார்த்தேன். அவள் இரண்டு விரல்களைக் காட்டினாள்.

'ஒண்டு எனக்கு, மற்றது அவளுக்கு...' என்ற அவளது வார்த்தைகளில் எவ்விதத் தயக்கமும் இருக்கவில்லை.

நாங்கள் கையசைத்து விட்டு புறப்பட்டோம். நான் கண்களை மூடிக்கொள்ள முயற்சித்த போதிலும் அந்தக் கண்களிலிருந்து எனக்கு ஒருபோதும் விடுதலை கிடையாது என்பது எனக்குப் புரிந்தது.

நகரத்துக்கு வந்ததுமே நான் தொலைபேசியருகே ஓடிப் போனேன்.

'அந்தக் கூந்தல் வெட்டிய பிள்ளைக்கு அம்மாவாக என்னால முடியாதுன்னா நீங்க நினைக்குறீங்க?' என அக்கதையைக் கூறி முடித்து விட்டு திலீபவிடம் கேட்டேன். இரண்டு வினாடி மௌனம். எம்மிடையே... கொழும்புக்கும் மட்டக்களப்புக்குமிடையே...

'முடியும். கூந்தல் வெட்டிய ரெண்டு பிள்ளைகளுக்கும், ஏன் அந்த வயிறு புடைத்த சிறிய குழந்தைக்கும், அதோட அம்மாவுக்கும்... நிஜத்துல நீதான் அம்மா, அப்பா, நீல வானம், ஓடை நதி, செடிகொடிகள்...' என அவர் இன்னும் ஏதேதோ சொல்லிக் கொண்டே போனார். எனக்கு அவையெவையுமே கேட்கவில்லை.

நெஞ்சுக் கூட்டுக்குள் கனத்துப் போயிருந்த பாரம் உருகிக் கரைந்து போய் மனது இலேசாகும் வரைக்கும் நான் தெரு வழியே நடந்து கொண்டிருந்தேன்.

ஜூன், 2007

ஹேமலதா ரத்னாயக இனம்: சிங்களம், தாய்மொழி: தமிழ்

இன்று ஜூன் 30. ஹேமலதா பிறந்த தினம். அவர் இற்றைக்கு முப்பத்தொரு ஆண்டுகளுக்கு முன்பு 1976 ஆம் ஆண்டு பிறந்தவர். ஹேமலதா ப்ரியதர்ஷனி ரத்னாயக. மதம் - இந்து, இனம் - சிங்களம், தாய்மொழி - தமிழ்!!!

'இப்ப இனி கல்யாணம் முடிக்குற வயசும் தாண்டிட்டுது, இல்லையா?' என ஹேமலதாவின் தாய் சமைத்த பகலுணவை உட்கொண்டவாறே நாம் ஹேமலதாவைக் கிண்டல் செய்தோம். (ஹேமலதாவையும் கூட்டிக் கொண்டே நாங்கள் அவளது தாய் வீட்டுக்கு வந்தது அவளது பிறந்த நாளுக்குச் செய்யக் கூடிய ஆகச் சிறந்த காரியம் அது என கூடிக் கலந்துரையாடியதற்குப் பிறகுதான்). ஹேமலதா அம்மாவைப் பார்த்தாள். அம்மா வெற்றுக் காய்கறிப் பாத்திரத்தை எடுத்துக் கொண்டு எழுந்து சமையலறைக்குப் போனாள்.

'நான் ஒருக்கிலும் கல்யாணம் கட்டுறேல்ல' என்று கூறும்போதே அவளுக்கே தெரியாமல் நீண்ட பெருமூச்சு அவளிடமிருந்து வெளிப்பட்டது. காய்கறி நிரப்பிய பாத்திரத்தை எடுத்துக் கொண்டு அம்மா மீண்டும் உள்ளே வந்தாள்.

'சாப்பாடு நல்ல சுவையாயிருக்குல இன்னும் கொஞ்சம் சாப்பிடலாம் போலத் தோணுது'

'எங்கட அம்மாக்கு இந்தப் பகுதி சாப்பாடுகளைப் போல தென்பகுதிச் சாப்பாடுகளையும் நல்லா சுவையா சமைக்கத் தெரியும். அதையெல்லாம் கத்துக் கொடுத்தவர் எங்கட அப்பா' என்றாள் புஷ்பலதா. அவள் ஹேமலதாவின் தங்கை. அந்தக் குடும்பத்தின் இளையவள். இந்த வீட்டில் அவளும், அம்மாவும் மாத்திரமே வசித்து வருகிறார்கள். புஷ்பலதா, ஹேமலதாவைப் போல இல்லை. கை விரல் நகங்களை அளவாகக் கூர்மையாக்கி, வர்ணம் பூசி, புருவங்களையும் வில் போலத் திருத்தி அழகுபடுத்தியிருந்தாள். அவளே தைத்த, அவளது மெலிந்து உயர்ந்த மேனிக்குப் பொருத்தமான சல்வாரை அணிந்திருந்தாள்.

'தெற்கின் சாப்பாடெல்லாம் சமைக்க முடியுமெண்டாலும் அம்மாவுக்கு சிங்களம் கதைக்கத் தெரியாதுதானே? எப்படி அப்பாவோட குடும்பத்தார் எல்லோரோடும் கதைச்சது? அம்மாவும் அப்பாவும் தமிழில் கதைச்சுக் கொண்டார்களோ?'

'அம்மாவைக் கல்யாணம் முடிச்ச காலத்துல அப்பாவுக்கு தமிழ் நல்லாத் தெரிஞ்சிருந்ததாம். இல்லையாம்மா?' என்றதும் அம்மா தலையசைத்தாள்.

'அம்மாக்கு ஒருக்கிலும் சிங்களம் கதைக்க வாய்ப்பே கிடைக்கேல்ல. அம்மா அப்பாவோட ஊருக்கே போனதில்ல. அங்கிருந்தும் ஒருத்தரும் ஒருக்கிலும் இஞ்ச வரவுமில்ல. இல்லையாம்மா?' அம்மா மீண்டும் தலையசைத்தாள்.

'அப்போ அப்பா எல்லாத்தையும் கைவிட்டுட்டுத்தான் அம்மாவைக் கல்யாணம் முடிச்சிருக்கார். எப்படி அம்மாவும், அப்பாவும் சந்திச்சுக்கிட்டாங்க?'

'அவரொரு மெக்கானிக் பாஸ்' என்று அந்தத் தடவை அம்மா பதிலளித்தாள்.

‘இஞ்ச வந்து காத்தான்குடியில ஒரு கேரேஜ் வச்சுக் கொண்டு இருந்தவர். நல்ல கெட்டிக்காரர். நல்லா முன்னேறினார். சுற்றி நிறையக் கூட்டாளிகள் இருந்திச்சினம். அவையளுக்குள்ள முஸ்லிம், சிங்களம், தமிழெண்டு எந்தப் பேதமும் இருக்கேல்ல’ என கூறிக் கொண்டிருந்தவர் திடீரென இருமினார். மூச்சை சற்று சிரமத்தோடு உள்வாங்கினார். ஆனால் கதையை நிறுத்தி விட விரும்பவில்லை போல காணப்பட்டார்.

‘இந்தப் பக்கமிருந்த எல்லாப் பெட்டையளுக்கும் அவரைப் பிடிச்சிருந்தது. மாமாவோட கூட்டாளின்றதால சில நாட்கள்ல எங்கட வீட்டுக்கும் சாப்பிட வருவார். அப்பதான் அவரை முதன்முதலாக் கண்டன்...’ இவ்வளவு நேரமும் இறுகிப் போயிருந்த அவரது வதனத்தின் தசைகள் இயல்புக்குத் திரும்பியதைப் போல தென்பட்டது. முகத்தில் சற்றுப் புன்னகையோடுதான் அவர் அதைக் கூறி முடித்தார்.

‘பிறகு ரெண்டு பேரும் கதைச்சுக் கொண்டீங்களோ?’

‘ஐயோ இல்ல. அந்தக் காலம் இப்பக் காலம் போல இல்லையே. நான் அவரை கதவிண்ட திரைச்சீலை இடைவெளி வழியே மறைஞ்சிருந்து தான் பார்த்தனான். ஆனா அவர் என்னை எங்கேயோ கண்டுட்டு அவரே என்ட அம்மாக்கிட்ட என்னைப் பெண் கேட்டிருக்கிறார்.’

‘அப்ப அம்மா எதிர்ப்பு தெரிவிக்கலையா?’

‘இல்ல. எல்லாருக்குமே அவரைப் பிடிச்சிருந்தது. அவர்ட மேல நல்ல பாசம். பிறகொரு காலத்துல இப்படி சிங்களவர் தமிழர் பிரச்சினை வருமெண்டு அந்தக் காலத்துல யாருக்குத் தெரியும். அவருக்கு முஸ்லிம் பகுதிகள்ல இருந்தும் நிறைய கல்யாண ஆலோசனைகள் வந்திருந்தது.’

‘அப்படீன்னா அம்மாதான் அந்தக் காலத்தில இருந்த அழகான பெண்...‘ என்றதும் சட்டெனெ அவளுக்கு சத்தமாக சிரிப்பு வந்து

விட்டது. அந்தச் சத்தத்துக்கு புஷ்பலதாவுக்கும் சிரிப்பு வந்தது. நம் அனைவருக்குமே சிரிப்பு வந்தது. கடைசியில் ஒரு ஓரமாக அமர்ந்திருந்து தனது நீண்ட நெடிய கூந்தலைத் தடவியவாறு அமைதியாகவிருந்த ஹேமலதாவுக்கும் சிரிப்பு வந்து விட்டது.

அவள் எழுந்து வந்து நாங்கள் உண்ட பாத்திரங்களையும், வெற்றுப் பாத்திரங்களையும் எடுத்துக்கொண்டு சமையலறைக்குப் போய் விட்டாள்.

'ஆஹ்... கை கழுவ எழும்பத் தேவையில்ல. கதையைக் கேட்டுக் கொண்டே இப்படியே கையைக் கழுவிக் கொள்ளுங்கோ' என்ற புஷ்பலதா தட்டொன்றைக் கீழே ஏந்தியவாறு கைகளுக்குத் தண்ணீர் ஊற்றி விட்டு, சுற்றி ரேந்தை வைத்துத் தைக்கப்பட்ட அழகான புடவைத் துண்டொன்றை கை துடைக்கவென கொண்டு வந்து தந்தாள்.

நாங்கள் அந்தப் பாயிலேயே நெருக்கியடித்து அமர்ந்து கொண்டோம்.

'இனி அதற்குப் பிறகு என்ன நடந்ததெண்டு சொல்லுங்கோவன்.'

'பிள்ளை அந்த அறையில ரம்புட்டான் பையொன்று இருக்கும். அதைக் கொண்டு வந்து இந்தப் பிள்ளையளுக்கு சாப்பிடக் கொடேன்.'

நாங்கள் ரம்புட்டான் சாப்பிட்டுக் கொண்டிருந்த போது அம்மா திரும்பவும் கதையைத் தொடங்கினாள்.

'எங்கட அம்மாக்கிட்ட நிறையக் காசு இருந்தது. நான் கல்யாணம் கட்டேக்க எனக்கு இருபது வயசு கூட ஆகியிருக்கேல்ல. கட்டியவர் என்னை நல்லாப் பார்த்துக் கொண்டார். நாங்க சந்தோஷமா வாழ்ந்தம். இந்த இடத்துல நல்ல பெரியதொரு வீடு இருந்தது. நிறைய சாமான்களும் இருந்தது. அப்படித்தான் என்னட்ட இதோ இந்தளவு பெட்டி நிறைய தங்க நகைகள் இருந்தது.'

வலது கையைத் தரையில் ஊன்றி இரண்டு கால்களையும் ஒரே பக்கமாக மடித்து வைத்துக் கொண்டு இடக் கையால் காலின்

பெருவிரலை அழுத்தி விட்டுக் கொண்டிருந்தவள் கதையைக் கூறியவாறே இரண்டு கைகளாலும் பெட்டியின் அளவைக் காட்டினாள்.

'எங்களுக்கு மூண்டு மகன்மாரும் ஒரு மகளும். மூத்த மகன்கள் ரெண்டு பேருக்குமே சிங்களம் நல்லாத் தெரியும். அவங்க சின்ன வயசில சிங்கள மகா வித்தியாலயத்தில் படிச்சவங்கள்.'

அவள் கதையை நிறுத்தி விட்டு மீண்டும் இருமினாள். புஷ்பலதா அம்மாவுக்கு தண்ணீர் கொண்டு வந்து கொடுத்து அருகிலேயே அமர்ந்து கொண்டாள்.

'இந்தப் பிள்ளைக்குத்தான் எந்த சொத்து சுகத்தையும் அனுபவிக்கக் கிடைக்கேல்ல. இவள்ட சின்ன வயசுலதான் எல்லாத்தையும் இழந்தம். தெருவுக்குத் தள்ளப்பட்டோம்.'

'போதும், போதும் இந்தக் கதையைக் கேட்டு இவங்களுக்கும் வெறுத்துப் போகும். அம்மா போய் அந்த ஜெனீக்கு சாப்பாடு போடுங்கோ... அது எங்கட நாய்க் குட்டி. அம்மா கொடுக்காட்டி சாப்பிடாது. அம்மாவும் அப்படித்தான். சில நாளைக்கு ராத்திரி ரெண்டு மணிக்கும் எழும்பி அதுக்கு பிஸ்கட் கொடுப்பா.'

நாங்கள் அனைவரும் எழுந்து நின்று தலைவாசலால் வெளியே வந்தோம்.

'ஹேமலதா எங்க?'

ஹேமலதா வாசலருகிலேயே ஒரு படியில் யாரும் காணாதவோரிடத்தில் அமர்ந்து தொலைவிலெங்கோ வெறித்துப் பார்த்துக் கொண்டிருந்தாள். எமது சத்தம் கேட்டு பதற்றத்தோடு எழுந்து நின்றவளின் கண்களில் கண்ணீர் நிறைந்திருப்பதை நான் கண்டேன்.

'நான் கொத்தமல்லி போட்ட கோப்பி ஊற்றிக் கொண்டு வாரேன். உங்களுக்கு விருப்பம்தானே...'

‘வாவ்... அருமை!’

‘இவ்வளவு காலம் இங்கயிருந்தும் உங்கட முற்றத்துல மட்டும் ஏன் உயரமான மரங்கள் ஒன்று கூட இல்ல?’

‘அதையெண்டா இனி மரங்களை வெட்டினவங்க கிட்டத்தான் கேட்க வேணும். இப்பதான் நாங்க நட்ட மரங்கள் முளைச்சுக் கொண்டு வருது.’

முற்றத்திலிறங்கி தமது வீட்டருகே நடப்பட்டிருந்த செழித்து வளர்ந்திருந்த மாங்கன்றின் தளிர்களைத் தடவிக் கொடுத்தவாறு புஷ்பலதா வேலியைத் தாண்டி மறுபுறத்தை முறைத்துப் பார்த்தாள். அவர்களது எல்லையும், இராணுவ முகாமின் எல்லையும் சிறியதொரு ஒற்றையடிப் பாதையால் மாத்திரம் வேறாகியிருந்தது.

‘அவங்கள்தான் இவ்வளவு காலமாக இதில இருந்தவங்கள். தொண்ணூறாம் ஆண்டு ராணுவம் இந்தப் பக்கம் வந்ததுமே இந்தப் பக்கம் இருக்குற வீடெல்லாத்தையும் சேர்த்து முகாம் அமைச்சிட்டுது. அப்ப ஜனங்கள் எல்லாருமே இடம்பெயர்ந்து அகதி முகாம்கள்ல இருந்தவங்கள். ஆனா அம்மா எங்களைக் கூட்டிக் கொண்டு போய் சொந்தக்காரங்கள்ட, சிநேகிதங்கள்ட வீடுகள்ல தங்கினவ.’

‘வீட்டில இருந்த சாமான்கள்?’

‘அந்தச் சமயத்துல எங்கட வீட்டுல சாமான்கள் ஒண்டுமே இருக்கேல்ல.’

‘பிறகு... வீடும் இல்லாமப் போனாப் பிறகு எப்படி வாழ்ந்தீங்க?’

‘அம்மா கூலிக்கு தைத்துக் கொடுத்தா. அந்தக் காலத்துல பகலிரவு பார்க்காம இருட்டுல தச்சுக் கொண்டேயிருந்ததாலதான் இப்ப அவளின்ட பார்வை நல்லா கெட்டுப் போயிருக்கு.’

‘பிறகு, இந்த வீடு எப்படி திரும்பக் கிடைச்சது?’

‘இப்ப சமீபத்துலதான்... ரவியண்ணன் திருகோணமலை போலிஸில் வேலை பார்க்கும் காலத்தில... ரெண்டாயிரமாம் ஆண்டில போல... எல்லா இடங்களுக்கும் எழுதிப் போட்டு, எழுதிப் போட்டு பத்து வருஷங்களுக்கும் பிறகுதான் ரொம்ப பாடுபட்டு அம்மாவுக்கு இந்த வீடு திரும்பக் கிடைச்சது.’

‘குண்டு இருக்குமோ என்று பயம் வரலையா?’

‘அவங்க அதையெல்லாம் துப்புரவாக்கிட்டுத்தான் எங்களுக்குத் தந்தாங்க.’

அம்மா ஜெனீக்கு உணவூட்டி விட்டு, கிணற்றடியில் கை கால்களைக் கழுவி விட்டு எம்மருகே வந்தாள்.

‘அம்மாக்கு இந்த மாதிரியான ஒரு நாயை வளர்க்குறது சிரமமா இல்லையா? ஊரில இருக்குற தெரு நாயொண்ணை வளர்க்குறது லேசுதானே?’

‘ஐயோ... இதுதான் அம்மாவோட செல்லம்.’

‘என்டயல்ல, இவளோட.... ஜெனீ தூங்குறதும் இவளைக் கட்டிப் பிடிச்சுக் கொண்டுதான்’ என அம்மா குற்றம் சாட்டுவதைப் போல கிண்டல் செய்தாள்.

ஹேமலதா கோப்பி தயாரித்து தட்டில் வைத்து எடுத்துக் கொண்டு முற்றத்திலிருந்த எம்மருகே வந்தாள்.

‘இன்னும் கொஞ்சம் சுணங்கியல்லோ போறனீங்கள்? போக முன்னாடி சாப்பிட்டுப் போக நான் குரக்கன் கஞ்சி கொஞ்சம் காய்ச்சித் தாறன்.’

‘இருங்கோ... அம்மாவுக்கு உதவி செய்ய நானும் வாறன்’ என அம்மாவும் புஷ்பலதாவும் வீட்டுக்கு வெளியே அழகாகவும்,

சிறியதாகவும் அமைக்கப்பட்டிருந்த சமையலறைக்குள் நுழைந்தார்கள். நானும் அவர்கள் பின்னாலேயே போய் முதுகை வளைத்து எட்டிப் பார்த்தேன். மிகத் தூய்மையான சமையலறையின் ஒரு புறமாக நிலத்தில் இரண்டு அடுப்புகள் காணப்பட்டன. அனைத்துமே சிறந்த ஒழுங்கில் வைக்கப்பட்டிருந்தன.

நாங்கள் ஹேமலதாவுடன் படியில் அமர்ந்து கோப்பி குடித்துக் கொண்டிருக்கும் போது எமது மீதிக் கேள்விகளைத் தொடுக்க முயற்சித்தோம்.

'ஏன் நீங்க வீட்டாரோடு அவ்வளவு நெருக்கம் இல்லாத மாதிரி இருக்கீங்க?'

'இல்ல... அப்படியொண்டுமில்ல. ஆனா, முன்னாடியும் அம்மா என் மேல பாசமா இருக்கேல்ல எண்டு எனக்குத் தோணுது.'

'ஏன் அப்படி?'

'அண்ணாவும், அப்பாவும், ஆச்சியும் எண்டு மூண்டு பேரையுமே ஒரே வருஷத்துலதான் கிட்டக்கிட்ட நாங்க இழந்தம். அந்தக் காலத்தில அம்மா விசர் பிடிச்சவ மாதிரி கிடந்தவ. ரவியண்ணன் எப்படியும் வீட்டில இருக்க மாட்டார். தங்கச்சியும் தம்பியும் சின்னதுகள். அம்மா எல்லாத்துக்கும் என்னைத்தான் பிடிச்சுக் கொள்வா.'

'நீங்களும் அப்ப சின்னப் பிள்ளையா இருந்திருப்பீங்க என்ன?'

'ஓம். எண்பத்தாறுல எனக்கு பத்து வயசு. ஆனா அம்மாவுக்கு அழ, சண்டை பிடிக்க, பழி வாங்க துணைக்கு வேற யாருமே இருக்கேல்லயே. எல்லாத்துக்கும் நான்தான் அகப்பட்டுக் கொண்டன். நிஜமாவே நான் அப்ப தங்கச்சியைப் பார்த்துப் பொறாமைப்பட்டன்.''

நாங்கள் எவருமே சற்று நேரம் எதுவும் கதைக்காது மௌனமாக இருந்தோம். அந்த அமைதியை உடைக்க ஹேமலதாவே தீர்மானித்தாள்.

‘பெரியண்ணன் நிஹால். எண்பத்தாறாமாண்டு தொடக்கத்திலேயே ஒரு நாள் வீட்டுல பெரிய பிரச்சினை நடந்தது எனக்கு நினைவிருக்குது. எனக்கு என்னண்டு விளங்கேல்ல. அண்ணனை யாரோ பலவந்தமா கடத்திக் கொண்டு போயிட்டாங்களெண்டு. அவர் திரும்ப வீட்டுக்கு வரவேயில்ல. அம்மா தரையில விழுந்து புரண்டு முட்டி மோதி அழுது புலம்பினா. அண்ணனைக் கொண்டு போனது டெலோ இயக்கமெண்டு பிறகுதான் நான் அறிஞ்சு கொண்டன். அவர் அங்கிருந்து தப்பிச்சு வரேக்க திரும்பவும் இடை வழியில மாட்டிக் கொண்டவராம். பயிற்சிக்கு இந்தியாவுக்குப் போக விருப்பமெண்டு ஒரு கடிதத்துல கையொப்பம் வாங்கிக் கொண்டு கொன்று போட்டாங்களாம்.’

‘உங்களுக்கு அவரை நினைவிருக்கா?’

‘ஓம். நாங்க ரெண்டு பேரும் நல்ல நெருக்கம். ரவியண்ணன் என்னை அடிக்கும்போது அந்தக் காலத்தில அவர்தான் என்னைக் காப்பாற்றுவார். ஸ்கூலுக்குப் போகும்போதே சின்னச் சின்ன வேலைகள் செஞ்சு அம்மாவுக்கும், தங்கச்சிக்கும், எனக்கும் பரிசுகள் வாங்கித் தருவார். அவர் எங்களோடு சண்டை பிடிச்சது அம்மாவோட மடியில தூங்க மாத்திரம்தான்.’

ஹேமலதா சத்தமாக பெருமூச்சு விட்டார். ஓரிரு வினாடிகள் அமைதியாக இருந்து விட்டு திரும்பவும் கதைக்கத் தொடங்கினார்.

‘அண்ணன் காணாமப் போனதுக்குப் பிறகு அப்பா நல்லாக் குடிக்கத் தொடங்கிட்டார். சில நாட்கள் இரவு வீட்டுக்கு வர மாட்டார். அம்மா படிக்கட்டில அமர்ந்து கொண்டு வழியையே பார்த்துக் கொண்டிருந்தது எனக்கு நினைவிருக்குது. அப்பா வீட்டுக்கு வந்தாலும் செய்றது எல்லாரையும் ஏசுறதுதான். 'நீங்கள் ஏன் என்ட மகனுக்கு இப்படிச் செய்தனீங்கள்' எனக் கேட்டுக் கத்துவார். அதுக்குப் பிறகு கேரேஜுக்கு வேலைக்குப் போகவுமில்ல. ஆச்சிதான் வீட்டுத் தேவைக்கு சாமான்கள்

கொண்டு வந்து தருவா. ஆச்சிக்கிட்ட நிறையக் காசு இருந்தது. அதனால எங்களுக்கு தின்னக் குடிக்க எந்தப் பிரச்சினையும் இருக்கேல்ல.'

திரும்பவும் ஒரு கணம் அமைதி.

'ஒரு நாள் ஆச்சி எங்களைப் பார்க்க வரேல்ல. அடுத்த நாளும் வரேல்ல. மூண்டாவது நாள் அம்மா என்னையும் கூட்டிக் கொண்டு ஆச்சி வீட்டுக்குப் போனா. வீட்டுல யாருமே இருக்கேல்ல. அடுத்த நாள் பெரிய தாத்தா - அதாவது ஆச்சியோட தம்பி வந்து சொன்னார் துவக்கேந்திய குழுவொண்டு ஆச்சியைக் கடத்திக் கொண்டு போய் கப்பம் கேட்குறதுக்காக அவரையும் இன்னும் கொஞ்சப் பேரையும் அடைச்சு வச்சிருந்த வீட்டுக்கு, வேறொரு குழு குண்டு போட்டதுல எல்லாருமே செத்துப் போயிட்டாங்களெண்டு. செத்துட்டா எண்டு சொல்லக் கேட்டதுமே நாங்க அழத் தொடங்கிட்டம். ஆனா அம்மா அழவேயில்ல.'

ஹேமலதா உட்கார்ந்திருந்த இடத்திலிருந்தே திரும்பி சமையலறையைப் பார்த்தாள். அடுப்பைப் பார்த்தவாறு முதுகைக் காட்டி அமர்ந்திருக்கும் அம்மாவின் முதுகு மட்டுமே அவளுக்குத் தென்பட்டிருக்கும். ஹேமலதாவுக்கு திடீரென அம்மா மேல் பாசம் தோன்றியிருக்கும் என எனக்குத் தோன்றியது. அவள் சமையலறைக்குப் போக வெற்றுக் கோப்பைகளைச் சேகரிக்கத் தொடங்கினாள்.

'இல்லல்ல... அம்மா வர முன்னாடி மீதியையும் சொல்லிட்டுப் போங்கோ.'

'இன்னும் சொல்றதுக்கு எதுவும் பெருசாமிச்சமில்ல. எப்படி யெப்படியோ நாங்க எங்கட பாட்டில வளர்ந்தம். அம்மா இருந்திருந்து சமைப்பா. எப்பவும் எங்கேயாவது வெறிச்சுப் பார்த்துக்

கொண்டிருப்பா. கோபம் வந்தா என்னைப் போட்டு அடிப்பா. ரவியண்ணன் வெளியே போயிடுவார். அதனால தம்பியும் தங்கச்சியும் அழேக்க அவங்களைப் பார்த்துக் கொள்ள நான் பழகியிருந்தன். எப்படியோ நாங்க ஸ்கூலுக்கும் போனம். ஒரு நாள் ஒருத்தர் வந்து சொன்னார் அப்பா குடிச்சுட்டு கடைக்கிட்ட கத்திக் கொண்டிருக்கேக்க துவக்கேந்திய படையொண்டு வந்து அப்பாவை இழுத்துக் கொண்டு போச்சுது, எல்.டீ.டீ.ஈ யா இருக்கும், இப்ப அப்பாவைக் கொன்று போட்டிருப்பினம் எண்டு. அம்மா அடுத்து என்ன செய்யப் போறா எண்டு நாங்கள் பயந்து போய் பார்த்துக் கொண்டிருந்தம்.'

'ஏன் அவர் என்ன செய்தவர்?'

'பல நாட்கள் வெறிச்சுப் பார்த்து யோசிச்சுக் கொண்டிருந்தா. அயலட்டை ஆட்கள் எங்களுக்கு சாப்பாடு கொண்டு வந்து கொடுத்திச்சினம். பிறகு அம்மாவோட நகைகள் ஒவ்வொண்டா குறைஞ்சுது. அலுமாரியிலிருந்த சாரிகளை ஒவ்வொண்டாக் கொண்டு போய் சாப்பாட்டுச் சாமான்கள் வாங்கிக் கொண்டு வருவா. எங்களுக்கு கொப்பி பென்சில்கள் தேவைப்படும்போது வீட்டிலிருந்த மற்றச் சாமான்களையும் கொண்டு போனா. சில நேரங்கள்ல சாரியையும் அரைகுறையா உடுத்துக் கொண்டு தெருவுல திரிவா.'

'அப்ப வீட்டுல சாவூட்டுச் சடங்குகள் ஒன்றுமே நடக்கலையா?'

'இல்ல. செத்துட்டாங்கன்னு சொன்னதற்கு நாங்க யாரையுமே சடலங்களைக் காணல்லயே. சாவூடு இல்ல. அன்னதானமில்ல. மற்றச் சடங்குகளும் எதுவுமேயில்ல. அந்த மூணு பேரையும் நாங்க இழந்துட்டம். அவ்வளவுதான். ஆனா கெட்ட காலம் வந்தது, போர் வந்து எங்களுக்கு வீட்ட விட்டுப் போக வேண்டி வந்ததுக்குப் பிறகுதான், அந்தச் சமயத்துலதான் நான் பெரிய பிள்ளையானேன்.

என்ட கருமத்துக்குத்தான் இதுவெல்லாம் நடக்குதெண்டு அம்மா எனக்கு மாறுபாடு காட்டத் தொடங்கிட்டா.'

'இனி நீங்க என்ன செஞ்சீங்க?'

'நான் கல்லு மாதிரியிருந்தேன். தொண்ணூத்தி மூணாம் ஆண்டுல போல ரவியண்ணன் போலிஸுல சேரும் வரைக்கும் எங்களுக்கு தங்க இடமிருக்கேல்ல. அவருக்கு பத்தொன்பது வயசானதுமே போலிஸுல சேர்ந்துட்டார். அதுக்குப் பிறகு அவர் எங்களை ஒரு நல்ல வீட்டுல தங்க வச்சு வாடகை கொடுத்து வந்தவர்.'

'அதுக்குப் பிறகு பிரச்சினைகள் குறைஞ்சுதா?'

'எங்களுக்கெண்டா ஒருக்கிலும் பிரச்சினைகளெண்டா குறையேல்ல. அதுக்குப் பிறகு தம்பி நிமலுக்குப் பிரச்சினைகள் வந்துட்டு. அவன் ஸ்கூலுக்குப் போகேக்க பெடியன்களோட சண்டை பிடிச்சு ஒரு பெடியனைக்கு அடிச்சுப் போட்டு காட்டுக்குள்ள ஒளிஞ்சுட்டான். அம்மா எல்.டீ.டீ.ஈ யால அவனைக் கொண்டு போயிருப்பாங்களெண்டு நினைச்சு ஒவ்வொரு முகாமா அவனைத் தேடித் தேடி அலைஞ்சா. கன நாளுக்குப் பிறகு காட்டுக்குள்ள ஒளிஞ்சிருந்தவன போலிஸ் பிடிச்சதெண்டு கேள்விப்பட்டம். அடி வாங்கிய பெடியனோட அண்ணன் போலிஸாம். அவர், தம்பி எல்.டீ.டீ.ஈ காரனெண்டு சொல்லி போலிஸுக்குப் பிடிச்சுக் கொடுத்திருக்கிறார்.'

'இனி உங்க அண்ணாவும் போலிஸ்தானே. உதவி செய்ய முடியாமப் போனதா?'

'அண்ணாவுக்குத் தெரிஞ்சவங்க எல்லாரோடையும் கதைச்சு உதவி கேட்கேக்க, தம்பிக்கிட்டயிருந்து நிறைய கடதாசிகள்ல கையொப்பம் வாங்கி முடிச்சிருந்தினம். எல்.டீ.டீ.ஈ காரனெடு வாக்குமூலம் தந்துட்டான் எண்டாங்கள். தம்பி ஜெயிலுக்குப் போனான்.'

‘ஐயோ... போதும். இது முடியுற கதை மாதிரி தெரியேல்ல’ என்றவாறு நான் அமர்ந்திருந்த இடத்திலிருந்து எழுந்து நின்றேன்.

‘ஹேமலதா தண்ணி கொஞ்சம் குடிப்போமா?’

‘ஓஹ்.. இருங்கோ நான் கொண்டு வாறன். உங்களுக்கும் வேணுமா?’

‘ஓம்’

எனக்குத் தோன்றியதே ஏனையவர்களுக்குள்ளும் உதித்திருக்க வேண்டும். ஒரு வகையில் ஹேமலதாவை அந்த மனநிலையிலிருந்து விடுவித்தது நல்லதுதான். கதையின் எஞ்சிய பாகத்தை நானறிவேன்.

இந்த மாதத்தின் தொடக்கத்தில் கொழும்புக்கு வந்த புஷ்பலதாவை வெளிநாட்டுத் தூதரகத்திற்கு அழைத்துப் போனவள் நான்தான். சிறையிலிருந்து விடுதலையான நிமலுக்கு வீட்டார்கள் பணம் சேர்த்துக் கொடுத்து சவூதிக்கு அனுப்பி வைத்திருந்தார்கள். ஒப்பந்தத்திலிருந்த சம்பளம் 35000/= எனினும் அவருக்கு மாதம் 3500/= மாத்திரமே கிடைத்தது. முகவரோடு கதைத்து பயனற்றுப் போன காரணத்தால் அங்கிருந்து தப்பியிருக்கிறார். வேறொரு இடத்தில் வேறொரு விஸாவில் வேலை செய்த குற்றத்துக்கு அவரைப் பிடித்து அங்கே சிறையில் அடைத்திருக்கிறார்கள். வெளிநாட்டுத் தூதரகத்தில் கூறி நிமலை எடுப்பிக்கவே புஷ்பலதா வந்திருந்தாள். காரியம் சரியாகும் என்று எனக்குத் தோன்றுகிறது.

ஹேமலதா தண்ணீர் கொண்டு வரும்போதே, புஷ்பலதா ஜெனீயையும் தூக்கிக் கொண்டு எம்மருகே வந்தாள்.

‘எங்கேயிருந்து இந்த நாய்க் குட்டியைத் தேடிப் பிடிச்சீங்க?’

‘அண்ணாவுக்கு திருகோணமலை போலிஸில ஒருத்தர் கொடுத்திருக்கார். இப்படி சும்மா கிடைச்சதுக்கு இவையள் வெளிய நல்ல விலையாம்.’

'நிமலைப் பற்றி ஒரு தகவலும் இல்லையா புஷ்பலதா?'

'ஆஹ்... நேற்றும் கதைச்சவர். எம்பஸியாட்கள் பிணையிலெடுக்கக் கேட்டிருக்கினம். வாற மாசம் நடுப்பகுதியில மட்டு வர முடியுமாகு மெண்டு சொன்னவர்.'

'வந்தாப் பிறகு என்ன செய்றது?'

'ஐயோ இஞ்ச வச்சிருக்கேலாது. திரும்ப வெளிநாட்டுக்குத்தான் அனுப்ப வேணும்.'

'ஏன்?'

'இஞ்ச பயம்தானே. திரும்பவும் யாராவது வந்து பிரச்சினை பண்ணுவாங்களாண்டு தெரியாதுதானே.'

'இனி அங்க போனாலும் பயம்தானே!'

ஜெனீ தரையில் குதித்தது. புஷ்பலதா அதற்குப் பின்னால் ஓடினாள். ஹேமலதா கொண்டு வந்து கொடுத்த தண்ணீரைக் குடித்த போதிலும், எவரும் அவளிடம் மீண்டும் கேள்விகள் எதையும் கேட்கவில்லை.

ரவிக்கு என்ன நடந்ததெனக் கூறா விட்டால் கதை முழுமை பெறாது.

புஷ்பலதா கொழும்புக்கு வந்த போது ரவியைச் சந்தித்திருந்தாள். அவர் இப்போது பெரியதொரு கோப்பை எடுத்துக் கொண்டு வெளிநாட்டுத் தூதரகங்களுக்கு அலைந்து கொண்டிருக்கிறார். ஆனால் இன்னும் எந்த நாட்டுக்கும் விஸா கிடைக்கவில்லை.

அவர் திருகோணமலையில் வேலை பார்த்தபோது அவரையும், அவருடன் பணி புரிந்த மற்றுமொரு அதிகாரியையும் எல்.டீ.டீ.ஈ துப்பாக்கியால் சுட்டிருந்தது. மற்ற அதிகாரி செத்துப் போய் விட்டார். ரவியின் காலில் பெரியதொரு காயத்தின் தழும்பு இப்போதும் எஞ்சியிருக்கிறது. இன்னும் என்னென்னவோ பெரிய பிரச்சினைகள்

எல்லாம் வந்ததாம். தாங்க இயலாத கட்டத்தில் அவர் போலிஸிலிருந்து விலகி விட்டார். அவர் தன்னைச் சிங்களவரென்றே சொல்கிறார். அவரது இனம் சிங்களம், தாய் மொழி சிங்களம், மதம் பௌத்தம். எனினும் போலிஸிலிருந்தவர்கள் அவரைச் சந்தேகித்தார்களாம். ஆகவே இப்போது அவருக்கு இருக்க ஓரிடமில்லை. போக ஓரிடமில்லை. வேலை செய்ய ஓரிடமில்லை.

குரக்கன் கஞ்சியைச் சுவைத்த பின்னரே நாங்கள் ஹேமலதாவின் வீட்டிலிருந்து வந்தோம்.

எனது மறுபுறத்தில் பாயில் படுத்துக் கொண்டிருக்கும் ஹேமலதாவுக்கு நன்றாக உறக்கம் வந்திருக்கக் கூடும். இவ்வளவு நேரமாக பெருமூச்சு விட்டுக் கொண்டிருந்தவள். நான் இவ்வளவு நேரமும் அவளது கதையைத்தான் எழுதிக் கொண்டிருக்கிறேன் என்பது அவளுக்குத் தெரியாது. ஹேமலதாவுக்கு யாரையாவது மணமுடிக்கக் கிடைத்தால்...? குறைந்த பட்சம் ஒரு கணப் பொழுதிற்காவது நேசம் கிடைத்தால்...? அவள் திருமணம் செய்ய முடியாதெனக் கூறுவது பயத்தினால் என்பதை நானறிவேன்.

பொதுவாக இந்த சமூகத்தில் பெண்பிள்ளைகள் திருமணம் முடிக்கும் வயதை அவள் தாண்டிக் கொண்டிருப்பதை அவளே நன்கு உணர்ந்திருப்பாள். பார்க்கப் போனால், அவளது வீட்டில் ஒருவரும் திருமணம் முடித்திருக்கவில்லை. அவர்களிடையே திருமணம் பற்றிய பேச்சேயில்லை.

எனது நண்பனான பிரேம் முன்பொரு தடவை சொன்ன கதையொன்று நினைவுக்கு வந்தது. அவனுடைய அம்மாவும் தமிழ், அப்பா சிங்களவர்.

‘சினிமாக்காரங்களும், டீவி நாடகக்காரங்களுமென்றால் ரெண்டு பேரையும் ஜோடி சேர்த்து விட்டு பாட்டொன்றைப் போடுவாங்க. ’சுபம்’ என்று போட்டு கதையை முடிப்பாங்க... அவங்க அப்படித்தான் சொல்வாங்க... ஆனா அதுக்குப் பிறகு என்ன நடந்ததெண்டு எனக்கு மட்டும்தானே தெரியும் அக்கா...!!!’

ஜூன், 2007

சித்தாண்டி

'**நா**ங்க திலீபவுக்கு சித்தாண்டியில கல்யாணம் முடிச்சுக் கொடுப்பமே.'

'ஏனது?'

'இஞ்சபார். உன்னப் போலில்ல... சித்தாண்டிலதான் நல்ல வடிவான பொம்பளப்புள்ளகளக் கண்டிருக்குறன் நான்.'

'அம்மா... இங்க பாருங்க... அப்பா சொல்றது கேட்குதா? சித்தாண்டித் திருவிழாக்களுக்கு மட்டும் அப்பாவை அனுப்பிட வேணாம்.'

அப்பா திண்ணையில் அமர்ந்திருந்து வெற்றிலை பாக்கு இடிக்கும்போதுதான் இவ்வாறு என்னைக் கிண்டல் செய்வார். என்னைக் கண்டால் எப்போதும் அப்படித்தான். கழுத்தைக் குனிந்தவாறே சமையலறையிலிருந்து வெளியே வரும் அம்மா பூ அலங்காரமிட்ட பெரிய கிமோனா கவுனின் இரு புறத்திலும் கைகளைத் துடைத்துக் கொண்டே சிரிப்பார். அம்மா சிரிக்கும்போது காதுகளில் மின்னும் பெரிய அருங்கல்கள் இரண்டும், மூக்கின் இரு புறத்திலும் இருக்கும் சிறிய அருங்கல்கள் இரண்டும், நெற்றியின் நடுவேயிருக்கும் பெரிய பொட்டும் சேர்ந்து சிரிக்கும். அப்பா கள்ளக்

கண்ணால் அம்மாவையும் பார்ப்பார். அம்மா அதைக் காணாதது போல கழுத்திலிருந்து மின்னும் மஞ்சள் கயிறிலிருந்து சட்டை ஊக்கொன்றைக் கழற்றி பல்லை நோண்டத் தொடங்குவாள்.

அது 98, 99 காலப் பகுதி. அப்போது அவர்கள் சிங்கள மகா வித்தியாலயத்துக்கு முன்பிருந்த வாடகை வீட்டில் வசித்து வந்தார்கள். (அக்காலகட்டத்தில் அங்கு சிங்களமும் இருக்கவில்லை. மகா வித்தியாலயமும் இருக்கவில்லை). வீடென்று சொன்னாலும் கூட அது நடுவில் ஒரு சுவரால் இணைக்கப்பட்ட திண்ணையோடு சேர்ந்த அறைகளிரண்டு. வீடு முழுமையாக ஆக, ஒரு புறத்தில் குட்டையான சமையலறையொன்றும் மறுபுறத்தில் கிணறொன்றும் காணப்பட்டன. சமையலறையைத் தாண்டி சற்றுத் தொலைவில் கழிவறை காணப்பட்டது. அது பொதுவான ஒன்று. சுற்றி வர இருந்த சில வீட்டார்களும் அதைப் பயன்படுத்தி வந்தார்கள்.

அப்பாவின் வீட்டிலென்றால் எல்லாமே பொதுச் சொத்துகள்தான். ஒரு அறை பூஜையறையாகப் பயன்படுத்தப்பட்டு வந்தது. அதன் சுவரின் ஒரு புறமாக சாய்த்து வைக்கப்பட்டிருந்த கேபினெட்டின் மேலே வரிசையாக இன மத பேதமின்றி தெய்வங்கள், துறவிகள் என அனைத்தும் புகைப்படங்களாக வீற்றிருந்தன. காலையில் முகம் கழுவியதுமே அம்மாவின் முதல் வேலை கடவுளைக் கும்பிடுவது. அதன் ஒரு பகுதியாக அந்த அனைத்துப் படங்களின் முன்பும் புதிய சிவப்பு நிறச் செம்பருத்திப் பூவும், விபூதியும், குங்குமமும் வைக்கப்பட்டிருக்கும். பூ விழாதிருக்க புகைப்படங்களின் குறுக்கே மாட்டப்பட்டிருக்கும் கம்பியில் அப் பூக்கள் சொருகப்பட்டிருக்கும். புகைப்படங்களில் கண்ணாடியின் மேற்புறத்தில் பழைய, புதிய, சாம்பல், மஞ்சள், சிவப்பு நிறப் பொட்டுகள் ஒட்டப்பட்டிருக்கும்.

அம்மா, அதாவது அப்பாவின் இரண்டாவது மனைவி, அப்போதும் சுறுசுறுப்பாக இளம்பெண்ணைப் போலிருப்பாள். அவள் மட்டக்களப்பு. அப்பாவின் முதல் திருமணத்தின் பிள்ளைகளும் எப்போதாவது அப்பாவையும், இந்த அம்மாவையும், தங்கையையும், தம்பியையும் பார்த்துப் போக வந்து செல்வார்கள். அவர்கள் சற்று வசதியானவர்கள். யாழ்ப்பாணத்து அம்மாவுக்கு என்ன நடந்ததென நாங்கள் ஒருபோதும் அப்பாவைக் கேட்டதில்லை. அப்பா மட்டக்களப்புக்கு வந்த போது அந்தப் பழைய மொரிஸ் மைனர் காரையும், அப்பா மிகவும் நேசிக்கும் சங்கீத உபகரணங்களையும் மாத்திரமே கொண்டு வந்திருந்தார். போரின் காரணமாக இடம்பெயரச் சொன்னதாலோ, ஷெல்லடிக்கும்போது தப்பித்து வந்ததாலோ அல்ல. தனது வாழ்க்கைக்கு அவற்றை விடவும் தேவையானவை எதுவுமில்லை என்பதால். அப்பாவின் ஜீவிதம் அவ்வளவு எளிமையானது என்பதால்.

ஆகவே, தெய்வங்களின் முன்னிலையில் அந்த அறையில் அடுத்து பிரதானமாக இருந்தவை சங்கீத உபகரணங்கள்தான். அவற்றுக்கு மேலதிகமாக சமையலறைக்குரிய பீங்கான் பாத்திரங்கள், வெள்ளிப் பாத்திரங்கள் சிலவும், சமையலுக்குப் பிறகு எஞ்சியிருப்பின் அரிசி, மசாலா சாமான்களும் அங்கே இருப்பதைக் காண முடியும். சிறப்பு விருந்தினரொருவரின் பயணப் பை அங்கே வைக்கப்படவும், அவருக்கு அங்கேயே உறங்கிக் கொள்ளவும் அம்மாவிடமிருந்து அனுமதி கிடைப்பதுவும், அவர் அந்தக் குடும்பத்தின் உறுப்பினராக ஆக விரும்பாவிட்டால் மாத்திரமே. பொதுவாகவே இந்த வீட்டுக்கு விருந்தினராக வருவது சிவாவுடன் பாடசாலையில் கற்பிக்கும் ஆசிரியர்கள், அவர் தெருவில் சந்திக்கும் என்னைப் போன்ற சிநேகிதர்கள், இல்லாவிட்டால் திருவுடன் கல்வி கற்கும் மாணவிகள். ஓரிரவுக்கு மேலே அந்த வீட்டில் தங்கும் அனைவருமே அந்தக்

குடும்பத்தின் உறுப்பினர்கள்தான். விருந்தினர் விரும்பினால் முதல் நாளே அவ்வாறு ஆகி விட முடியும்.

இரவில் அக்குடும்பத்தில் அனைவருமே திண்ணையில் பாயை விரித்துப் படுத்துக் கொள்வார்கள். திண்ணையின் கூரையான தென்னோலையிடையே அம்மாவின் சீப்பு, சுருக்குப் பை, காது குடையும் கோழியிறகு, கடதாசிப் பைகள், இன்னும் அம்மாவுக்கு அவசரத்துக்குத் தேவையான அனைத்தும் அங்கு காணப்படும். தீப்பெட்டி, நுளம்புச் சுருள், அடையாள அட்டை என எதையும் பாதுகாப்பாக எம்மாலும் அங்கு வைக்க முடியும்.

இது இவ்வாறென்றால் மற்ற அறையில் இருப்பவை துணிமணிகள். அவையோடு திருவினதும், சிவாவினதும் புத்தகங்கள். சமையலறைப் பக்கமாகத் திறந்திருக்கும் ஜன்னலோரத்தில் இடப்பட்டிருக்கும் மேசையருகே அமர்ந்து சில நாட்கள் திரு படித்துக் கொண்டிருப்பாள்.

குடும்பத்தினர் அல்லாமல், நிரந்தர உறுப்பினர்கள் இருவர் அந்த வீட்டில் எப்போதும் தங்கியிருப்பார்கள். ஒரு மாதம், இரண்டு மாதங்கள், ஆறு மாதங்கள் அல்லது ஒரு வருடம் தொடர்ச்சியாகத் தங்கியிருக்கும் இவர்கள் அப்பாவின் சிஷ்யர்கள் அல்லது உதவியாளர்கள். நாட்கணக்கில், வாரக் கணக்கில் தொடர்ச்சியாக அப்பா வீட்டிலில்லாத காலங்களில் அவர்களையும் வீட்டில் காணக் கிடைக்காது. அதுதான் ஒவ்வொரு பகுதியிலும் கோயில் திருவிழாக் காலம். மொத்தக் குழுவினரும் தமக்குப் பரிசுகளாகக் கிடைத்த பல வித வர்ணங்களிலான வேட்டி, சால்வைகளை சுமந்து கொண்டு வீட்டுக்கு வருவார்கள். அந்த சமயத்தில் அவ்வீட்டில் நானிருந்தால் எனக்கும் ஒரு வேட்டி கிடைக்கும்.

ஏனைய காலங்களில் பகல் வேளையை அப்பா அதிகமாக உறக்கத்திலேயே கழிப்பார். திண்ணையில் அல்லது வாசலிலிருந்த

தென்னங்கன்றின் கீழ் மணற்தரையில் பாயில் படுத்துக் கொண்டிருப்பார்.திருமணம் முடித்து பிரிந்திருக்கும் சிவாவின் தம்பியின் சிறு குழந்தையும் சில சமயம் நிர்வாணமாக அப்பாவுடன் சுருண்டு கிடக்கும். தென்னோலைக் கூரையில் கரைந்து திரியும் காகங்கள், சுற்றி வர எச்சமிட்டுத் திரியும் கோழிகள், எப்போதும் ஒரு காலால் காதைச் சொறிந்தவாறு அருகிலேயே இருக்கும் தோலுரிந்த நாய் ஜிம்... அவர்களால் இவற்றுக்கு ஒரு தொந்தரவும் இல்லை. காலையிலேயே சிறு குழந்தை வந்திருந்தால் அப்பா அதன் தலையிலிருந்து கால் விரல்கள் வரை நல்லெண்ணெய் தடவுவார்.

அப்பா வீட்டிலிருக்கும் காலங்களில் சிஷ்யர்கள், உதவியாளர்கள் திண்ணையின் ஒரு புறத்தில் அமர்ந்திருந்து சங்கீத உபகரணங்களைத் துடைத்துக் கொண்டிருப்பார்கள். அதைச் சற்று நேரம் தட்டிப் பார்ப்பார்கள். இல்லாவிட்டால் ஊதிப் பார்ப்பார்கள். நல்லதொரு சிஷ்யனென்றால் மத்தளமொன்றைச் சற்று நேரம் தட்டிக் கொண்டிருப்பார். அப்பாவின் வெற்றிலை பாக்கை இடித்துக் கொடுப்பதுவும், அம்மாவுக்காகக் கடைக்குப் போய் வருவதுவும், அந்த சிஷ்யப் பயிற்சியின் ஒரு அங்கம். ஆனால் அம்மா அங்கிங்கு நகரும் வரை காத்திருந்து ஒரு வாய் ஊற்றிக் கொள்ள இல்லாவிட்டால் கால் போத்தல் வாங்கி வர திருட்டுத்தனமாக கள்ளுக் கடைக்கு ஓடுவது அப்பாவேதான்.

வீட்டுக்கு யாராவது வருவதை அப்பாவுக்கு அறியத் தருவது திண்ணையின் ஒரு ஓரமாக கூட்டுக்குள்ளிருக்கும் கிளிதான். அது சில சமயங்களில் ஓய்வேயில்லாமல் கதைத்துக் கொண்டிருக்கும். அம்மா அருகில் வந்து ‘என்ன?’ என்று கடுமையாகக் கேட்டவுடனே அப்பாவைப் போலவே வாயை மூடிக் கொள்ளும். அப்பா எழுந்து நின்று வெற்றிலையைக் குதப்பியவாறே வந்திருக்கும் விருந்தினர்களோடு கதைத்துக் கொண்டிருப்பார். அவர் மனதுக்கு

மிகவும் நெருக்கமானவரென்றால் மாத்திரமே என்னைக் கிண்டல் செய்ததுபோலச் செய்வார்.

ஒரு காலத்தில் அப்பாவுக்கு சாமி என்றொரு உதவியாளர் இருந்தார். அவருடைய வேலையே எங்காவது ஓடிக் கொண்டிருப்பதுதான். பூப் பறிக்க, தகவல் சொல்ல, கடைக்குப் போய் சாமான்கள் வாங்கி வர என எதற்காவது அழுக்கு வேட்டியொன்றை அணிந்து கொண்டு ஓடிக் கொண்டேயிருப்பார். அப்பா வேட்டியுடுத்தி, சால்வையைத் தோளிலிட்டு அந்தப் பழைய மொரிஸ் மைனரில் ஆமை வேகத்தில் நகரத்துக்குப் போகும் வேளையில் இவரும் பின்னாலேயே ஓடுவார். ஒரு நாள் ஏதோ சில தாள்களைப் பிரதியெடுக்க அப்பா காரில் நகரத்துக்குப் போனார். சாமியும் பின்னாலேயே ஓடிப் போனார். சற்று நேரத்தில் சாமி திரும்பவும் வீட்டுக்கு ஓடி வந்தார். அப்பாவின் கார் வரவில்லை. என்னவென்று அம்மா கேட்டாள். அப்பா தாள்களை மறந்து வைத்து விட்டுப் போய் விட்டார். அவற்றைக் கொண்டு செல்ல அப்பாவைக் காரிலேயே அமர்ந்திருக்கச் செய்து விட்டு சாமி ஓடி வந்திருந்தார்.

அப்பாவுக்கு அப்போதே நல்ல வயது. எண்பது கடந்து தொண்ணூறை நெருங்கியிருந்தார். அப்பாவின் வேலைகளைச் செய்து கொடுக்க எம்மைப் போன்ற சினேகிதர்கள் மிகுந்த விருப்பதோடுதான் எப்போதும் முன் வருவோம். ஒருவர் அப்பாவின் வாகன சாரதி அனுமதிப் பத்திரத்தை புதிதாக்கிக் கொண்டு வருவதாகக் கூறி விட்டு கொழும்புக்குக் கொண்டு சென்றிருந்தார். கொழும்பில் மோட்டார் பதிவுத் திணைக்களத்தின் அதிகாரிகள் அதைப் பார்த்து விட்டு 'இவர் இப்பவும் வாகனம் ஓட்டுகிறாரா? பரவாயில்ல. இதை வைத்துக் கொண்டே இன்னும் மிச்ச காலத்தையும் ஓட்டச் சொல்லுங்கோ' என்றார்களாம்.

அப்பா அந்தக் காலத்தில் இடைக்கிடையே பிள்ளைகளைப் பார்த்துப் போகவென்று கொழும்புக்குப் போய் வருவார். அம்மாவிடம் ஏச்சு வாங்காமல் ஒரு வாய் ஊற்றிக் கொள்ளவும் முடியும் அல்லவா? அவ்வாறு ஒரு தடவை கொழும்புக்குப் போய் விட்டு வரும்போது மட்டக்களப்புக்கு அருகிலிருந்த காவலரணில், பேரூந்திலிருந்த அனைவரையும் இறங்கச் சொல்லியிருக்கிறார்கள். பரிசோதனை முடியும் வரை அப்பா தரையில் ஒரு ஓரமாக வெற்றிலைப் பெட்டியை வைத்துக் கொண்டு வெற்றிலை பாக்கை இடித்திருக்கிறார். வெற்றிலையைக் குதப்பிக் கொண்டிருக்கும்போதே சோதனை நடவடிக்கை முடிந்து போனதால் அவசரத்தில் பெட்டியை அந்த இடத்தில் விட்டுவிட்டு பேரூந்திலேறி வந்து விட்டார். வீட்டுக்கு வந்து குளித்து விட்டு வெற்றிலை பாக்குச்சாப்பிடப் போன பிறகுதான் பெட்டி நினைவுக்கு வந்திருக்கிறது. அப்போதே வாகனமொன்றில் ஏறி திரும்ப அந்த இடத்துக்குப் போகும்போது தொலைவில் 'டோம்' என்றொரு சத்தம் கேட்டிருக்கிறது. அப்பா சத்தங்களுக்குப் பயப்படுகிற ஆளில்லை. அருகில் போன பிறகுதான் சத்தம் வந்தது எங்கேயிருந்து என்பது அவருக்குத் தெரிய வந்தது. வெற்றிலைப் பெட்டி குறித்து சந்தேகம் கொண்டவர்கள் குண்டு செயலிழக்கச் செய்யும் குழுவினரை அழைத்து வெடிக்கச் செய்திருக்கிறார்கள். வீட்டுக்கு வந்த அப்பா வயிற்றைப் பிடித்துக் கொண்டு சிரித்தார். அவரது கண்களிலிருந்து கண்ணீரும் எட்டிப் பார்த்தது. 'இனி இன்னொரு சின்ன உரலைத் தேடுங்கோவன்' என்று அம்மாதான் புறுபுறுத்துக் கொண்டிருந்தாள்.

அப்பா அவரது பிள்ளைகளையும் கூட பொதுச் சொத்துக்களாகவே தான் கருதினார். சிவா பாடசாலையில் உயர்தரம் கற்கும் காலப் பகுதியில் அப்போது அதிகமாக செயற்பட்டுக் கொண்டிருந்த ஆயுதப் படை - எந்த ஆயுதப் படையென்று எனக்கு சரியாக நினைவில்லை - பிள்ளைகளை பலவந்தமாக ஆயுதப் பயிற்சிக்குப் பிடித்துக் கொண்டு

போனது. அப்பாவிடம் சொல்வதில் அர்த்தமில்லை என்பதால் சிவாவே யோசித்து அந்தச் சிறிய சமையலறையின் புகைக் கூண்டுக்குள் சுருண்டு கொண்டு பல தினங்களாக ஒளித்துக் கொண்டிருந்திருக்கிறான், பிடித்துக் கொண்டு போவார்களென்ற பயத்தில். ஒரே விதமாக இருந்திருந்து சலித்துப் போனதால் அதிலிருந்து இறங்கி சமையலறையிலிருந்து வெளியே வரும்போதே ஆயுதப் படை வந்து விட்டதாம். அவர்கள் சிவாவைப் பிடித்துக் கொண்டு போயிருக்கிறார்கள். தென்னை மரத்தடியில் மணலில் வெற்றிலையைக் குதப்பிக் கொண்டிருந்த அப்பாவைத் தாண்டிச் செல்கையில் சிவா அப்பாவை 'என்னைக் காப்பாற்றுங்கள் அப்பா' என வேண்டுகோள் விடுக்கும் விதமாகப் பார்த்திருக்கிறான். அப்பா தலையசைத்தாராம். வேறு எதுவும் செய்யவுமில்லை. யாரிடமும் சொல்லவுமில்லை. பல நாட்களுக்குப் பிறகு, அறிந்த வித்தையெல்லாம் காட்டி சிவாவே ஒரு நாள் தப்பித்து வந்திருந்தான்.

எவ்வாறாயினும், சித்தாண்டியில்தான் அழகான பெண்கள் இருப்பதாக அப்பா சொல்கிறார். பார்ப்போமே...! எனக்கும்தான் எப்போதாவது அங்கே போகக் கிடைக்குமே.

சித்தாண்டி II

அப்பா சித்தாண்டிப் பெண்கள் அழகிகளென்று என்னிடம் சொல்லி ஒன்பது வருடங்களுக்குப் பிறகுதான் - இன்று - அதாவது 2007 ஆம் ஆண்டு ஜூலை மாதம் ஆறாம் திகதி எனக்கு சித்தாண்டி கிராமத்துக்குள் போகக் கிடைத்தது. இடைப்பட்ட காலத்தில் சித்தாண்டியைச் சேர்ந்த எவரையாவது சந்திக்க நேர்ந்த அனைத்து சந்தர்ப்பங்களிலும் ,குறிப்பாக அவர் பெண்ணென்றால் , நான் கூர்ந்து கவனித்தேன். அது அப்பாவின் கூற்றால்தான். ஆனால் இன்று, நான்

இங்கு வந்திருப்பது அப்பாவின் கூற்றினாலோ அதன் உண்மைத் தன்மையை அறியவோ அல்ல.

கடந்த திங்கட்கிழமை, நகரத்தில் ஒரு குழுவினர் மனித உரிமைகள் குறித்த கருத்தரங்கொன்றை ஏற்பாடு செய்திருந்தார்கள். இல்லை, உண்மையில் அது கலந்துரையாடலொன்று. மனித உரிமைகளைப் பற்றிச் சொல்லித் தர வந்திருந்தவர் கழுத்திலிருந்த டையைத் தடவித் தடவி கதைக்கக் கூடிய அதிகாரி ஒருவர். கலந்துரையாடல் தொடங்கும்போதே 'மனித உரிமைகள் என்றால் என்னவென்று தெரியுமா?' எனக் கேட்டார்.

யாரும் பதிலளிக்கவில்லை. சற்று நேரம் சென்றது. ஒரு தாய் எழுந்து நின்று சொன்னாள்.

'ஐயோ ஐயா...! அதெண்டால் எங்களுக்குத் தெரியாது. எங்களுக்கு இஞ்ச எல்லா நாளும் பிரச்சினைகள் தான். இதெல்லாம் கஷ்டங்களெண்டு எங்களுக்குத் தெரியும். இதுகளுக்கு என்ன செய்றதெண்டு தெரிஞ்சு கொள்ளத்தான் நாங்க வந்திருக்கிறம்.'

அவர் சித்தாண்டியிலிருந்து வந்திருந்தார். அந்தக் கலந்துரையாடலுக்கு சித்தாண்டியிலிருந்து இரண்டு, மூன்று பேர் வந்திருந்தார்கள். 'சித்தாண்டி' என்றதுமே நான் அவர்களைக் கூர்ந்து கவனித்தேன்.

இருபத்தெட்டாம் திகதி ஒரு பையன் தெருவில் வைத்து வேட்டுப்பட்டுச் செத்ததாக ஒருவர் கூறினார். அன்று கோயில் திருவிழாவின் கடைசி நாளாக இருந்ததாம்.

'யார் வேட்டு வச்சது?'

'தெரியாது.'

'எல்.டீ.டீ.ஈ. யா?'

'இல்லை'

'கருணா குழுவா?'

'இல்லை'

'வேறு படையா?'

'இல்லை'

'இராணுவமா?'

'தெரியாது.'

இது விந்தையான விடயம்தானே? உடனடியாக சித்தாண்டிக்குப் போக எனக்கு மிகுந்த ஆர்வம் வந்து விட்டது. அழகிகளைப் பார்க்கவா? அந்தப் பையனுக்கு வேட்டு வைத்தது யாரென்பதை அறிந்து கொள்ளவா? இரண்டுமாக இருக்கலாம். அங்கு வேறேதும் பிரச்சினையோ தெரியவில்லை. எவ்வாறாயினும் அனைத்து ஆர்வங்களும் என்னை உசுப்பி விட்டிருந்தன.

தார் வீதியில் இறங்கி வீட்டைத் தேடியபோது இதோ என்று வழிகாட்ட ஒருவரும் முன் வரவில்லை. பொதுவாக கிராமங்களில் சாவு வீடொன்றைக் குறித்துக் கேட்டால் எத்தனை பேர் உதவிக்கு வருவார்கள், விசாரிப்பார்கள், குறைந்தது கையை நீட்டிக் காட்டவாவது ஓரிரு வினாடிகளைச் செலவழிப்பார்கள்தானே? இன்று நடந்தது அதற்கு முற்றிலும் மாற்றமான ஒன்று. 'ஐயோ, எமக்கென்றால் தெரியாது 'போன்ற ஒன்று. இந்தப் பக்கத்து ஆண்களிடம் ஏதேனும் பிரச்சினை இருக்குமோ? ஏனென்றால் வழி கேட்க தெருவில் அகப்பட்டவர்கள் அனைவருமே ஆண்கள்தான். பெண்கள் எல்லோரும் எங்கே போய்விட்டார்கள்?

ஆமாம். ஆண்களுக்கு ஏதோ பிரச்சினைதான் போலிருக்கிறது. கடைசியில் எமக்கு உதவியது தெருவில் சென்ற முதிய தாயொருத்தி.

‘அதோ அந்தச் சந்தியில.’

அப்பாடா... எப்படியோ நெருங்கி வந்து விட்டிருந்தோம்.

‘அதோ இருக்கு... அந்தப் பக்கமா’ எனக் கூறியவாறு அவர் கை நீட்டிய திசையிலேயே நடந்தோம்.

‘இதோ இங்க’ என ஒட்டுப் போட்ட பன்னோலைப் பெட்டியை தரையில் வைத்த அம்மூதாட்டி அங்கேயே அமர்ந்து கொண்டாள். வர்ணங்களை அடையாளம் காண இயலாத அளவுக்கு தோய்க்கப்பட்டிருந்த நூல் சேலையின் முந்தானையை இடுப்பிலிருந்து கழற்றி முகத்தின் சுருக்கங்களைத் துடைத்துக் கொண்டாள். அந்தச் சுருக்கங்களிடையே சிறிய கோடுகளில் எஞ்சியிருந்த வியர்வை மின்னியது. பிறகுதான் அவர் தலையை உயர்த்தி எம்மைப் பார்த்தார்.

‘இந்தப் பிள்ளைகளெல்லாம் யார்? எதற்கு இங்கே வந்திருக்கிறீர்கள்? இவற்றை யெல்லாம் ஏன் தேடுகிறீர்கள்?’ கிணறைப் போல குழி விழுந்திருந்தும் இப்போதும் கூர்மை மிச்சமிருந்த கண்களிலிருந்து வெளிப்பட்ட பார்வையில் பல கேள்விகள்... அவை எனக்கு மாத்திரமல்லாது என்னுடன் போயிருந்த ஏனையவர்களுக்கும் விளங்கியிருக்கக் கூடும்.

கேள்விகளுக்குப் பதிலளிக்க நாம் முடிவெடுத்த சமயத்தில் அவள் ஆர்வத்தைக் கை விட்டுவிட்டு மறு புறம் திரும்பி தனது பொருட்களைக் குடைந்து கொண்டிருந்தாள். எனில்... பதில்கள் வேண்டாமா? குழப்பத்தோடு நான் பார்த்துக் கொண்டிருந்தேன். பொருட்களிடையே தேடிக் கண்டுபிடித்த வெற்றிலைத் துண்டொன்றை தனது சேலையிலேயே துடைத்து விட்டு வாய்க்குள் ஒதுக்கிக் கொண்டாள். அப்பாவென்றால் வெற்றிலை பாக்கு போடுவதை ஒரு ஒழுங்கில் நேர்த்தியாகச் செய்வார் என்பது எனக்கு நினைவு வந்தது. அந்த மூதாட்டியிடமிருந்து ஒரு வார்த்தையாவது வராதா என்றுதான் நாங்கள்

அனைவரும் அந்த இடத்திலேயே சிலையாகச் சமைந்து நின்றிருந்திருக்கக் கூடும். எனினும், அவளுக்கு அதைப் பற்றி ஆர்வம் இருக்கவில்லை. எல்லை தென்படாத முடிவிலியை நோக்கி அவளது கண்கள் நிலைத்திருந்தன.

'அன்றைக்கு அம்மா எங்கிருந்தீங்க?' என அமைதியை அதற்கு மேலும் தாங்கிக் கொள்ள முடியாத எம்மில் ஒருவர் கேட்டார்.

'கோயிலில்' என தலையை அசைக்காது, பார்வையை மாற்றாது, அமைதிக்குப் பங்கம் ஏற்படுத்தாதவள் போல இரகசியமாகப் பதிலளித்தாள்.

'எங்களுக்கு அந்தப் பிள்ளையோட வீட்டைக் காட்டுங்கோ' பொறுமை எல்லை மீற ஒருவர் கேட்டார். மூதாட்டி அசையவே இல்லை. குறைந்தபட்சம் எவருமே அசையவில்லை.

'வாங்கோ... நான் வீட்டக் காட்டுறன்'

அந்தப் பதில் மட்டும் வரவில்லையானால் நாங்களும் அவ்விடத்திலேயே சிலையாகச் சமைந்து போயிருக்கக் கூடும். அச்சமயத்தில் எம்மைச் சூழ்ந்திருந்த பெண்களில் ஒருத்தியே அந்த நேரத்தில் எமக்கு வழி காட்ட முன்வந்திருந்தாள்.

'நீங்கள்லாம் யாரு? எதுக்கு இதையெல்லாம் தேடுற நீங்கள்?'

'நாங்க... வந்து... இல்ல... இங்க ஒரு பிரச்சினை நடந்ததென்று கேள்விப்பட்டு பார்க்க வந்தோம்.'

'பிரச்சினையா? யார் சொன்னவங்கள்?'

'???'

'சரி, சரி, ஆனால்...ஏன் இது... இதுக்கு மட்டும் இவ்வளவு கெதியா?'

'???'

‘நேத்துத்தான் ஏழு நாள் முடிஞ்சது, வாங்கோ நான் வீட்டக் காட்டுறன்’

‘இல்ல... வீட்டுக்குப் போகலன்னாலும் பரவாயில்ல... உங்க சொந்தக்காரங்களா? நாங்க இப்படி வந்தது சரியில்லையோ?‘

‘இஞ்ச எல்லாருமே சொந்தங்கள்தான். ஏன் பயந்து போயிட்டனீங்கள்? ’என அவள் சிரித்தாள். அல்லது சிரிக்க வைக்க முயற்சித்தாள்.

‘சொந்தக்காரங்களைப் பார்க்க வர்றது எவ்வளவு நல்லது’ எனக் கூறியவாறே அருகில் வந்த அவள் எமது கைகளைப் பற்றிக் கொண்டாள்.

‘வாங்கோ... அங்க போய்க் கதைப்பம்’ என்ற அவளிடம் இளமை இப்போதும் மிச்சமிருந்தது.

‘அண்டைக்கு கோயில்ல கடைசிப் பூஜை. ஊரைச் சுத்தி சாமி ஊர்வலம் போகுமே. இந்த வழியாலதான் போனது.’

‘யார் துப்பாக்கியால சுட்டதென்று காணலையா?’

பற்றிக் கொண்டிருந்த கை அவளறியாமலே விடுபட்டது.

‘இல்ல, இல்ல, நாங்கள் ஆருமே காணேல்ல’

‘ஏன்? உங்கள்லயாருமே... தெருவுலவேறொருத்தருமேஇருக்கலையா?’

‘இஞ்ச வீடுகள்ல எல்லாருமே அண்டைக்கு தெருவுலதான் இருந்தம். சாமி இந்த வழியாப் போற வரைக்கும். ஆனா... இல்ல, நாங்க யாருமே காணேல்ல.’

தரையில் அமர்ந்திருந்த மூதாட்டி எழுந்து கொள்ள முயற்சிப்பதை விழிகளின் ஓரத்தால் கண்டேன். இரண்டு கைகளாலும் பெட்டியைத் தூக்கியவாறு எழுந்து கொள்ள முற்பட்ட போது அவள் விழப்

போனாள். பெட்டியை நிலத்தில் போட்டவள், ஒரு கையை மதிலில் ஊன்றிக் கொண்டாள்.

'அரசன் அன்று கொல்வான்... தெய்வம் நின்று கொல்லும்' என்றாள்.

பிறகு பெட்டியைத் தலையில் வைத்துக் கொண்டவள் எம்மைக் கடந்து நடந்து போனாள். இளமைக் காலத்தில் அழகியாக இருந்திருப்பாள்.

'நிஜமா என்ன நடந்தது? நாங்க யார்கிட்டயும் சொல்ல மாட்டோம்.'

சில நிமிடங்கள் அமைதியாகக் கழிந்தன. சுற்றிவரப் பார்த்து தனது சந்தேகத்தைத் தீர்த்துக் கொண்டோ, என்னவோ? அவள் திரும்பக் கதைக்க முன் வந்தாள்.

'சிவக்குமாருக்கு அண்டைக்கு ராத்திரி வெளியே வர விருப்பமே இருக்கேல்ல. கூட்டாளிகள்தான் எட்டு மணி போல வீட்ட வந்து தூங்கிக் கொண்டிருந்த பெடியனைக் கூட்டிக் கொண்டு வெளிய வந்திருக்கினம்'.

'எதுக்கு?'

'சாமி பார்க்க. இந்த மதிலோரத்துல...இதோ இந்த இடத்துலதான் அவங்க எல்லாரும் வரிசையா உட்காந்திருந்தவங்கள்...'

'பிறகு?'

'திடீரெண்டு அவங்க முன்னால, இந்த முன் தெருவால (அவள் சுட்டிக் காட்டிய திசையில் மதிலோடு ஒட்டி மற்றுமொரு தெருவிருந்தது) துவக்கேந்தி ஒரு படை வந்தது. சிவக்குமார் பதறிப் போய் மதிலிருந்து குதிக்கப் பார்த்தவன்.'

'ஐயோ!'

‘அந்தப் படை ஓடி வந்து கொண்டே சுட்டது. சிவக்குமார் மதிலிண்ட உள்ளுக்க விழுந்தான். சுட்டவன் உள்ள போய் திரும்பச் சுட்டான்.’

‘அவர் ஏன் பதறிப் போனார்?’

‘ரெண்டு மாசத்துக்கு முந்தித்தான் அவனை ரவுண்ட் அப் சமயத்துல பிடிச்சுக் கொண்டு போயிருந்தவங்கள். கன நாட்கள் உள்ள இருந்துட்டு வீட்டுக்கு வந்தவன். அண்டைல இருந்து சரியான பயம் அவனுக்கு. வீட்ட இருந்து வெளிய வராததற்குக் காரணமும் அதுதான். அடுத்தது, அவனுக்கு காலொண்டும் விளங்கேல்ல.’

‘வீட்டுல வேற யார் இருக்காங்க?’

பெண்கள் சிலர் எம்மை முந்திக் கொண்டார்கள். ஒற்றையடிப் பாதையில் திரும்பி வரிசையாக நடந்தார்கள். அந்த ஒற்றையடிப் பாதையில் இருவருக்கு சரிக்குச் சமமாக நடந்து போக இட வசதி இருக்கவில்லை. நான் கடந்து போகும் ஒவ்வொருவரையும் பார்த்துக் கொண்டிருந்தேன்.

தனித் தனியாக நடந்து போகும், இளைய, முதிய, மணமுடித்த, மணமுடிக்காத, பிள்ளைகளுள்ள, பிள்ளைகள் மரித்துப் போன, கணவன் மரித்துப் போன... பொதுவாகக் கண்டுகொள்ள முடியுமான அடையாளங்கள் அனைத்தும் இங்கு கலந்திருந்தன, அல்லது குழம்பிப் போயிருந்தன. நெற்றியில் பொட்டு வைத்திருக்கிறார்களா, இல்லையா? வைத்தவை அழிந்தனவா அல்லது அழிக்கப்பட்டனவா? வைத்தது கறுப்புப் பொட்டா அல்லது குங்குமமா?... அந்த நெற்றிகளில் எனக்கு எதுவுமே தெளிவாகவில்லை.

சில பெண்கள் சிறிய குழந்தைகளைத் தமது இடுப்பில் சுமந்து கொண்டிருந்த போதிலும் அவர்களுக்கு பூரித்த மார்புகள் காணப்படவில்லை. பிள்ளைகளைக் கையில் பிடித்திருந்த போதிலும்,

மேலும் பிள்ளைகள் பின் தொடர்ந்து நடந்து வந்த போதிலும், பிள்ளைகள் சுகமாகப் படுத்துறங்கிய செழிப்பான மடிகளைக் கண்டுகொள்ள முடியவில்லை. வெளித்தள்ளிய வயிறுகளைக் கொண்ட யௌவனம் இன்னும் விட்டுப் போகாத மேனிகள் சிலவற்றையென்றால் தெளிவாக அடையாளம் காண முடிந்தது. ஆகவே இங்கிருப்பவர்கள் இரண்டு வகையான பெண்களென நான் தீர்மானித்து விட்டிருந்தேன். இன்னும் சிறுமியென்பதால் பெண்ணாகாத பெண்கள் மற்றும் பெண்ணானதால் பெண்ணான பெண்கள். ஏனைய அனைத்துக் காரணங்களையும் நிரூபிக்க முடியாததால் அவை சந்தேகத்துக்குரியனவாகவே இருந்தன.

எம்மிடமிருந்து விலகிப் போன மூதாட்டியைத் தவிர வேறு முதிய பெண்கள் எவரும் அந்த வரிசையில் இணைந்திருக்கவில்லை. நாங்களும் அந்த வரிசையில் அவர்களுக்குப் பின்னாலேயே இணைந்து கொண்டோம். பதினைந்து அல்லது இருபது வருடங்கள் பழமையானது போலத் தென்பட்ட அத்திவாரமொன்றின் மேலால் கூடாரமொன்று கட்டப்பட்டிருந்தது. உயரமான பையனொருவன், ஒரு பகுதியில் அடுக்கி வைக்கப்பட்டிருந்த நிறம் மங்கிப் போயிருந்த பிளாஸ்டிக் கதிரைகள் அடுக்கிலிருந்து எமது ஆட்களின் எண்ணிக்கைக்குச் சமமான கதிரைகளையெடுத்து சமதளமான தரையில் வைத்தான். வயதான தாய்மார் சிலர், காய்ந்த வெற்றிலைகள் சில இருந்த வெற்றிலைத் தட்டைச் சுற்றி அமர்ந்திருந்தார்கள். (அங்கிருந்து புறப்பட்ட வேளையில், சும்மா வயதைக் கேட்டுப் பார்த்த நான், அந்த வயதான தாய்மாரின் வயதுகள் 45க்கும் 50க்கும் இடைப்பட்டவை என அறிந்து கொண்டேன்).

சுண்ணாம்பு பூசப்பட்ட நான்கு சுவர்களும், திண்ணையுமிருந்த வீட்டிலிருந்து பருத்த வயிறொன்று வெளியே வந்தது.

‘இது சிவக்குமார்ட அக்கா. அந்தச் சின்னவன் தம்பி’

பருத்த வயிற்றைக் கொண்டிருந்த பெண்பிள்ளையின் முகத்தில் கண்ணீர் இன்னும் காய்ந்திருக்கவில்லை.

‘யார் சிவகுமாரைச் சுட்டது?’

‘எங்களுக்குத் தெரியாது.’

‘அம்மா எங்க?’

‘அம்மாவும் அப்பாவும் காலையிலேயே போலிஸுக்குப் போனவங்கள். இன்னும் வரேல்ல.’

‘எதுக்கு?’

‘மரணச் சான்றிதழை எடுக்கப் போக வேணுமெண்டு சொன்னவங்கள்’

‘மரணம் எப்படி நிகழ்ந்தது, யார் சுட்டதென்றெல்லாம் சொல்ல வேண்டியிருக்குமே அப்ப?’

எவருமே பேசவில்லை. தெருவில் வைத்து எம்மோடு கதைத்த அந்த இளம்பெண், ஒரேஞ்ச் பார்லி நிரப்பப்பட்ட கண்ணாடிக் குவளைகள் வைக்கப்பட்டிருந்த தட்டை ஏந்தியவாறு அருகில் வந்தாள்.

‘குடியுங்கோ, நல்ல தாகமிருக்கும். இஞ்ச சரியான சூடு எரிக்குது.’

நாங்கள் ஒரேஞ்ச் பார்லியைக் குடித்துக் கொண்டிருந்த வேளையில், சிவகுமாரின் தம்பியும், தாய்மாரோடு இருந்த சிறுவர்களும் தவிர அங்கேயிருந்த ஒரேயொரு இளைஞனான அந்த உயர்ந்த பையன் எங்களைக் கடந்து நடந்து சென்றான். அவனது ஒரு காலில் முழங்காலுக்குக் கீழே பெரியதொரு துணியால் கட்டுப் போடப்பட்டிருந்தது. நடக்கும்போது அந்தக் காலை விந்தி நொண்டி நடந்தான்.

‘அவரோட காலுக்கு என்ன நடந்திருக்கு?’

‘ஷெல்லொண்டு பட்டுட்டுது.’

‘காலுக்கா? எப்படித் தப்பினார்? அவரெங்கே இருந்தார் அப்போது?’

‘போன வருஷம் மார்ச் மாசத்துல ஊர்ல ரெண்டு ஷெல் விழுந்தது. எட்டுப் பேர் செத்துப் போனாங்கள். அதோ அந்த வீட்டுல இருந்த பிள்ளைகள் மூண்டு பேருமே செத்துப் போனாங்கள். இவன்ட கால்ல ஒரு துண்டு பட்டுச்சு. அந்தக் காயம் இன்னமும் ஆறவேயில்ல.’

‘இராணுவமோ, போலிஸோ வரலையா சிவகுமாரோட சாவுக்கு?’

‘அடுத்த நாள் வந்தவங்கள்.’

‘வந்து?’‘

‘யார் வேட்டு வச்சதுன்டு கேட்டாங்கள். எங்களுக்குத் தெரியா தெண்டு சொன்னம்.’

‘அதுக்கு அவங்க என்ன சொன்னாங்க?’

‘’ஓம், உங்களுக்குத் தெரியாது இல்லையா? எல்.டீ.டீ.ஈ யா இருக்கும்’ எண்டாங்க.’

‘நீங்க இல்லைன்னு சொல்லலையா?’

‘’உடுத்தியிருந்த உடுப்பெண்டால் உங்கட மாதிரிதான். கையில நெடிய துப்பாக்கியும் இருந்துச்சுது’ எண்டு ஒரு மாமி சொன்னவ.’

அப்பா இந்தக் காலத்தில் சித்தாண்டிக்கு வராமலிருப்பது நல்லதே. இல்லாவிட்டால் இந்தப் பிரச்சினைகளால் அவரது தலை குழம்பிப் போயிருக்கும். நான் அதைப் பற்றித்தான் யோசித்துக் கொண்டிருந்தேன்.

‘இங்க இருக்குறவங்க எப்படி வாழுறீங்க?’

ஒவ்வொருவரும் ஒவ்வொருவரது முகத்தையும் பார்த்துக் கொண்டார்கள்.

'முந்தியெண்டால் விவசாயம் செஞ்சம்.'

'இப்ப?'

இந்தத் தடவை எல்லோரும் தரையைப் பார்த்திருந்தார்கள்.

'ஏன் வயல் இல்லாமப் போச்சோ?'

'வயலிருக்கு. ஆனா போகேலாதே'

'ஏன்? தூரமா?'

'இல்ல. இதோ பக்கத்திலதானிருக்கு.'

'அப்பசாப்பாட்டுக்கு என்ன வழி? ஏதாவது உதவிகள் கிடைக்குதா?'

'இல்ல. அறுநூத்தம்பது குடும்பங்கள் போல இஞ்ச இருக்குறம். எல்லாருமே அப்படித்தான். போன மார்ச் மாசத்துலருந்து ஒண்டுமேயில்ல.'

நாங்கள் அதற்கு மேல் எதுவும் கேட்கவில்லை. ஆழப் புதைந்த விழிகள், உள்ளொடுங்கிய கன்னங்கள், வறண்ட கை கால்கள், வாடிய முகங்கள் கேட்கப்படாத எமது கேள்விகளுக்கு பதிலளித்துக் கொண்டிருந்தன.

நாங்கள் புறப்பட்டோம்.

'யார் ஊருக்கு ஷெல்லடிச்சாங்க?' என கதைக்காமல் இருக்கவே முடியாத எம்மில் ஒருவர் கேட்டார்.

'தெரியாது'

'ஏன்? யாராவது வந்து உங்கக்கிட்ட சொன்னாங்களா உங்களுக்கு எதுவுமே தெரியாதென்று?'

‘ஓம்...’

எமக்குப் பின்னால் நீண்ட வரிசை எதுவும் வரவில்லை. திரும்பி வரப் புறப்பட்ட எமக்குப் பின்னால் ஒற்றையடிப் பாதை முடிவு வரை, இளமை இன்னும் மிச்சமிருந்த, எமக்கு பதிலளிக்க முன் வந்த பெண் மாத்திரம் எம்முடனே வந்தாள்.

‘இவங்க ஒருக்கிலும் ஒன்றையும் தெரிஞ்சு கொள்ள மாட்டாங்களா?’ என இரகசியமாக அவளிடம் கேட்டேன். குழப்பத்திலிருந்து விடுபட ஏதாவதொரு வழியைத் தேடிக் கண்டுபிடிக்கவே நான் முயற்சித்தேன்.

‘தமிழனாப் பொறந்த எங்களுக்கு எதையும் தெரிஞ்சு கொள்ளவோ, எதிர்பார்ப்புகளை வச்சுக் கொள்ளவோ இடமொண்டு எஞ்சியில்ல அக்கா...’

எதிர்பார்ப்பொன்றை வழங்கக் கூடிய எதுவுமே எம்மிடமும் எஞ்சியிருக்கவில்லை என்பது புரிந்ததாலோ என்னவோ நாங்கள் எவருமே எதுவும் கதைக்கவில்லை.

அப்பாவிடம் இவை எதையும் கூறத் தேவையில்லை. அப்பா இந்தக் காலத்தில் அதிகம் நடமாடுவதில்லை. ஆகவே சித்தாண்டிக்கென்றால் ஒருபோதும் அவர் வரப் போவதில்லை.

ஜூலை 06, 2007

தலைமகன் நிலவைக் காணவில்லை

எனக்குத் தெளிவாக நிலவு தென்படத் தொடங்கியது, வீடு தீயில எரிஞ்சு அழிஞ்சு போனதுக்குப் பிறகுதான்...

கணவர் விடுதலை தேடிப் போனவர். அவர் எங்களுக்காகப் பாடுபடுறதைக் குறைச்சுக் கொண்டு வாரதை நான் உணரத் தொடங்கிட்டன். அதைப் பற்றிக் கேட்டால் அவர் கையைத் தலையிலடிச்சுக் கொண்டார். ஏன் இப்படிச் செய்றனீங்களெண்டு கேட்டால் 'தயவுசெஞ்சு என்னைத் தொந்தரவு செய்யாமலிரு' என்பார். நான் காத்துக் கொண்டிருந்தன். பிள்ளையள் பசியில அழத் தொடங்கிட்டினம். 'உன்ட காதல் நிஜமெண்டால் எதையும் எதிர்பார்க்காமலிரு' எண்டு அவர் சொன்னவர்.

அதுக்குப் பிறகு நான் ஒவ்வொரு இடமா கூலி வேல செஞ்சு பிள்ளைகளுக்கு சாப்பாடு கொடுத்தன். மூத்தவனால அதைத் தாங்கிக் கொள்ள முடியாமப் போச்சுது. அவன் ஸ்கூலுக்குப் போறத நிப்பாட்டிட்டு அவருக்குப் பின்னால வேலை தேடிப் போனான். நான் அழுதன். 'எனக்குக் கண்ணீரைக் கண்ணுல காணப் பிடிக்காது' எண்டு அவர் சொன்னவர். நான் ஏசினேன். 'உனக்கு என்ன நடந்திருக்கு? நான் ஒரு தப்புத் தவறுக்கும் போகாத மனுஷன்' எண்டார்.

ஒரு நாள் அவருக்குப் பின்னால வேலை தேடிக் கொண்டு கதுருவெலக்குப் போன மூத்தவன் திரும்பி வரேல்ல. 'அவனை கருணா பார்ட்டி கொண்டு போயிட்டாங்கள்' எண்டு இவர் பட்டும் படாமலும் சொன்னவர்.

உடைஞ்சு போன என்ட இருதயம் விழுந்தோ என்னமோ இந்தத் தரையே பிளந்து கொண்டது. அழவும் இந்த வரண்டு போன கண்கள்ல கண்ணீர் மிச்சமிருக்கேல்ல. விரல் நுனியிலிருந்து இழுத்தெடுக்கப்பட்ட ரத்தம்... அது கண்ணீருக்குப் பதிலா சொட்டுச் சொட்டா கண்ணிலிருந்து கொட்ட ஆரம்பிச்சுது. பிறகு அதுவும் தரை பிளந்து கொண்ட இடத்தோட இடைவெளிகள்ல விழுந்து உடனடியாக் காணாமப் போச்சுது. எல்லாத்தையும் அவர்தான் கண்டவர். 'நான் போறன். இஞ்ச மனசுக்கு சரியான கனமாக் கிடக்கு. எனக்கு சுதந்திரமா இருக்க வேணும்' எண்டு அவர்தான் சொன்னவர்.

ரத்தத்தை உறிஞ்சிய இப் பெருநிலம் தீப் பிடிச்சது. வீட்டச் சுத்தியும் தீ பரவிச்சுது. சுவர் வழியே மேலே போன தீயில கூரையும் எரிஞ்சு அழிஞ்சு போச்சுது. எல்லாமும் எரிஞ்சு சாம்பலாப் போனத்துக்குப் பிறகு இவ்வளவு காலமும் மேகங்களால மூடப்பட்டுக் கிடந்த நிலா ரொம்ப அழகாச் சிரிச்சுது.

....

....

....

ஊராரென்றால் துளசிமணி கணவனைத் துரத்தி விட்டாளென்றே பேசிக் கொண்டார்கள். மகனைத் தேடிக் கண்டுபிடித்துக் கூட்டிக் கொண்டல்லாமல் தனியாக வீட்டுக்குத் திரும்பி வர வேண்டாமென்று பைத்தியம் பிடித்தவள் மாதிரி கணவனைத் துரத்திக் கொண்டு ஓடினாளாம்.

துளசிமணிக்கு முப்பத்திரண்டு வயது. நான்கு பிள்ளைகளின் தாய். மூத்த மகன் - சிறு குழந்தைகள் மூவரை வளர்க்கவும், படிப்பிக்கவும், குழந்தைகளுக்கு ஒரு நாளைக்கு ஒரு தடவையாவது சாப்பாடுக் கொடுக்க துளசிமணிக்கு பலமாகவும், தைரியமாகவும் சுருக்கமாகச் சொன்னால் ஜீவனாகவே இருந்த தலைமகன் - யஷோதரன் காணாமல் போய் இரண்டு மாதங்கள் கடந்து விட்டிருந்தன. ஆனால் அவனைப் பற்றி இன்னும் ஒரு தகவலுமில்லை. அவன் மங்கள மாஸ்டரிடம் இருப்பதாகக் கூறுகிறார்கள். யாருக்குத் தெரியும்?

அன்றிலிருந்து துளசிமணியின் சமையலறையில் உணவு சமைக்கப்படவேயில்லை. தண்ணீர் கொதிக்க வைக்கப்படவேயில்லை. நான்கு பிள்ளைகளையும் வளர்த்தெடுத்து, அவர்களுக்கு திருமணம் முடித்து வைத்து வயதான காலத்தில் அந்தி நேரங்களை நிம்மதியாகக் கழிக்க எண்ணியிருந்த துளசிமணியின் அம்மாவும், அப்பாவும் வேலியின் எல்லையில் நான்கு தூண்களின் மீது கட்டப்பட்ட ஓலைக் கூரையின் கீழ் குந்தியமர்ந்து எஞ்சிய பேரன்கள் இருவரையும், பேத்தியையும் அருகில் வைத்துக் கொண்டு அவர்களையும் திருடர்கள் கொண்டு போவார்களோ என்று பயந்தது போல பார்த்திருக்கிறார்கள்.

அவர்கள் இந்தப் பிரதேசத்துக்கு இடம்பெயர்ந்து வந்து ஏழு மாதங்கள் ஆகின்றன. குடும்பிமலையிலிருக்கும் மியான்கல்குளம் எனும் கிராமத்திலிருந்து வந்தார்களாம். பலா, கொய்யா, தென்னை என செழிப்பாக இருந்த பெரிய தோட்டத்தைக் கைவிட்டு, போருக்குப் பயந்து ஐம்பது ஆடுகளையும் எப்படியோ ஓட்டிக் கொண்டு இங்கு வந்து சேர்ந்தார்களாம். துளசிமணியின் வீட்டுக்குப் பக்கத்திலேயே வந்திருந்தால், எல்லோரும் சேர்ந்து எப்படியாவது ஆடுகளையும் பிள்ளைகளையும் வளர்த்துக் கொள்ள இயலுமாகும் என்ற எதிர்பார்ப்பு அவர்களுக்கு இருந்திருக்கும்.

துளசிமணியும் நெடுங்காலத்துக்கு முன்னர் அம்மாவையும், அப்பாவையும், செழிப்பான ஊரையும் விட்டுவிட்டு இங்கு வந்திருந்தது, மூத்த மகனைப் பாடசாலையில் சேர்க்கத்தான். 'எப்படியாவது இந்தப் பிள்ளைகளைப் படிப்பிக்க வேணும்.' எல்லோரும் அதை ஏற்றுக் கொண்டார்கள்... அந்தக் காலத்தில்.

இங்கு வந்த நாளிலிருந்து ஆடுகள் ஒவ்வொன்றாக மரித்துப் போயின. இப்போது எதுவுமில்லை. எதுவுமேயில்லை... பலா மரங்களுமில்லை, ஆடுகளுமில்லை, யஷோதரனும் இல்லை, வீடுமில்லை.

'எங்கட மகள் என்ன சொன்னாலும் இந்தப் பிள்ளையள் எப்படி இருக்கக் கூரையுமில்லாம ஜீவிக்கிறது? இந்தப் பிள்ளையளுக்கு யார் பாதுகாப்பு?' என பாட்டி கூறுகையில் குத்துக்காலில் அமர்ந்திருந்த பாட்டியின் சேலையில் சுருண்டு கொண்டிருந்த கவிலாஜினி 'ஆச்சி... எனக்கெண்டால் நிலா பார்க்க ஆசை' என ஒவ்வொரு சொல்லாய்க் கோர்த்து மழலை மொழியில் கூறினாள்.

வாமதேவனும், வாமனனும் பாட்டியின் வலப் புறத்தில் குறுக்காக, வரிசையாக அமர்ந்திருந்தார்கள். அவர்களும் குத்துக்காலில்தான் அமர்ந்திருந்தார்கள். எம்மையே பார்த்துக் கொண்டிருந்த பெரிய இரு ஜோடி விழிகளும் மின்னி மின்னி பிரகாசித்துக் கொண்டிருந்தன. அந்தக் கண்களில் காணப்பட்ட விடயங்களை வாசிக்க எம்மைப் போன்ற சாதாரண மனிதர்களால் இயலாதிருக்கும் என எனக்குத் தோன்றியது.

தாத்தா சற்றுத் தொலைவில், வாடிச் சுருண்டு போயிருந்த பலாக் கன்றைப் பார்த்தவாறிருந்தார்.

'மூத்தவனோட ஸ்கூல் மாஸ்டர் நேத்து இஞ்ச வந்திருந்தவர். நேத்துத்தானாம் அவன்ட பொறந்த நாள்' என்ற பாட்டி பெருமூச்சு

விட்டார். அவர் குனிந்து சேலைத் தலைப்பில் கண்ணீர் முத்துக்களைச் சேகரிக்கையில் மடியிலிருந்த கவிலாஜினி அவற்றைக் கொண்டு மாலைகளைக் கோர்த்தாள்.

'மிஸ்... எங்கட மூத்தவன்... அவனைத் தேடிக் கண்டுபிடிச்சுக் கொண்டு வந்து தருவீங்களா...?'

வெற்றிலைக் கறை காரணமாக வர்ணங்களை இனம் கண்டு கொள்ள முடியாதிருந்த பற்களைக் காட்டியபோதிலும் அது சிரிப்பா?, அழுகையா? என்பது அவருக்கேத் தெரியவில்லை.

நாங்களும் கவிலாஜினியின்த மாலைக்கு மேலும் சில கண்ணீர் முத்துக்களைச் சேகரித்துக் கொடுத்துவிட்டு புறப்பட்டு வந்தோம்.

ஜூலை, 2007

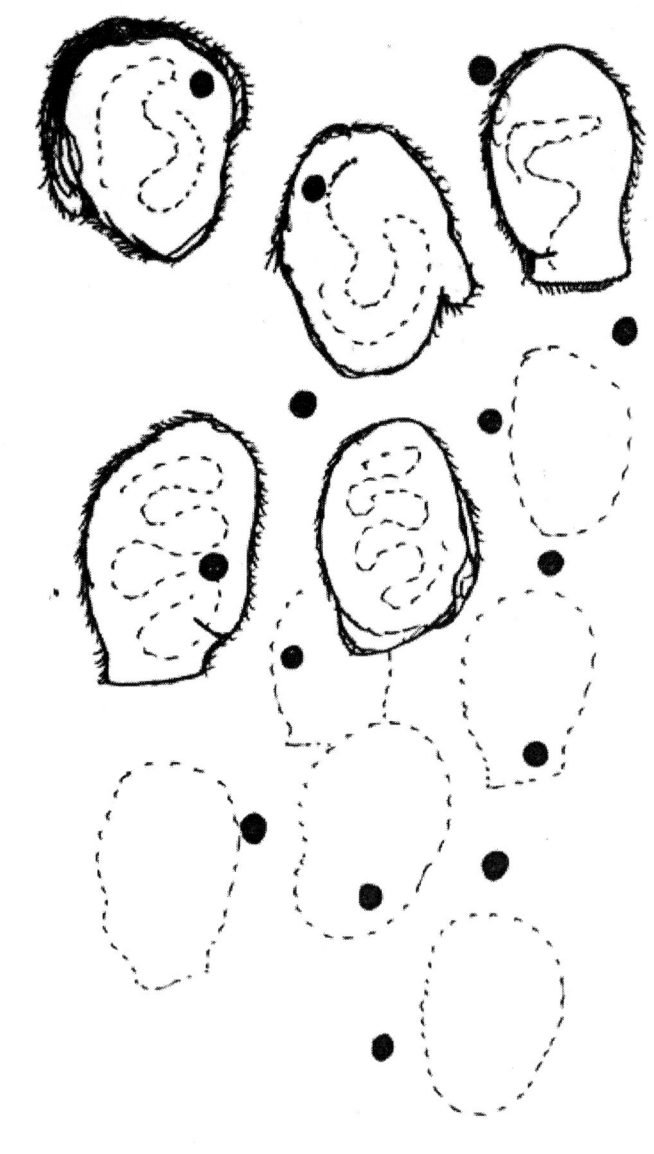

பெயர்கள் - அற்றுப் போன - பிள்ளைகள்

‘இப்ப எப்படியிருக்கு? என்ன உங்களுக்கு சுகமில்லையா?’

‘இல்ல, இல்ல. இப்ப நல்லம். விஷேசமா ஒண்டுமில்ல. அடிக்கடி தலைசுத்து, மயக்கம் வரும். சில சமயங்கள்ல விழுந்துடுவன்.’

‘அதுதான். நானும் பயந்துட்டேன் நீங்க விழுந்துடுவீங்களோன்னு. உங்க முகம் வெளிறிப் போயிருப்பதைப் பாருங்கோ. உங்க உடம்புல ரத்தம் குறைவுன்னு நினைக்கிறேன். காலையில ஏதாவது சாப்பிட்டீங்களா?’

அவள் வெட்கப்பட்டுச் சிரித்தாள்.

‘ஏன் சாப்பிட ஒண்ணும் இருக்கலையா? அப்படீன்னா வாங்க. பணிஸ் சாப்பிடலாம்.’

‘இல்ல, இல்ல. வீட்டுல இடியாப்பம் இருந்தது. எனக்கு சாப்பிட விருப்பம் இருக்கேல்ல. தேயிலச் சாயமொண்டு குடிச்சிட்டு வந்தனான். இப்ப வீட்ட போய் சாப்பிடுவன். பிள்ளையளும் பார்த்துக் கொண்டிருப்பினம்.’

‘எத்தனை பிள்ளைகள்?’

‘நாலு.’

‘ஆஹ்... பெரிய தாயொருத்திதான் அப்போ. உங்க வயசென்ன?’

‘முப்பத்தேழு’ என்றவள் மீண்டும் வெட்கப்பட்டுச் சிரித்தாள்.

‘பிள்ளைகளுக்கு சாப்பிடக் கொடுத்துட்டா வந்தீங்க?’

‘ஓமோம். இடியாப்பம் அவிக்கேக்க சுடச்சுட எடுத்து அவங்க சீனியோடே சாப்பிட்டுட்டாங்கள். மகள் வீட்டு வேலையெல்லாம் முடிச்சுட்டுச் சாப்பிடுவாள். அப்ப நான் போறேன் மிஸ்...’

‘வீடு எங்க இருக்கு?’

‘ஐயங்கேணி... இந்த வழியால போனா பக்கத்துலதான். அந்தளவு தூரமில்ல.’

‘பரவாயில்ல கொஞ்சமிருங்க. வாங்க ஆட்டோல போவம். நானும் வாறன். பரவாயில்லதானே?’

எனது முகத்தை ஏறிட்டுப் பார்த்து ஒரு கையால் வாயை மூடி நாணத்தோடு சிரித்தாள். வாயை மூட வேண்டிய அவசியமேயில்லை. வாயில் அரைவாசிப் பற்கள் இல்லாதிருப்பதை நான் ஏற்கெனவே பார்த்து விட்டேன்.

‘ஏறுங்க. எங்க போக வேணுமென்று நீங்க சொல்லுங்க.’

முச்சக்கர வண்டியின் ஒரு மூலையில் அமர்ந்து வெளியே பார்த்துக் கொண்டு பயணிக்கும் அவளை நான் நன்றாகப் பார்த்தேன். அட! பெயரைக் கேட்க மறந்து விட்டேனே. பரவாயில்லை. இப்போது தொந்தரவு செய்யத் தேவையில்லை. நிறையக் கஷ்டப்பட்ட பெண்ணொருத்தி போல இருக்கிறாள். முதியவர்களைப் போல இவளது தோல் சுருக்கம் கண்டிருக்கிறது. எனது பக்கமிருந்த முகத்தின் ஒரு புறம் முழுவதும் வெண்ணிறத் தேமலால் மூடப்பட்டிருக்கிறது. அந்தத் தேமல் இரண்டு கைகளிலும் கூடப் பரவியிருக்கிறது. இவள்

எவ்வளவு மெலிந்து போயிருக்கிறாள்? பதினைந்து வயதுப் பிள்ளையின் எடை கூட இவளுக்கு இல்லாமலிருக்கும். இவ்வாறு வரண்டு, சுருங்கி, மெலிந்த, தழும்பு நிறைந்த தாய்மார்கள் இலங்கையில் எத்தனைபேர் இருப்பார்கள்? அதற்கு சிங்களம், தமிழ், முஸ்லிம், பறங்கியர் என்று எந்தப் பேதமும் இல்லை.

எனது சிந்தனை வெகுதொலைவுக்குச் சென்றிருக்கக் கூடும். எனது யோசனையைப் புரிந்து கொண்டவள் போல அவள் திரும்பி என்னைப் பார்த்தாள். தலையைக் குனித்து அவள் பார்த்த பார்வையில் ஒரு கேலியும் இருந்தது. என்னைப் பார்த்துச் சிரித்தது போல. அவள் வாழ்க்கையைப் புரிந்து கொண்டிருக்கும் அளவாவது எனக்கு ஒருபோதும் புரிந்து கொள்ளக் கிடைக்காதென்றா...? வறுமையை விடவும், சாதாரண நிர்க்கதி நிலையை விடவும் பாரதூரமான துயரமொன்றின் வேர்கள் அந்தக் கண்களைப் பற்றிப் பிடித்திருந்தன.

'இதோ... இஞ்சநிப்பாட்டுங்கோ... இதுதான் எங்கட வீடு.'

தலையின் இரண்டு புறமும் உயரமான குதிரை வால் கொண்டையிட்டிருந்த மெலிந்த சிறுமியொருத்தி சிறு ஆண் குழந்தையொன்றை இடுப்பில் சுமந்தவாறு ஓடி வந்தாள். அம்மாவைக் கண்டதும் அவளது புன்னகை காது வரை நீண்டது. அவளுக்குப் பின்னால் குட்டையாகிப் போன நீண்ட காற்சட்டையொன்றை அணிந்திருந்த பிரகாசமான கண்களையுடைய மற்றுமொரு ஆண் குழந்தை தவழ்ந்து வந்தது.

'இந்த மிஸ்ஸுக்கு உட்கார அடுத்த வீட்டுக்குப் போய் ஒரு கதிரை கேட்டு வாங்கிக் கொண்டு வாங்கோ.'

'வேணாம், வேணாம். நான் இங்க எங்காவது உட்கார்ந்துக்குறேன். பாயொண்ணு இல்லையா...?'

சிறு குழந்தையைத் தரையில் வைத்த சிறுமி வேலி கடந்து அயல் வீட்டுக்கு ஓடினாள். நான் வீட்டை நோக்கி நடந்தேன். அநேகமான வீடுகளைப் போல சிறியதொரு அறையையும், திண்ணையையும் மாத்திரம் கொண்டிருந்த இந்த வீட்டிலும் காலம் கடந்த எதிர்பார்ப்பொன்று எஞ்சியிருந்தது. அது பத்து பதினைந்து வருடங்கள் பழமையான ஒரு அத்திவாரம். அழுக்குத் திண்ணையின் ஒரு ஓரமாக இடப்பட்டிருந்த உடைந்த மேசையின் மீது ஓரிரு விளையாட்டுச் சாமான்களோடு பயிற்சிக் கொப்பிகள் சிலவும் காணப்பட்டன.

சுவரின் மேற்பகுதியில் அண்மையில் சட்டமிடப்பட்ட புகைப்படமொன்று தொங்க விடப்பட்டிருந்தது. அதைச் சூழவும் இடப்பட்டிருந்த கடதாசிப் பூ மாலையில் இன்னும் புழுதி படிந்திருக்கவில்லை.

'அது எங்கடை அம்மா. எங்க கூட இருந்தப்பதான் காலமானவ. இப்ப ரெண்டு வருஷமாகிட்டுது.'

நான் கதவு வழியே வீட்டுக்குள் எட்டிப் பார்த்தேன். இருண்ட அறையில் கட்டப்பட்டிருந்த கொடியில் நிறம் இதுவென்று கண்டுபிடிக்க முடியாத அளவு மங்கிப் போயிருந்தன, கறை படிந்த துணிமணிகள். மறுபுறத்தில் ஒன்றின் மேலொன்றாக அடுக்கப்பட்டிருந்தன தோலுரிந்து போன சூட்கேஸ் பெட்டிகளிரண்டு. புதிய உடுப்புகள் அதிலிருக்கக் கூடுமென நான் மனதைத் தேற்றிக் கொண்டேன். மூலையில் இரண்டு பாய்கள். மற்றைய சுவரோரமாக இன்னும் சில சாமான்கள் போடப்பட்டிருந்தன. அதனிடையே இருந்த இடியாப்பப் பாத்திரம் மட்டும் புதிதாக மின்னியது.

துணிக் கொடியருகே அமர்ந்திருந்த சிறு குழந்தை ஓசையெழுப்பாது என்னையே பார்த்துக் கொண்டிருந்து விட்டு பூஜைத் தட்டிலிருந்த

வாழைப்பழமொன்றை உரிக்க முயற்சித்துக் கொண்டிருந்தது. அறைக்கு வெளிச்சம் வந்து கொண்டிருந்தது கதவிடையேயிருந்து அல்ல கூரையின் நைந்த தென்னோலைகளிடையேயிருந்து என்பது எனக்கு விளங்கியது மேலே பார்த்ததும்தான்.

திரும்பாமலே ஓரடி பின்புறமாக எடுத்து வைத்த நான் கதவின் மேலே உயரத்தில் ஒட்டப்பட்டிருந்த தமிழ் நடிகர் விஜய்யின் ஒவ்வொரு விதமான சிறிய புகைப்படங்களைக் கண்டேன். சில படங்களில் அழகான இளம் நடிகைகளோடு அவரிருந்தார்.

‘இதையெல்லாம் ஒட்டியது யாரு?’

‘அண்ணா’

எனக்குத் தெரியாமலேயே அச்சிறுமி எனக்குப் பின்னால் நின்று கொண்டு என்னை அவதானித்துக் கொண்டிருந்திருக்கிறாள்.

அயல் வீட்டிலிருந்து வேலி கடந்து வந்த பிளாஸ்டிக் கதிரை ஒரு புறமாக இருக்கும்போதே நான் நேர்த்தியாகப் பெருக்கப்பட்டிருந்த முற்றத்தில் நிழலிருந்த இடம் பார்த்து, தரையில் அமர்ந்து கொண்டேன்.

‘இந்த மாதிரி மணல் தரையில் உட்கார எனக்குப் பிடிக்கும்... நல்ல இதம்’

‘கடையிலருந்து குடிக்க ஏதாவது வாங்கிக் கொண்டு வரட்டே?’

‘வேணாம். ஒண்ணும் வேணாம். இப்படி உட்காருங்கோ. எங்க உங்க மற்றப் பிள்ளை? இங்க மூணு பேர்தானே இருக்காங்க?’

அவள் என் முன்பே கால்களிரண்டையும் ஒரு புறமாகச் சாய்த்து அமர்ந்து கொண்டாள். வாயைக் கோணலாக்கி கண்களைப் பெரிதாக்கி எனது முகத்தைப் பார்த்தாள்.

‘என்ட மகன், மூத்த மகன்...’அவளுக்கு அழுகை வந்து விட்டது.

கடவுளே... செத்துப் போயிருப்பானோ? எனதுடல் சிலிர்த்தது.

'போன வருஷம் ஒக்டோபர் மாசம் எல்.டீ.டீ.ஈ கொண்டு போயிட்டுது!'

'ஓஹ்!'

'அண்டைக்கு விடிகாலையிலயும் வலை வீச இன்னும் கொஞ்சப் பிள்ளையளோடு கடலுக்குப் போனவன். பிள்ளையளுமில்ல. பிள்ளையள் ஓட்டிப் போன சைக்கிள்களுமில்ல. இன்னுமில்ல... ஒண்ணுமேயில்ல...'

அவளது முகத்திலிருந்த உணர்வுகளைக் கண்ட என்னால், எனது சந்தேகம் பிழையாகிப் போனது குறித்து சந்தோஷப்பட வேண்டுமா கவலைப்பட வேண்டுமா எனத் தீர்மானிக்க முடியாதிருந்தது.

'அப்ப... பிள்ளைகளோட அப்பா எங்க...?'

பேச்சை மாற்ற வேண்டுமென எனக்குத் தோன்றியது. ஆனால் அவள் கதைக்காமலே கைகளிரண்டையும் மேலே உயர்த்தி, உதடுகளை மடித்துக் கொண்டு, வானத்தைக் காட்டி அபிநயித்தாள். 'அவர் மேல போயிட்டார்' என்பது போல. அவ்வாறென்றால்... அவர் இறந்து விட்டாரோ? இல்லை. இருக்காது.

'எங்கே போனார்?'

'பிள்ளை காணாமப் போனதுக்குப் பிறகு நல்லாக் குடிக்கத் தொடங்கிட்டார். வீட்ட வந்து என்னை அடிக்கத் துவங்கிட்டார். ஹ்ம்ம்ம்... முன்னாடி ரொம்ப நல்லா இருந்த மனுஷன்... பிறகு விசர் பிடிச்சவர் போல... வீட்டுல இருந்த சாமான்களையும் தூக்கித் தரையிலடிப்பார். கடைசியா போனது போனதுதான்... இப்ப மாசக் கணக்கா வரவேயில்ல.'

சிறுமி வீட்டினுள்ளேயிருந்து அடையாள அட்டைகள் இரண்டைக் கொண்டு வந்து எனது கையில் தந்து விட்டு நாணத்தோடு நெளிந்தவாறே அம்மாவின் பின்னால் மறைந்து கொண்டு கையால் வாயைப் பொத்திக் கொண்டாள். அந்தப் புகைப்படங்களில் அப்போதுதான் மீசை முளைக்க ஆரம்பித்திருந்த இரண்டு அழகான சிறுவர்கள் இருந்தார்கள்.

சுரேஷ்... பிறப்பு 1989 ஒக்டோபர்.

ரவி 1989 ஜூலை.

‘இந்த ரெண்டு பேரும் யாரு? ஒரே வயசுல?’

‘மற்றப் பிள்ளை என்ட அண்ணனோட மகன். என்ட மகனை விட மூணு மாசம் மூத்தவன். ஏறாவூரிலிருந்து தொண்ணூறாமாண்டு கலவரத்துக்குப் பயந்து இஞ்சவரேக்க ரெண்டு பேருமே கைக்குழந்தைகள்...’

இந்த உள்ளங்களில்தான் எத்தனையெத்தனை கனவுகள் இருந்திருக்கும்...? கடவுளே...!

‘பிள்ளையளைக் கொண்டு போய் ரெண்டு கிழமைலதான் அடையாள அட்டைகள் வந்து சேர்ந்தது’ அவள் எனது யோசனைகளுக்கு இடமளிக்கவில்லை.

‘உங்க பெயரென்ன?’

அடையாள அட்டைகள் இரண்டையும் அந்தச் சிறுமியிடம் திருப்பிக் கொடுக்கும்போது கேட்டேன். எனக்கும் கூட இந்த யோசனைகளிலிருந்து விடுபடுவதே அவசியமாகவிருந்தது.

‘சுபாஷினி’

‘தம்பிகள்?’

‘பெரிய தம்பி சுரேந்திரன், சின்னத் தம்பி சுரேன்‘

‘அழகான பெயர்கள். நாலு பேர்ட பெயரும் ‘சு’ எழுத்துலதான் தொடங்குதென்ன... யார் பெயர் வச்சது?‘

‘பேர் வச்சது நான்தான். அவரின்ட பேரும் ‘சு’ ல தானே தொடங்குது‘ என சிறு பிள்ளை போல வெட்கத்தோடு தரையைப் பார்த்தவாறு கூறினாள்.

‘இந்தப் பக்கத்து ஆட்கள் பெயர் வைக்கும்போது எழுத்து சாஸ்திரம் பார்ப்பீங்கதானே?’

‘ஓம்’ என்றவள் மிகுந்த தன்னம்பிக்கையோடு தலையை உயர்த்தினாள்.

‘அவர்தான் பிள்ளை கிடைச்ச ஒவ்வொரு தடவையும் நாளும், நேரமும் பார்த்து எடுத்துக் கொண்டு கோயிலுக்குப் போனவர். ஐயர் கணக்குப் போட்டு கிரகங்களைப் பார்த்துத்தான் எழுத்து கொடுப்பார். எப்படியோ எனக்கு விருப்பமான மாதிரி எல்லாருக்கும் ‘சு’ எழுத்துத்தான் வந்தது’ என்றவள் மிகுந்த மகிழ்ச்சியோடு சிரித்து ஓசையெழ கை தட்டினாள்.

அம்மா சிரிக்கும் காரணம் புரியாமல் ஆங்காங்கேயிருந்து பார்த்திருந்த பிள்ளைகள் விழிகளை ஆச்சரியத்தோடு விரித்தன. அதைக் கண்ட அவள் தவறிழைத்தவள் போல சடுதியாக தனது முகத்தை வாடச் செய்தாள்.

‘ஹ்ம்ம்... அப்ப நீங்க எல்லோரும் சாப்பிட...? வேலை பார்க்குறது யாரு?‘

‘இஞ்ச வந்த மேடம் ஒருத்தர் இடியாப்பம் அவிக்குற பாத்திரம் வாங்கிக் கொடுத்தவங்கள். இப்ப நாங்க அதுல இடியாப்பம் அவிச்சு விக்குறம்.’

‘அந்த வேலையெல்லாம் யார் செய்றது அடுப்புக்கிட்டயிருந்து? உங்களுக்குத்தான் அடிக்கடி மயக்கம் வருதே?’

'இந்தப் பிள்ளைதான் அந்த வேலையெல்லாம் செய்வாள். எங்க எல்லாரோட துணிகளைக் கழுவித் தோய்க்குறது, சமைக்குறது... எல்லாமே இவள்தான்.'

அவள் தலையைத் திருப்பாமலே விழிகளின் ஓரத்தால் மகளைப் பார்த்தாள்.

'நீங்க ஸ்கூலுக்குப் போறீங்களா?'

சுபாஷினி தலையசைத்தாள். குதிரைவால் கொண்டைகளிரண்டும் அசைந்தன.

'எத்தனையாம் வகுப்பு?'

'ஏழு'

'தம்பிகள்?'

'பெரிய தம்பி நாலு, சின்னத் தம்பி இன்னும் போகேல்ல.'

'அப்ப நீங்களும் இப்ப பெரிய தாயொருத்திதான்' என்றதும் சிரித்த சுபாஷினி ஒரு ஓரமாக இருந்த குழந்தையை எடுத்து இடுப்பில் வைத்துக் கொண்டாள். பின்னால் நின்று கொண்டிருந்த பிரகாசமான கண்களையுடைய சிறுவன் சுபாஷினியின் கழுத்தை கைகளிரண்டாலும் சுற்றி வளைத்து அக்காவை அணைத்துக் கொண்டான். சுபாஷினி தலையை உயர்த்தி என்னையும் அம்மாவையும் மாறி மாறிப் பார்த்தாள்.

'கொண்டு போனதுக்குப் பிறகு மகனைக் காணவேயில்லையா?'

'நானும் அண்ணனும் அந்தக் காலத்தில எல்லா இடங்களுக்கும் கால் தேயத் தேய நடந்து திரிஞ்சம்... பிள்ளையளத் தேடிக் கண்டுபிடிக்க முடியேல்ல... அடுத்தது... எங்கட பிள்ளையள்ட பெயர்களைச் சொன்னா ஊரிலிருக்குற ஆட்களுக்கு மட்டும்தானே தெரியும்.

இயக்கக்காரங்களுக்குத் தெரியாதே. கொண்டு போன உடனே வேற பேர் வைப்பாங்களாமே. அங்க எல்லாருக்கும் அவங்க வச்ச புதிய பெயர்களாலதானே இந்தப் பிள்ளையளத் தெரிஞ்சிருக்கும்?!'

'..'

'கடந்த காலத்துல அந்தப் பக்கம் ஷெல்லடிக்கேக்க அண்ணன் ரெண்டு தடவை சைக்கிளோட்டிக் கொண்டு போனவர், பிள்ளையள் தப்பியோடி வந்தாக் கூட்டிக் கொண்டு வரலாமெண்டு. புனானையைத் தாண்டிப் போகக் கூடாதெண்டு ஆர்மி சொன்னது. அண்ணாவுக்கு ஆபத்து வருமெண்டாங்களாம். இப்ப அந்தப் பக்கமா யாருமில்லையாம். தேடணுமெண்டா வன்னிக்கே போக வேணும்.'

'அண்ணா உங்களுக்கு உதவி செய்றாரா?'

அவள் தனது ஒரு கையிலிருந்த விரல்களை மற்றக் கை விரல்களால் பலமாக இழுத்து விட்டாள் வலிக்கிறதென்றாற் போல.

'அண்ணா என்ன செய்றார்?'

'ஐஸ் பழம் விற்குறார்.'

'ஓஹ்... அவரே செய்றாரா?'

'இல்ல... சைக்கிள்ல பெட்டியைக் கட்டிட்டு ஏறாவூருக்குப் போய் கொண்டு வந்து இஞ்ச கிராமங்கள்ல விற்பார்'

'ஓஹ்...'

'.....................................'

அடுத்தது யார் கதைப்பது, என்ன கதைப்பதென்று யாரும் அறிந்திருக்கவில்லை. நான்தான் கதைக்க வேண்டும். எனக்குத் தீர்மானிக்க வேண்டியிருந்தது.

'அந்த சமயத்துல, மகன் பரீட்சை எழுதி முடிச்சிருந்தாரா?'

'ஐயோ இல்ல மிஸ். சின்னவன் பொறந்தாப் பிறகு வீட்டுக் கஷ்டம் பெருகிப் போச்சுது. அப்பா மட்டும் தனியா உழைக்குறது காணாதெண்டு மகனும் விடிகாலையிலேயே வலையிழுக்கப் போகத் தொடங்கினவன். ஏழாம் வகுப்புப் பாஸாகியிருந்தான். படிப்பிலும் நல்ல கெட்டிக்காரன். ஆனா வலையிழுத்துட்டு வீட்ட வரேக்க ஸ்கூலுக்குப் போற நேரம் கடந்திருக்கும். அப்படியே ஸ்கூல் போறது நிண்டு போச்சுது.'

'சின்னப் பிள்ளைகளும் வலையிழுப்பாங்களா?'

'ஓம். வலையில கை வச்சா நூறு ரூபாக்கிட்ட கிடைக்கும். செழிப்பான காலமெண்டால் ஐநூறும் கிடைக்கும். வீட்டுக்குக் கொண்டு வர மீனும் கிடைக்கும் தானே.'

'அந்தக் காசை அவர் வீட்டுக்கா செலவழிச்சார்?'

'தங்கச்சிக்கும் தம்பிக்கும் ஸ்கூலுக்குத் தேவையானது எல்லாத்தையும் வாங்கிக் கொடுத்தது மகன்தான். இனி அதையெல்லாம் யார் செய்யப் போகினம்? மகன் சேமிச்ச காசுலதான் அவ்வளவு காலமும் மூணு பேருக்கும் உடுப்பு, சப்பாத்து எல்லாம் வாங்கிக் கொடுத்தம். வீட்டுக்காரர் கொண்டு வாற காசு சாப்பாட்டுக்கே செலவாகிடும்.'

'பிடிச்சுக் கொண்டு போன பிள்ளைகளைப் பற்றி எந்தத் தகவலும் இல்லையா?'

'யுனிசெப் பேசி ஒரு பிள்ளையை வீட்டுக்கு அனுப்பியிருந்தாங்கள். இன்னொரு பிள்ளை யுத்தத்துல வேட்டுப்பட்ட காயத்தோடு துப்பாக்கியையும் போட்டுட்டு நாற்பது, ஐம்பது மைல்தூரம் தப்பியோடி வந்து சேர்ந்தது. இஞ்ச வந்துதான் காயத்துக்கு மருந்து செஞ்சாங்கள்.

முதுகுல ஒரு பக்கம் இருக்கேல்ல. மகனை ஒரு தடவையாவது கண்டால்தான் எனக்கு தொண்டையில சோறு இறங்கும் மிஸ்...'

நான் விறைத்துப் போயிருந்த கால்களுக்கு இரத்த ஓட்டம் கிடைக்கவென எழுந்து நின்றேன். கோயிலிலிருந்து பக்தி கீதங்களின் ஒலி பெருமோசையாகக் கேட்டது.

'இது கோயில் திருவிழாக் காலம்தானே? போகலையா?' என பதிலை எதிர்பார்க்காமலேயே சும்மா கேட்டு வைத்தேன்.

'மகனில்லாம எனக்கு எங்கேயும் போக மனசு இடம் கொடுக்குதில்ல. மகனை மட்டுமில்ல... அவன்ட பெயரையும் இழந்துட்டன்.'

அங்கிருந்து புறப்பட்ட நான் திண்ணையைப் பார்த்தேன். அங்கு பூ மாலை சூடி புன்னகைத்துக் கொண்டிருந்த பாட்டி... அவரைக் குறித்து பொறாமை தோன்றியது எனக்கு...

ஜூலை, 2007

நேரமிருந்தால் செவிமடுங்கள்... (நேரம் இருந்தால்)

இக்கட்டான நிலைமையொன்றில் மாட்டிக் கொண்டு விட்டேன். நந்தினி கொழும்புக்கு வந்திருக்கிறாள். மிருகக்காட்சிசாலையைப் பார்க்கவோ, கடவுச்சீட்டு பெறவோ அல்ல. பிறகு...? வெளிநாட்டிலிருந்து வந்து கொழும்பிலேயே தங்கியிருந்து அவசரமாகத் திரும்பிப் போகும் நண்பரையோ, உறவினரையோ சந்திப்பதற்காகவும் அல்ல. அவ்வாறான விடயமென்றால், அது தொந்தரவாக இருந்தாலும் கூட சிறிய உதவி ஒத்தாசைகளைச் செய்து கொடுக்கலாம். இது வேறொரு சமாச்சாரம். தம்ழ் மொழியல்லாது வேறு எந்த மொழியையும் கதைக்கத் தெரியாத, இன்னும் முப்பது வயது கூட ஆகாத அழகான நந்தினி இரண்டரை வயதுக் குழந்தையையும் தூக்கிக் கொண்டு இரண்டு காரணங்களுக்காகக் கொழும்புக்கு வந்திருக்கிறாள்.

முதலாவது காரணம் அவளது கண் முன்பே கடத்தப்பட்ட கணவனைத் தேடிக் கண்டுபிடிப்பது. என்னுடைய நல்ல நேரம், அதற்காக நந்தினி என்னிடம் உதவி கேட்கவில்லை. பலவந்தமாக அவளது கணவனை இழுத்துக் கொண்டு போய் வேனிலேற்றியவர்களை அவள் அடையாளம் கண்டிருந்தாள். போலிஸில் இட்ட முறைப்பாட்டில் அவள் அதைக் கூறியிருந்தாள். அதைத் தொடர்ந்து, கணவனைக் கொண்டு சென்றவர்களின்

மட்டக்களப்பிலிருந்த அலுவலகங்களுக்கும், முகாம்களுக்கும், வெலிகந்தை முகாமுக்கும் போனவள் மேற்குறிப்பிட்ட எவ்விடத்திலும் எவ்விதப் பதிலும் கிடைக்கப் பெறாதவிடத்து கொழும்பிலிருக்கும் அவர்களது சமாதான செயலகத்திற்குப் போகும் விதத்தையும் அவளே கண்டுபிடித்து, தனியாக... பயமேயில்லாமல்ம பயப்பட்டுத்தான் என்ன செய்வது? அடுத்தது...

இரண்டாவது காரணத்துக்காகத்தான் என்னிடம் உதவி கேட்டாள். தமிழ் மக்களுக்கு உதவக் கூடிய கொழும்பிலிருக்கும் ஆட்களுக்கு அவளது கதையைக் கூற வேண்டுமாம்!!!

'ஒண்ணு ரெண்டா நந்தினி? உங்க கதைகளெல்லாத்தையும் கேட்டுட்டிருக்க இங்க யாருக்கு நேரமிருக்கு?' எனக் கேட்டேன்.

சிவப்புக் கற்கள் பதித்த பெரிய காதணிகளுக்கும், நெற்றியின் உச்சியில் இட்டிருந்த பெரிய குங்குமத்துக்கும் நடுவே தடித்த புருவங்களாலும், அடர்த்தியான இமைகளாலும் சூழப்பட்ட பிரகாசமான கண்களை அகல விரித்தவள், ஆச்சரியப்பட்டவள் போல என்னையே பார்த்துக் கொண்டிருந்தாள்.

'சரி, சரி... உங்க கதையைக் கேட்க நான் யாரையாவது தேடிப் பார்க்கிறேன்...'

காணாமல் போனவர்கள் குறித்து ஆர்ப்பாட்டங்கள் செய்யும், கூட்டங்களை ஏற்பாடு செய்யும், கையேடுகளை அச்சிடும் இளைஞர் குழுவொன்றை இதற்காகச் சந்திக்கச் சென்றேன். கொழும்பில் அவர்களிடம் சிறந்த குறுந்தகவல் தொடர்பாடல் வளையமைப்பொன்று இருந்தது. நான் சென்ற வேளையில் அங்கு இரண்டு நபர்கள் கதைத்துக் கொண்டிருந்தார்கள்.

‘ஹலோ!’

‘சரியாப் போச்சு... நாங்க இப்ப சம்பளமே இல்லாம வேலை செஞ்சுட்டிருக்கோம். நிறுவனத்துல உள்ளே என்னமோ பிரச்சினை. அது முடியும்வரைக்கும் நாங்க வெளியிறங்க வேண்டியிருக்கும் போல... யெஸ்? உங்களுக்கு என்ன வேணும்?’

‘நான் ஒரு உதவி கேட்டு வந்திருக்கேன்’ என்ற நான் அவர்களிடம் விடயத்தைக் கூறினேன்.

‘ஆஹ்... இப்ப ரெண்டு மாசம் கடந்துடுச்சு, இல்லையா? மனோ கணேசனைச் சந்திச்சா சரி. அவங்கதான் இந்த மாதிரி தகவல்களையெல்லாம் சேகரிக்குறாங்க.’

‘வேறு யார்க்கிட்ட சொல்லலாம்? தோழர் பாகுவுக்கும் ஏதோ அமைப்பொண்ணு இருக்குதானே?’

‘ஓமோம். சமில் ஜயனெத்தி. அந்தத் தேர்தல்ல நின்ற ஆள். அவங்களும் தகவல்கள் சேகரிக்குறாங்கதான். ஆஹ்... தோழர் வாசு...அவர்கிட்டயும் நீங்க விஷயத்தை சொல்லலாம்.’

‘நம்பர் இருக்கும்னா மனோகணேசன்கிட்ட ஒரு அப்பாயின்மென்ட் வாங்கிக் கொடுங்களேன்’

‘தேவைப்படாது. அந்த ஆபிஸுல எப்படியும் யாராவது இருப்பாங்க. இப்பவே வேணும்னாலும் போங்க’

‘இல்ல. இன்னிக்கு நந்தினி கருணாவோட சமாதான செயலகத்துக்குப் போகப் போறா.’

‘அது எதுக்கு? கருணாதானே கடத்திட்டுப் போயிருப்பார். இனி எதுக்கு அவங்களையே சந்திக்கப் போகணும்?’

எனக்குச் சிரிப்பு வந்தது. ஒரு பிரச்சினைக்கு முகம் கொடுத்தவரதும்,

அதற்காக முன் நிற்பவர்களதும் சிந்தனை வேறுபாடுகளாக இந்தக் கருத்துகள் இருக்கலாமென எனக்குத் தோன்றியது.

'உங்களுக்கு ஒண்ணு தெரியுமா? அந்தப் பிரதேசங்கள்ல இருக்குற அம்மாமார், யாராவது அவங்க பிள்ளைகளையோ, புருஷனையோ கடத்திக் கொண்டு போனா, கொண்டு போனவங்களோட ஆபிஸ்களை, முகாம்களைத் தேடி மைல்கணக்கில் நடந்து அலைஞ்சு திரிவாங்க. அங்கேயே மணித்தியாலக் கணக்கில தரையில குந்தியிருந்து வெயிலில் வாடி வெந்து வதங்கி பதிலொண்ணு கிடைக்கும் வரைக்கும் காத்துக்கிட்டேயிருப்பாங்க. நந்தினி மாதிரி ஒருத்தர் ரெண்டு பேர்தான் அந்தக் கதைகளை எடுத்துக்கிட்டு கொழும்புக்கு வர்றாங்க.'

'ஹ்ம்...ம்ம்'

'தோழர் வாசுவோட நம்பரென்றால் என்கிட்ட இருக்கு. நான் இங்க இருந்தே ஒரு கோல் எடுக்கட்டுமா?'

'அந்தத் தகவல்களை எங்களுக்கொரு ஃபேக்ஸா அனுப்பிடுங்க. சரி வைக்கிறேன்' என்ற தோழர் வாசு ஏதோவொரு முக்கிய கலந்துரையாடலில் இருப்பதாகக் குறிப்பிட்டார்.

மறுநாள் காலையிலேயே நான் நந்தினி தங்கியிருந்த இடத்துக்குச் சென்றேன். என்னைக் கண்டதும் அப்பெண் குழந்தை அம்மாவின் பாவாடைக்குப் பின்னால் ஒளிந்து கொண்டது. திருட்டுத்தனமாக எட்டி எனது முகத்தைப் பார்த்தது. நான் அப்போதும் அவளையே பார்த்துக் கொண்டிருப்பதைக் கண்டு சிணுங்கியது. நான் அவளை நோக்கிக் கையை நீட்டி அழைத்ததும் அது சத்தமாக வீறிட்டழுதது.

'என்னாச்சு நந்தினி? குழந்தை எதுக்கு இவ்வளவு பயந்து போயிருக்கு?'

'அவரைக் கொண்டு போன நாளிலேந்து யாரையாவது கண்டா இப்படித்தான் அழுவுறா.'

‘ஏன்? இவள் அதைக் கண்டாளா?’

‘அண்டைக்கு ராத்திரி சாப்பிட்டுட்டு அவர் குசினியில இவளோட விளையாடிக் கொண்டிருந்தவர். யாரோ பைக்குல வந்து கடைக் கதவை தட்டி அவரோட பேரச் சொல்லிக் கூப்பிடுற சத்தம் கேட்டுது. அவர் யாரெண்டு கேட்டுக் கொண்டே ஷேர்ட்டையும் போட்டுக் கொண்டு வீட்டச் சுற்றி முன் பக்கமாப் போனார். இவளும் அவருக்குப் பின்னால ஓடிப் போனவள்.’

‘பிறகு?’

‘அவருக்கு முன் பக்கமாப் போகக் கிடைக்கேல்ல அதுக்குள்ள பைக் திரும்பப் புறப்பட்டுப் போற சத்தம் கேட்டுச்சுது. அத்தோட வீட்டுக்கு முன்னால ஒரு வேன் வந்து சத்தமா நிப்பாட்டுற சத்தம் எனக்குக் கேட்டுது. நான் பயந்து போனன். இவள் கத்தி ஓலமிடுற சத்தம் கேட்டு ஓடி வந்து பார்த்தன்.’

‘.............’

‘நான் போய்ப் பார்க்கேக்க அவர் வேனுல வந்திருந்த மூண்டு பெடியன்களோடயும் மல்லுக்கட்டிக் கொண்டிருந்தார். இவள் தரையில விழுந்து கிடந்தாள்.’

‘சரி சரி... போலாம். போலாம். நான் தெருவோரத்துல காத்திருக்கேன். நீங்க எல்லாத்தையும் முடிச்சுக் கொண்டு வாங்க. இல்லன்னா இவ அழுகையை நிறுத்துற மாதிரி தெரியல.’

நாங்கள் பேரூந்து நிறுத்தும் இடத்துக்கு நடந்து சென்றோம். பாவாடையும், அதற்குப் பொருத்தமான பூப் போட்ட சட்டையும், செருப்பும் அணிந்து, சுருண்ட கூந்தலை ஒற்றைப் பின்னலாக இட்டு... அவள் மிகவும் அழகாக இருந்தாள். என்னைப் போலவே ஏனையவர்களுக்கும் அவ்வாறுதான் தோன்றக் கூடும்.

நாங்கள் புறக்கோட்டை செல்லும் பேரூந்தில் ஏறினோம். ஜன்னலோர இருக்கையருகே நின்று கொண்டு தெருவைப் பார்த்துக் கொண்டே வந்த குழந்தை, ஜன்னல் வழியே வியப்பூட்டக் கூடியவற்றைக் கண்டதால் என்னை மறந்திருக்கக் கூடும்.

‘அவருக்கு எத்தனை வயது நந்தினி?’

‘முப்பத்தொன்பது. என்னை விட பதினோரு வருஷம் மூத்தவர்.’

‘அவர் என்ன செஞ்சுட்டிருந்தார்?’

‘எங்கடை வீட்டோட ஒட்டியிருந்த சில்லரைக் கடையை நாங்க கல்யாணம் கட்டின புதுசுல திறந்தவர். இடைக்கிடையே யாரையாவது வெளிநாட்டுக்கு அனுப்ப வாழைச்சேனையிலிருக்குற ஏஜென்சிக்கும் வேலை செஞ்சு கொடுத்தவர்.’

‘அப்ப... அதுக்கு முன்னாடி என்ன செஞ்சுட்டிருந்தார்?‘

‘அவருக்கு நிறைய வயல்கள் இருந்தது எல்.டீ.டீ.ஈ பிரதேசங்கள்ல. அதுல ஒழுங்கா வெள்ளாமை செய்ய முடியாமப் போன பிறகுதான் அவங்கள் இந்தப் பக்கம் வந்திருக்கினம். இப்பவும் இடைக்கிடை வயலுக்குப் போயிட்டு வருவார். நாங்க சாப்பிட எப்படியாவது வெள்ளாமை வெதச்சு அரிசி எடுத்துக் கொண்டு வருவார். மற்ற வயலெல்லாம் கைவிட்டுப் போச்சுது.’

‘அவரை ஏன் கொண்டு போனாங்க?’

‘அதுதான் எனக்கும் விளங்கேல்ல அக்கா. அவர் எல்லாரோடையும் நல்லா இருந்த மனுஷன். எல்லாருக்கும் உதவி செய்வார். அண்டைக்குக் காலைலயும் கொஞ்சம் பேரை வெளிநாட்டுக்கு அனுப்புற விஷயமா கொழும்புக்கு வந்துட்டுப் போனவர். திரும்ப அடுத்த நாள் கொழும்புக்குப் போகவிருந்தவர். கொண்டு போயிருந்த சாமான்களையும் லொட்ஜிலேயே விட்டுட்டு வந்திருந்தார். அவரை

எதுக்குக் கொண்டு போனாங்களென்டு கடவுளுக்குத்தான் வெளிச்சம்...' என்ற நந்தினி நீண்ட பெருமூச்சு விட்டாள். கண்ணீர்த் துளிகளிரண்டு அவளது விழிகளினோரமாக மின்னுவது தென்பட்டது. அதைக் கண்டுகொள்ளாமல் குழந்தையின் முதுகைத் தடவிக் கொடுத்தவாறே என்னைப் பார்த்துப் புன்னகைத்தாள்.

'எப்படி நீங்க இந்தளவு தைரியமானீங்க நந்தினி?'

'எனக்கு, நானிழந்து போயிருந்த வாழ்க்கையைத் திருப்பிக் கொடுத்தவர் அவர். அவர்தான் என்ட தைரியம். அவரை மனசுல நெனச்சு எனக்கு எதுக்கும் முகம் கொடுக்க முடியுமக்கா.'

நந்தினி தொலைதூரக் கிராமமொன்றில் வறிய குடும்பமொன்றில் பிறந்து வளர்ந்தவள். மிகவும் கஷ்டமான குடும்பம். நந்தினி பிறக்கும்போதே அவளது மூத்த சகோதரிகள் திருமண வயதைக் கடந்திருந்தார்கள். படிப்பிலும் நல்ல கெட்டிக்காரியான நந்தினிக்கு சாதாரண தரப் பரீட்சை கூட எழுதக் கிடைக்காதது, வயிற்றைத் தள்ளிக் கொண்டிருந்தவளை அதற்கு மேலும் பாடசாலைக்கு அனுமதிக்க முடியாதென பாடசாலை நிர்வாகம் கூறியதால்தான், அதுவரையில் நந்தினியின் புன்னகைக்கும் விழிகளைக் கனிவோடு நோக்கிய சக மாணவர்களும், மாணவிகளும் வயிற்றைத் தள்ளிக் கொண்டு அவள் தெருவில் நடந்து வருவதைக் கண்டால் தலையைக் குனித்தவாறே வேறு பாதையில் போக முற்பட்டார்கள். ஆசிரியைகள் கன்னத்தில் கை வைத்துக் கொண்டார்கள். ஊராரிடமிருந்து அவளை மறைத்து வைப்பதுதான் வீட்டாரின் தேவையாகவிருந்தது. நந்தினிக்கு இந்தக் குற்றத்தைச் செய்தவன், அதாவது நந்தினியின் இரண்டாவது அக்காவின் கணவன் , மூன்று குழந்தைகளுக்கு அப்பா. ஆகவே அந்த நபரை வெளிச்சத்துக்குக் கொண்டு வந்தால் அந்தக் குடும்பமே சாப்பிடுவது எவ்வாறு? குற்றம் மறைக்கப்பட்டது. கடைசியில்

குடும்பத்துக்குப் பாரமானவளும், சாபத்துக்குரியவளுமானவள் நந்தினிதான். தேவாலயத்தின் கன்னியாஸ்திரிகள் அவளைப் பொறுப்பேற்காதிருந்திருந்தால் வீட்டின் மூலையிலேயே அடைபட்டு சுருண்டு கொண்டு கிடந்திருப்பாள். சில வேளை கிணற்றுத் தவளையைப் போல அவள் ஆகியிருக்கக் கூடும்.

'சரி. இந்த இடத்துல இறங்குவோம். மிச்ச தூரத்தை நடந்து போவோம். நடக்கலாம்தானே?'

குழந்தை நடந்து செல்ல மறுத்தது. நந்தினி அதைத் தூக்கிக் கொண்டாள். நாங்கள் இடத்தைத் தேடி வெகுநேரம் அலைந்து திரிந்தோம்.

'அப்பாடா... அதோ இருக்கு பெயர்ப் பலகை. அங்குதான். உங்களுக்கென்றால் நல்ல களைப்பா இருக்கும் இல்லையா?'

குழந்தையைத் தரையில் இறக்கி விடும் வேளையில் அவளிடமிருந்து ஒரு முனகலும் கூட வெளிப்பட்டது. குழந்தை, நந்தினியைப் போலவே பூரித்த உதடுகளை மடித்து என்னைப் பார்த்துப் புன்னகைத்தது. நாங்கள் படிக்கட்டில் ஏறிப் போனோம்.

உள்ளே நுழையும் இடத்திலேயே போலிஸ் அதிகாரிகள் இருவரும், மேலும் மூன்று, நான்கு ஆண்களும் நின்றிருந்தார்கள். அவர்கள் எம்மைப் பார்த்தார்கள். குழந்தை விழிகளை விரித்துப் பார்த்தது. பிறகு முதுகை வளைத்துக் கொண்டு வீறிட்டது.

'ஏன்? எதுக்கு வந்திருக்கீங்க? என குழந்தையின் அழுகை யொயாலிக்கு மத்தியிலேயே ஒருவர் கேட்டார்.

'மனோகணேசன் ஐயாவைச் சந்திக்க வேண்டும். இவரோட கணவர் காணாமல் போயிட்டார். மட்டக்களப்பில இருந்து வந்திருக்கிறார்.'

'கொஞ்சம் இருங்கோ. நான் கதைச்சுப் பார்க்குறேன்.'

நந்தினி நிர்க்கதியான முகத்தோடு குழந்தையைத் தூக்கி வைத்துக் கொண்டிருந்தாள். அது அழுகையை நிறுத்தவேயில்லை.

‘சரி. வாங்க, உள்ளே போவோம்.’

உள்ளே நடந்து சென்றபோது வழியில் யாரும் தென்படவில்லை. குழந்தையின் அழுகை விம்மலாகக் குறைந்தது. நாங்கள் படிக்கட்டில் ஏறிச் சென்றோம். அங்கு வழமை போலவே கறுப்பு நிற மேற்சட்டை அணிந்து கதாநாயக நடிகர் ஒருவரைப் போல மனோகணேசன் ஐயா அமர்ந்திருந்தார்.

குழந்தை திரும்பவும் முதுகை வளைத்து அடித் தொண்டையால் வீறிட்டது கண்டு எல்லோரும் திகைத்துப் போனார்கள். மனோகணேசன் ஐயா எம்மை அமர்ந்து கொள்ளுமாறு கையால் கதிரைகளைக் காட்டி சைகை செய்தார்.

நான் கதைக்கத் தொடங்கினேன். நந்தினி அருகில் அமர்ந்து கொண்டு குழந்தையை மடியோடு சேர்த்து அணைத்துக் கொண்டாள். அது கால்களைத் தரையில் உதைத்தவாறு வீறிட்டது. அங்கிருந்த அனைவரும் நெற்றியைச் சுருக்கியவாறு பார்த்துக் கொண்டிருந்தார்கள். நந்தினி குழந்தையையும் தூக்கிக் கொண்டு அப்புறமாக இருந்த வேறொரு கதிரைக்குப் போனாள். அங்கு அமர்ந்திருந்த பெண்மணி குழந்தைக்கு ரம்புட்டான் பழமொன்றை நீட்டினார். அது அப்பழத்தைப் பார்த்துக் கொண்டிருக்கையில் அவர் குழந்தையிடம் செல்லம் கொஞ்சினார். குழந்தை திரும்பவும் வீறிட்டது.

‘அவளுக்குச் சிங்களம் தெரியாது. தமிழ்ல கதைச்சா விளங்கும்’ எனக் கூறிய போதிலும் அந்தப் பெண்மணிக்கு அது கேட்கவில்லை. இல்லாவிட்டால் கேட்ட போதிலும் அவர் அதைக்கண்டு கொள்ளவில்லை. இல்லாவிட்டால் கேட்கவுமில்லை, கண்டுகொள்ளவும் இல்லை. அவர் அங்கு பணியாற்றும் ஒருவராக இருக்கக் கூடும். நல்ல

வேளையாக அங்கு முந்தானையால் தலையைச் சுற்றி மறைத்திருந்த மற்றுமொரு இளம்பெண் இருந்தார். அவர் குழந்தையுடன் தமிழில் கதைத்தவாறு அவர் வேலை செய்து கொண்டிருந்த மடிக் கணினியை குழந்தையின் பக்கமாகத் திருப்பி திரையில் வித்தைகளைக் காட்டினார். அது வேலை செய்தது. குழந்தை அழுகையை நிறுத்தியது.

இதற்கிடையில் மனோகணேசன் ஐயாவுக்கும், நந்தினிக்குமிடையே அமர்ந்திருந்து அவருக்குத் தேவையான விடயங்களை இவளிடமிருந்து கேட்டு எழுதிக் கொண்டிருந்தேன். குழந்தை அமைதியானதும், நந்தினி திரும்பவும் மேசையருகே வந்து அமர்ந்து கொண்டாள். மனோகணேசன் ஐயாவே படிவத்தை நிரப்பினார்.

'கணவனோட அடையாள அட்டை இருக்கா?'

நந்தினி அதை எடுத்துக் கொடுத்ததும் அந்தப் பெண்மணி வந்து அதை போட்டோ பிரதி எடுத்துக் கொண்டார்.

'அவரோட வேற போட்டோ எதுவுமில்லையா?'

நந்தினி திரும்பவும் கைப்பையில் தேடினாள். புகைப்படமொன்றை வெளியே எடுத்தவள் ஓரிரு வினாடிகள் அதைப் பார்த்து விட்டு எனது கையில் தந்தாள். அழகான சிறிய குடும்பம்!

'இதைக் கொடுத்தால் உங்கக்கிட்ட வேறொண்ணு இருக்கா?'

அவள் இல்லையெனத் தலையசைத்தாள். உதடுகள் விம்மிக் கோணியது.

'அப்ப இதைக் கொடுக்குறது சரியில்லையே' என்ற நான் போட்டோவைக் கையில் வைத்துக் கொண்டே மனோகணேசன் ஐயாவைப் பார்த்தேன்.

'இது ஒண்ணு மட்டுமா இருக்கு?' என்றவர் அந்தப் பெண்மணியைப் பார்த்துவிட்டு நந்தினியைப் பார்த்தார். பிறகு,

'பரவாயில்ல' என்றார்.

இறுதியாக நந்தினி அங்கு நீட்டப்பட்ட தாள்களில் கையொப்பமிட்டாள். மனோகணேசன் ஐயா தலையசைத்தார்.

'அப்ப நாங்க போயிட்டு வாறம், ரொம்ப நன்றி.'

எங்களை விடவும் குழந்தை சந்தோஷமாகக் காணப்பட்டது. நாங்கள் அந்த இடத்தை விட்டு வெளியே வந்ததாலாக இருக்கும். அது தன்பாட்டில் நடந்து வந்தது. ஆனால் ஒரு காலை இழுத்திழுத்து நொண்டி நடந்தது.

'ஆஹ்... செருப்போட வார் அறுந்து போச்சு இல்லையா? காட்டுங்க பார்க்கலாம்.'

நான் குனிந்ததும் குழந்தை எனது தோளைப் பற்றியவாறு காலைத் தூக்கி, தோலுரிந்து போயிருந்த தங்க நிறச் செருப்பைக் காட்டி நாக்கை வெளியே நீட்டி சத்தமாகச் சிரித்தது.

'கொழும்புக்கு வந்திருக்குற நேரம் பிள்ளைக்கு புதிய செருப்பு ஒரு ஜோடி வாங்குவோமா?'

'தேவையில்லக்கா. வீட்ட போய் வாங்கிக்கலாம்.'

'பரவாயில்ல. என்கிட்ட காசிருக்கு.'

குழந்தை எனது கையைப் பற்றிக் கொண்டது. நாங்கள் அருகிலிருந்த DSI பாதணிக் கடைக்குச் சென்றோம். இளஞ்சிவப்பு நிறத்தில் வார்களைக் கொண்ட பாதணிகள் குழந்தையின் மனம் கவர்ந்தன. அதை வாங்கி அணிந்து கொண்டு, ஆர்பிகோ கடைத் தொகுதி பக்கமாக நாங்கள் நடந்து வந்து கொண்டிருந்தோம்.

'அம்மா... வளையல்...'

தெருவோரமாக இருந்த அலங்காரக் கடைகளில் காணப்பட்ட வண்ண வண்ண மாலைகள், வளையல்களைக் கண்டு அவளது விழிகள் பிரகாசித்தன. வாய் பாதி திறந்து கொண்டது. அந்தச் சிறிய கைகளுக்கு அளவான அலங்கார வளையல்கள் எவையும் அந்தத் தெருவில் கிடைக்கவில்லை.

அவர்களை அவர்களது இருப்பிடத்தில் பத்திரமாக விட்டுவிட்டு நான் தனியாக பேரூந்தில் ஏறிக் கொண்டேன். இனி யாருடன் கதைப்பது? எனது இக்கட்டான நிலைமை யாருக்கும் புரியாது.

சரி. சமில் ஜயநெத்தியின் அலுவலகத்துக்குக் கதைத்துப் பார்க்கலாம். எனக்குத் தெரிந்தவர்கள் ஓரிருவர் பணிபுரியும், இலங்கைமயமான NGO ஒன்றின் அருகில் வைத்து நான் பேரூந்திலிருந்து இறங்கிக் கொண்டேன்.

'எனக்கு சமில் ஜயநெத்தியோட டெலிபோன் நம்பரைத் தேடிக் கொடுங்க.'

'நம்பர் இதோ இருக்கு... எதுக்கு நீங்க இவ்ளோ அவசரமா அவரைத் தேடுறீங்க?'

'மட்டக்களப்பிலருந்து வந்திருக்குற ஒருத்தரை அவர்கிட்ட கூட்டிட்டுப் போகணும். அவரோட புருஷன் காணாமப் போயிட்டாராம்.'

'ஆஹ்... போங்க போங்க' என எனக்குப் பின்னால் வந்து நின்ற வேறொருவர் கேலியாகக் கூறினார். நான் திரும்பிப் பார்த்தேன். அவர் விந்தையாகப் புன்னகைத்தார்.

'ஏன்?'

'இல்லல்ல... போங்க. அவருக்கும் இப்படியானவங்களைச் சந்திக்குறது ரொம்பப் பிடிக்கும்'

‘??‘

‘ஆனா அவருக்குத் தமிழ் தெரியாது இல்லையா? தமிழ் கதைக்கக் கூடிய யாராவது அங்கிருக்காங்களா?’

‘ஓஹ்... ஒருத்தர் இருக்கார்தான். உண்மையில அவரைத்தான் நீங்க இந்தக் கதையைச் சொல்ல சந்திக்க வேணும்... இருங்க நான் அவரோட நம்பர் தர்றேன்’ என ஆரம்பத்தில் இலக்கத்தைத் தந்தவரே அந்த இலக்கத்தையும் கொடுத்தார். நான் அந்த இலக்கத்தைத் தொடர்பு கொண்டேன்.

‘நாளைக்குக் காலைல கூட்டிட்டு வாங்க. நான் இப்ப கொழும்பிலிருந்து தொலைவா இருக்கேன். ராத்திரிதான் கொழும்புக்கு வருவேன்’ என்றார்.

அப்பாடா! என்னிடம் ஆறுதல் பெருமூச்சு வெளிப்பட்டது. ஆறுதலாக இக்கதையைச் செவிமடுக்கக் கூடிய ஆர்வமுள்ள, மொழியையும் உணர்வுகளையும் புரிந்து கொள்ளக் கூடிய ஒருவரைத் தேடிக் கண்டுபிடிப்பது எவ்வளவு சிரமமான காரியமாக இருக்கிறது?!

நான் திரும்பவும் மறுநாள் காலை நேரம் நந்தினியின் இருப்பிடத்துக்குப் போனேன்.

‘சரி அக்கா. நான் தயார். கிளம்பலாம்’

‘இருங்கோ... கோல் ஒன்று பண்ணிப் பார்த்துட்டுப் போவோம்’

நான் தொலைபேசி அழைப்பினை மேற்கொள்ள முயற்சித்தேன். தொடர்பு கிடைக்கவில்லை. திரும்பவும் முயற்சித்தேன். சரி வரவில்லை. திரும்பவும் முயற்சித்தேன். அந்த நாசமாய்ப் போன இலக்கம் தொடர்பில் சிக்கவேயில்லை. பரவாயில்லை. இன்னும் சற்று நேரம் பொறுத்திருந்து பார்க்கலாம்.

ஒரு மணித்தியாலம், இரண்டு மணித்தியாலங்கள், மூன்று மணித்தியாலங்கள் என நேரம் கடந்து கொண்டே சென்றது. அவர் அழைப்பில் சிக்கவேயில்லை.

'அக்கா... பிள்ளைய இனியும் அழ வைக்காம நான் நாளைக் காலையிலேயே திரும்ப வீட்டுக்குப் போறன். கருணாவோட ஒஃபிஸுக்குப் போயும் இவள் சத்தம் போட்டு ஓலமிட்டதக் கண்டு நான் நல்லாப் பயந்து போயிட்டன்' என என்னுடைய முகத்திலிருந்த நிர்க்கதி நிலையைக் கண்டோ என்னவோ நந்தினியே கூறி விட்டாள். நான் எதற்கும் என இரண்டு குறுந் தகவல்களை அந்த இலக்கத்துக்கு அனுப்பி வைத்தேன். பதில் வரவேயில்லை.

கொழும்புக்கு வந்ததில் கிடைத்த பரிசான, குழந்தையின் இளஞ்சிவப்பு நிறப் பாதணிகள் இரண்டும் மேசையின் மேல் வைக்கப்பட்டிருந்தன. வளையல் கேட்டு அழுதவளை ஆறுதல் படுத்த ஐம்பது ரூபாய்க்கு வாங்கிக் கொடுத்த கறுப்பு மூக்குக் கண்ணாடியை இட்டவாறு குழந்தை என்னுடன் விளையாடியது. சுறுசுறுப்பான குழந்தை. நந்தினியும் அவ்வாறுதான் இருந்திருப்பாள்.

எனது நீண்ட பெருமூச்சைக் கண்டு நந்தினி அதிர்ந்து போயிருந்தாள்.

பின்குறிப்பு :

நந்தினியின் முதல் குழந்தைக்கு என்ன நடந்ததென நான் விசாரித்துப் பார்த்தேன். அது பிறந்ததுமே யாருக்கோ தத்துக் கொடுக்கப்பட்டதாம். இப்போது நன்றாக வளர்ந்திருக்கும் என்கிறாள். நந்தினியின் கணவரும் முன்பு திருமணமாகி விவாகரத்தானவர். கணவர், அந்தத் திருமணத்தில்

அவருக்குப் பிறந்த குழந்தையை விடுதியில் சேர்த்து படிப்பித்து வந்திருக்கிறார். இப்போது அதையும் நந்தினி பொறுப்பேற்றிருக்கிறாளாம். திரும்பவும் கடையைத் திறக்க நந்தினிக்கு உதவுவதாக கன்னியாஸ்திரிகள் கூறியிருக்கிறார்களாம். கணவரைப் பற்றியென்றால் பிறகு ஒரு தகவலும் கிடைக்கவேயில்லையாம்.

ஆகஸ்ட், 2007

தமிழில் - எம். ரிஷான் ஷெரீப்

காளி

வெடிபடு மண்டத் திடிபல தாளம் போட-வெறும்

வெளியி லிரத்தக் களியொடு பூதம் பாட-பாட்டின்

அடிபடு பொருளுன் அடிபடு மொலியிற் கூடக்-களித்

தாடுங் காளீ!சாமுண் டீ!கங் காளீ!

அன்னை!அன்னை!ஆடுங் கூத்தை

நாடச் செய்தாய் என்னை.

அவளது பெயர் காளிக்குட்டி.

குட்டி என்பதற்கு அர்த்தம் சிறு பிள்ளை. செல்லமாக குட்டி என்பார்கள். காளிக்குட்டியின் வயது நாற்பத்தைந்து. மட்டக்களப்பு செங்கலடியில் வசித்து வருகிறாள்.

படியாத சுருள் கூந்தலைக் கையால் அழுத்தி விட்டவாறே, வெற்றிலைச் சாற்றால் கடும் சிவப்பாகிப் போயிருந்த வாயைத் திறந்து சிவத்துப் போயிருந்த பற்களையும், நாக்கையும் காட்டி மீண்டும் சிரித்தாள். சிரிப்போடு சேர்ந்து கண்களும் இரண்டு உருண்டைப் பந்துகள் போல அகன்று சுழன்றன. வலது காலின் முழங்காலுக்கு இரண்டங்குலம் கீழாகத் தொங்கிய குட்டைக் காலும் அவளது சிரிப்புக்கேற்ற தாளத்தில் ஆடியது. அவள் சிரித்தது, பதினைந்து

வருடங்களுக்கு முன்பு அழிக்க நேர்ந்த அவளது நெற்றியின் குங்குமத்தைக் குறித்து வினவிய போதுதான்.

ஐந்துறு பூதம் சிந்திப் போயொன் றாகப்-பின்னர்

அதுவும் சக்திக் கதியில் மூழ்கிப் போக-அங்கே

முந்துறும் ஒளியிற் சிந்தை நழுவும் வேகத்-தோடே

முடியா நடனம் புரிவாய்,அடு தீ சொரிவாய்!

அன்னை!அன்னை!ஆடுங் கூத்தை

நாடச் செய்தாய் என்னை.

அடி சிதைவுற்றிருந்த பொய்க் கால் உறுதியாகப் பொருந்தும் விதமாக, தனது குட்டைக் காலைச் சுற்றிக் கட்டியிருந்த பழைய சீத்தைத் துணியின் அழிந்த அலங்காரங்களின் மேலே அவள் விரலால் பூக்களை வரைந்தாள். குட்டைக் கால் அதற்கேற்ற விதத்தில் முன்னும் பின்னுமாக அசைந்தது.

'அதுக்குச் சரியா அஞ்சு வருஷத்துக்குப் பிறகுதான், அதோ அந்த மரத்தடியில...' என்றவாறு தொலைவிலிருந்த வேப்ப மரத்தை நோக்கி ஒரு விரலால் சுட்டிக் காட்டினாள்.

'அங்க அடிக்கடி ராணுவம் வரும். அவையள்ட பார்க்கச் சொல்லிச் சொன்னனாங்கள். சொல்லி ரெண்டு நாள் போகேல்ல. புதைச்சு வச்சிருந்த கண்ணிவெடியொண்டு... நாலு பிள்ளைகளுக்கும் சாப்பாடு கொடுக்க சட்டிப்பானையெல்லாம் செய்றது நான்தான். அந்த இடத்திலதான் நான் மண் குழைப்பன். அண்டைக்கு கால வச்சது மட்டும்தான் தெரியும்...'

அவள் வலது பாதத்தை முதலில் வைக்கும் பழக்கமுடையவள். அதனால்தான் வலது கால் போயிருக்கிறது!

குனிந்து குட்டைக் காலில் காணப்பட்ட உராய்வுகளைத் தடவிக் கொடுத்தவளின் மூக்கிலிருந்த மூக்குத்தி வெயில் பட்டு மின்னியது. பூரித்த கன்னங்களிலும் அதன் பிரகாசம் தடவிக் கொடுத்தது.

பாழாம் வெளியும் பதறிப் போய்மெய் குலையச்-சலனம்
பயிலும் சக்திக் குலமும் வழிகள் கலைய-அங்கே
ஊழாம் பேய்தான்'ஓஹோ ஹோ' வென்றலைய;-வெறித்
துறுமித் திரிவாய்,செருவெங் கூத்தே புரிவாய்!
அன்னை!அன்னை!ஆடுங் கூத்தை
நாடச் செய்தாய் என்னை.

'கிடைச்சது போலவேதான் இழக்கத் தொடங்கினாலும்... பிள்ளைகளும் ஒவ்வொண்டா போகத் தொடங்கிச்சினம். முதல்ல மூத்தவன்...'

மரங்களிடையேயிருந்து எட்டியெட்டிப் பார்த்த வெயில் அவளைத் தேடி வந்து தொட்டதால் முகம் சுளித்தவள் ஒரு கையால் வெயிலை மறைத்தவாறு வானத்தைப் பார்த்து முறைத்தாள். பிறகு மரத்தில் கையூன்றி உடலை விழாமல் சமாளித்தவாறு அமர்ந்திருந்த பிளாஸ்டிக் கதிரையை சற்றுப் பின்னால் தள்ளி திரும்பவும் அதில் தட்டுத் தடுமாறி அமர்ந்து கொண்டாள்.

'காரணம் என்னெண்டு தெரியேல்ல... கொழும்புக்கு கடையொண்டுல வேலன்டு சொல்லிட்டுப் போனவன்... பிறகு செத்துப் போயிட்டானெண்டு தகவலொண்டு தான் வந்து சேர்ந்தது.'

அந்த வீட்டிலிருந்த ஒரேயொரு கதிரையில் அவள் அமர்ந்திருந்தாள். நான் தரையில், புல்வெளியில், முள் குத்துமென்ற பயத்தில் செருப்புகளிரண்டின் மேலே அமர்ந்திருந்தேன்.

'சடலத்தை இஞ்ச கொண்டு வரக் கூடிய காலகட்டமில்ல அது. அந்தச் சடலத்த இஞ்ச கொண்டு வராட்டிலும் கூட, வேண்டிய மட்டும் சாவுகள் இஞ்ச இருந்துச்சுது எங்களுக்கெண்டு...' என்றவள் சிரித்தாள். எனினும் அந்தப் பேச்சும், சிரிப்பும் ஒன்றுக்கொன்று பொருந்தவேயில்லை ஒருபோதும்.

சத்திப் பேய்தான் தலையொடு தலைகள் முட்டிச்-சட்டச்
சடசட சட்டென்றுடைபடு தாளங்கொட்டி-அங்கே
எத்திக் கினிலும் நின்விழி யனல் போய் எட்டித்-தானே
எரியுங் கோலங் கண்டே சாகும் காலம்.
அன்னை!அன்னை!ஆடுங் கூத்தை
நாடச் செய்தாய் என்னை.

'அதுக்குப் பிறகு ரெண்டாவது பிள்ளை... அவனும் கொழும்புக்குப் போனான்... இஞ்ச இருக்க ஏலாதெண்டு போனவன். அது மட்டுமில்லையே... உசிரோடு இருக்க வேணுமே. வீட்டக் கட்ட வேணுமெண்டு அவனுக்கு சரியான ஆசையிருந்தது. கொஞ்ச நாள் காசும் அனுப்பினவன். அவ்வளவுதான். போதைத் தூள் கையில இருந்ததெண்டு சொல்லி பிடிச்சுக் கொண்டு போனவங்கள். வழக்கில தீர்ப்பாகி சிறைக்குப் போனவன்தான். இஞ்ச இருந்து போனதுக்குப் பிறகு நான் அவனை இந்த ரெண்டு கண்ணாலயும் காணேல்ல'

'...........................'

'அடுத்தவன்... அவனெண்டா அவனாவே ஓடிப் போனவன்... ஓரோரிடத்திலயும் அவனக் கண்டதா அந்தக் காலத்துலயே ஒவ்வொருத்தரும் சொல்லிச்சினம். நான் தேடிப் போகேல்ல. பயந்தாங்கோழை. வாழ்க்கைக்கு முகம் கொடுக்கத் தெரியாம... ஜீவிதமெண்டால் என்னெண்டு அவனுக்குத் தெரியேல்ல. அவனுக்கு

எப்படி விளங்கப் போகுது?' என்றவள் தலையை உயர்த்தி என்னைப் பார்த்தாள்.

நம்ப இயலாதளவு சாந்தம் அந்தக் கண்களில் தேங்கியிருந்தது.

காலத் தொடுநிர் மூலம் படுமூ வுலகும்-அங்கே
கடவுள் மோனத் தொனியே தனியா யிலகும்-சிவன்
கோலங் கண்டுன் கனல்செய் சினமும் விலகும்-கையைக்
கொஞ்சித் தொடுவாய் ஆனந்தக்கூத் திடுவாய்!
அன்னை!அன்னை!ஆடுங் கூத்தை
நாடச் செய்தாய் என்னை.

'என்ட கவலையெல்லாம் இளையவனப் பற்றித்தான். என்னோடவே கடசி வரைக்கும் நிண்டான். என்ட எல்லாத்தையும் அவன்தான் பார்த்துக் கொண்டவன். அவனையும் கருணா ஆட்கள் கொண்டு போயிட்டினம். இப்ப சரியா ஒரு வருஷமாகுது. சின்னவன் அம்மாவை நெனச்சு அழுது கொண்டிருப்பான்' என்றவளிடம் புதிய காலொன்றைப் பொருத்தப் போகத் தயாராகவிருக்கும்படி கூறிவிட்டு நான் புறப்பட்டேன்.

நான் திரும்ப வரும்போது அவள் கத்தரிப் பூ நிறத்தில் மணிப்பூர் சேலையொன்றை அணிந்திருந்தாள். அதில் கறுப்பு நிறத்தில் இடப்பட்டிருந்த மாங்கொட்டை அலங்காரத்தைப் போலவே அவளது இடது கையின் முழங்கைக்குக் கீழே பச்சை குத்தப்பட்டிருந்தது. அவளது கைகள் எந்தளவு சுருங்கிப் போயிருந்ததென்றால், கையிலிருந்த பச்சையைக் கூட நான் முதலில் தோல் சுருக்கமாகத்தான் கண்ணுற்றிருந்தேன். ஆனால் இப்போது அது தெளிவாகத் தென்பட்டது.

அவளது நீல நிறத்துக்கு இசைவான கறுப்பு நிறத்துக்கு, சேலையின் கத்தரிப் பூ நிறம் சேர்ந்த போது வித்தியாசமான அழகொன்று தோன்றியிருந்தது.

இந்த மெய்யும் கரணமும் பொறியும்
இருபத் தேழு வருடங்கள் காத்தனன்;
வந்த னம்;அடி பேரருள் அன்னாய்!
வைர வீ! திறற் சாமுண்டி! காளி!
சிந்த னைதெளிந் தேனினி யுன்றன்
திரு வருட்கென அர்ப்பணஞ் செய்தேன்;
வந்தி ருந்து பலபய னாகும்
வகைதெ ரிந்துகொள் வாழி யடி!நீ.

ஒரு புறமாக உடைந்து சரிந்திருந்த வீட்டுச் சுவரில் கையை ஊன்றியவள் மறு கையில் பொத்தி வைத்திருந்த கைக்குட்டையால் முகத்தை அழுத்தித் துடைத்துக் கொண்டாள்.

'ஹ்ம்ம்.. சரியான சூடு'

'ம்ம்'

மறுபுறத்தில் காய்ந்து போன களிமண் குவியல் காணப்பட்டது.

'அப்ப இப்ப யாரு மண்ணை மிதிச்சு குழைச்சுத் தாறது?'

'நான் தான்.'

'சட்டிப்பானை செய்றது''

'நான் தான்.'

'சந்தைக்குக் கொண்டு போறது?'

'நான் தான்.'

'அப்ப தண்ணியிழுக்குறது... சமைக்குறது?'

'நான் தான்.'

'அப்படீன்னா... நீங்க தனியா... தன்னந் தனியா... தனியாகவா?'

அவள் மீண்டும் சிரித்தாள். நல்ல வேளையாக குட்டைக் காலால் அசைய முடியவில்லை. அது அந்த அலங்காரங்கள் மங்கிப் போன சீத்தைத் துணியால் சுற்றப்பட்டு, அடி சிதைந்த பொய்க் காலுக்குள் புகுத்தப்பட்டு, புடைவைத் துண்டால் வரித்துக் கட்டப்பட்டிருந்தது.

'ஆனா...'

அவள், எனது முகத்தை ஏறிட்டுப் பார்த்தாள், எனது கேள்வியைப் புரிந்து கொண்டவள் போல.

'இல்ல... ஒண்ணுமில்ல... கிளம்புவோம்...'

படிக்கட்டிலிருந்து இறங்க உதவியாக எனது கையை அவளை நோக்கி நீட்டினேன்.

அவள் அதைக் கண்டுகொள்ளவில்லை. நொண்டி நொண்டி நடந்தாளெனினும் மிகுந்த சுறுசுறுப்பாக தெருவோரமாக நடந்தாள்.

எஞ்சியிருந்த கேள்விகளை எனக்குள்ளே விழுங்கிய நான், அவள் பின்னால் நடந்தேன்.

ஆகஸ்ட் 31, 2007

✦கவிதைகள் - மஹாகவி பாரதியார் (ஊழிக் கூத்து, காளிக்குச் சமர்ப்பணம்)

நாங்கள் அவளுக்கு தனிமையை உரித்தாக்கினோம்

தனிமை என்பது பரமேஸ்வரிக்கு புதியதொன்றல்ல. எனினும் இந்தத் தடவை அவள் தனிமையை ஏற்றுக் கொள்ளத் தீர்மானித்தமை புதிது. ஏற்றுக் கொண்டது மாத்திரமல்லாது, இவ்வளவு காலமும் தனிமையோடு நடத்தி வந்த கண்ணாமூச்சி ஆட்டத்தை நிறுத்தி விட்டு அதற்குப் பழகி விடவும் தீர்மானித்திருந்தாள். அதனோடே வாழ்வது. சுருக்கமாகச் சொன்னால் அதை நேசிப்பது. அதுதான் வேறுபாடு.

பரமேஸ்வரி கடந்த காலத்தை நினைவு கூர்ந்தாள். பால்ய வயதில் கூந்தல் பின்னல்களிரண்டையும் மேலே மடித்து துணித் துண்டொன்றால் முடிச்சிட்டுக் கட்டி, முழங்காலை விடவும் மிகவும் கீழாக நீண்டிருந்த கறை படிந்த வெள்ளைச் சட்டை அணிந்திருந்தாள். அம்மா அவளது கை மணிக்கட்டை இறுக்கமாகப் பிடித்து நடந்து சென்றுகொண்டிருந்தாள். அது நினைவு வரும்போது கை இப்போதும் வலிப்பது போலத் தோன்றுவது நிஜம்தான்.

அவர்கள் செங்கலடியின் கிராமமொன்றில் வசித்து வந்தார்கள். கிராமமென்று சொன்னாலும் கூட அக்காலத்தில் அது ஒரு காடு. ஆங்காங்கே கட்டிக் கொண்ட சிறிய குடிசைகளில் வாழ்ந்து வந்த அநேகமானவர்கள் மட்பாண்டத் தொழில் செய்தவர்கள்.

பள்ளிக்கூடம் அடுத்த கிராமத்திலிருந்தது. ஒரேயொரு கட்டடம். அம்மா அவளை அங்கேதான் அழைத்துச் சென்றாள். கடைத் தெருவில் வாங்கிய சிலேட்டையும், சிலேட்டுக் குச்சியையும் அணைத்தவாறிருந்த சிறுமி பரமேஸ்வரியை ஆசிரியையிடம் ஒப்படைத்து விட்டு அம்மா திரும்பிச் சென்றாள். அன்று அந்தப் பள்ளிக்கூடப் பிள்ளைகள் பலருக்கும் மத்தியில்தான் முதன்முதலாக அவள் தனிமையை உணர்ந்தாள். சரியாகச் சொன்னால் ஒருபோதும் உணர்ந்திராத பாழுந் தனிமையை அவள் உணர்ந்தாள். அது அசௌகரியமாகவும் இருந்தது. எவ்வாறாயினும் பரமேஸ்வரி அன்றும் அழவில்லை. பெரிய கபில நிறக் கண்களை மேலும் விரித்து பள்ளிக்கூடத்தின் குட்டைச் சுவரின் ஒரு மூலையில் சாய்ந்து நின்றுகொண்டு பார்த்துக் கொண்டிருந்தாள்.

அம்மாவுடன் சேர்ந்து களிமண் குழைப்பதையே அவள் அதிகம் விரும்பினாள். அந்த வேலை இல்லாத சந்தர்ப்பத்தில் அம்மாவின் கண்ணெட்டும் தொலைவில் இருந்து கொண்டு அம்மாவின் வேலைகளுக்கு உதவுவாள். களிமண் குவியல் தீர்ந்த நாளிலென்றால் அவள் சற்று தனிமையை உணர்ந்தாள் எனினும் புதிய களிமண் வரும்வரைக்கும் பாதையைப் பார்த்துக் கொண்டிருக்க அவள் பழகியிருந்தாள்.

கற்றுக் கொள்ள ஆர்வத்தைத் தூண்டும் விடயங்களோ, நேசிக்கத் தோன்றும், நேசிக்கத் தூண்டும்விதமான விடயங்களோ அந்தப் பள்ளிக்கூடத்திலோ, பாடப் புத்தகங்களின் எழுத்துகளிடையேயோ இல்லாவிட்டால் பள்ளிக்கூடத்துக்கு வந்து சென்ற ஆசிரியர், ஆசிரியைகளிடையேயோ அவளுக்குக் கிடைக்கவேயில்லை. ஆகவே தான் அவள் அவற்றை களிமண் குவியலிலும், வீட்டுச் சமையலறையிலும் தேடிக் கண்டுகொண்டிருந்தாள். அவற்றோடு, தயாரித்த மட்பாண்டங்களைப் பண்டமாற்றம் செய்து வீட்டுக்குத்

தேவையான பொருட்களை வாங்கிக் கொண்டு வர அம்மாவுடன் அடிக்கடி போய் வந்த சந்தைகளிலும் அவற்றைக் கண்டுபிடித்திருந்தாள்.

பரமேஸ்வரி தொடர்ந்தும் பள்ளிக்கூடம் போனாள். முதலாம் வகுப்பின் பின்னர் இரண்டு, மூன்று, நான்கு, ஐந்து என ஐந்தாம் வகுப்பையும் கடந்தாள். வகுப்பின் இலக்கம் கூடக் கூட பிள்ளைகளின் எண்ணிக்கை குறைந்து கொண்டே வந்தது. அந்தக் காலகட்டத்தில் அவள் நிறைய விடயங்களைக் கற்றிருந்தாள். மண் சட்டிகளை வாங்கிப் போக வீட்டுக்கு வருபவர்களும், சந்தையில் சந்திக்க நேர்பவர்களும், பொதுவாக கிராமத்தில் கதைத்து உரையாடக் கூடியவர்களையும் விட மிகவும் வித்தியாசமானவர்கள் என்பதுவும், பள்ளிக்கூடத்தில் மற்றொரு முகத்தைக் காண்பிப்பதுவும் அவளுக்கு விளங்கியிருந்தது.

கிராமத்தைத் தாண்டி உலகத்தில் நடக்கும் நிறைய விடயங்களை பரமேஸ்வரியும், அம்மாவும் சந்தைக்குப் போய்த்தான் அறிந்து கொண்டார்கள். இந்த அனைத்து இடங்களிலும் இடம்பெற்ற நிகழ்வுகள், பார்வைகள், நடவடிக்கைகள், வார்த்தைகள், சீண்டல்கள், கிண்டல்கள், கேலிகள் இவையனைத்தின் ஊடாகத்தான் அவள் தானும் அம்மாவைப் போலவே எதையும் தாங்கிக் கொள்ளும் சக்தியை உண்மையில் விந்தையான ஆழ்மன சக்தியை உரித்தாக்கிக் கொண்டே பிறந்திருப்பதை அறிந்து கொண்டாள்.

ஆரம்பத்தில் அவள் அதற்கான காரணத்தைத் தேட முயன்றாள். தமிழச்சியாக இருப்பது, பெண்ணாக இருப்பது, தாழ்குலத்தவளாக இருப்பது... சரி. அதனாலென்ன? அதிலென்ன தவறிருக்கிறது? என்றெல்லாம் யோசித்தாள். ஆனால் அவளது கஷ்டங்களைக் கேட்கவோ அதற்கு பதில் தேடவோ எவருமே முன் வரவில்லை. மெதுமெதுவாக அந்தக் கஷ்டங்களோடே வாழப் பழகி விட்டாள்.

அவள் வருந்தவில்லை. காரணம் அன்றாட வாழ்க்கையில் தன்னை மகிழ்விக்கக் கூடிய விடயங்களையும் அப்போது அவள் கற்றிருந்தாள். களிமண்ணைக் குழைத்து சட்டியை வனைய, பானையை வனைய, பெரிய புடைத்த வயிற்றோடு சிறிய வாயைக் கொண்ட குடத்தை வனைய அவள் தேர்ந்திருந்தாள். ஒரு விளையாட்டுப் போல அதைச் செய்து வந்தாள்.

அவளது ஜீவிதத்தில் அந்தளவு பொறுப்புகளும் அப்போது அவளுக்கு இருக்கவில்லை. ஆகவே அவளுக்கு அப்போது தனிமையோடு ஒளிந்து விளையாட நிறைய நேரம் கிடைத்தது. அது மாத்திரமல்லாது, மட்பாண்டப் போறணையை எரியூட்டும் நாட்களில் அவள் திண்ணையில் அமர்ந்திருந்து மட்பாண்டங்கள் வேகும் வாசனையில் மனம் லயித்து கனவு காணப் பழகியிருந்தாள்.

'என்னடி உனக்கு ஆகியிருக்குது?' என ஒரு நாள் அம்மா பரமேஸ்வரியைப் பார்த்துக் கத்தினாள். அம்மா கத்தியது அவள் மேலேயுள்ள கோபத்திலல்ல என்பது அம்மாவின் முகத்தைப் பார்த்ததும் பரமேஸ்வரிக்குப் புரிந்து போனது. அவள் தென்னோலைக் கூரையிடையே செருகியிருந்த கண்ணாடித் துண்டைப் பார்த்தவாறு வெகுநேரமாகத் தலைசீவிக் கொண்டிருப்பதைக் கண்ட அம்மாவுக்கும் உள்ளம் கனத்துப் போயிருக்கக் கூடும். அம்மாவின் முகத்தில் கவலையும், பயமும், அபாய உணர்வும் காணப்பட்டது.

'அம்மா நானெண்டால் இனிமேல் பள்ளிக்கூடம் போக மாட்டன். பெரிய ஸ்கூலுக்குப் போக விண்ணப்பம் தரச் சொல்லி அதிபர் சொன்னவர். ஆனா நான் வீட்ட நிக்கப் போறன். அம்மாவோட சேர்ந்து சட்டி பானை செய்றன். பிறகு அம்மா மிச்சம் தனியாப் பாடுபடத் தேவையில்லதானே' என அம்மாவிடம் கூறினாள். அம்மா பதிலளிக்கவில்லை. எனினும், சத்தமாகப் பெருமூச்சு விட்டாள்.

இரு கைகள் நிறைய சிவப்பு நிறத்திலும், கறுப்பு நிறத்திலும் பிளாஸ்டிக் வளையல்களிட்டு, நிலத்தில் உராயுமளவுக்கு நீண்ட, சுருக்கிட்டுத் தைத்த பாவாடையும், சட்டையும் அணிந்து, பானைகளைத் தலையில் வைத்துக் கொண்டு நெடிய கூந்தல் பின்னல்களிரண்டையும் அசைத்தசைத்து நடந்து வரும் பரமேஸ்வரியை சந்தையிலிருந்த இளைஞர்கள் பார்த்திருப்பது குறித்து அம்மா அறிந்திருந்தாள் என்பது பரமேஸ்வரிக்கும் தெரிந்திருந்தது. எனினும் இருவரும் ஒருபோதும் அதைக் குறித்துக் கதைத்துக் கொண்டதில்லை. அம்மாவுக்கு அவளைக் குறித்து பயப்படத் தேவையேயில்லை என்றுதான் பரமேஸ்வரி எண்ணியிருந்தாள். காரணம் அவள் எந்த ஒரு பார்வையையும் சட்டை செய்யவேயில்லை. பரமேஸ்வரி பானை வனைந்தாள். களிமண்ணோடு விளையாடினாள். வழமையான கஷ்டங்களோடு வாழ்க்கை நீண்டது. பெரியளவு சிக்கலேதுமில்லை.

ஒரு நாள் கடைத் தெருவில் வைத்து பரமேஸ்வரியின் விழிகளோடு வேறிரு விழிகள் சிக்கிக் கொண்டன. உள்வாங்கிய மூச்சை வெளியே விட மறந்து போனாள். தொலைவில் நடந்து சென்று கொண்டிருந்த அம்மாவைப் பிடிக்க ஓட முற்பட்ட பரமேஸ்வரியின் கால்கள் பின்னிக் கொண்டன. அன்று மட்பாண்டங்களுக்கு எதுவும் ஆகாமல் தப்பித்தது அதிசயம். இன்னும் சற்றுத் தவறியிருந்தால்...

பரமேஸ்வரிக்கு ஆச்சரியமாக இருந்தது. என்ன நடந்தது? அவள் யோசித்துப் பார்த்தாள். ஹ்ம்ம். அவை வசீகரிக்கக் கூடிய விழிகள்தான் என அவளுக்குத் தோன்றியது.

அதன் பிறகு கடைத் தெருவுக்குச் செல்லும் ஒவ்வொரு நாளும் பரமேஸ்வரி அந்தக் கண்களைத் தேட முற்பட்டாள். ஒருவாறு அந்தக் கண்களுக்கு உரியவனின் பெயரைக் கண்டுபிடித்தாள். முத்துசாமி.

தங்க நகைகளைச் செய்ய கடைத் தெருவுக்கு வந்திருக்கும் அந்நிய ஊர்க்காரன். கட்டுமஸ்தான வாலிபன்.

மற்றொரு நாள் கூட்டத்தினிடையே ஒரு குரல் பரமேஸ்வரியின் காதுகளில் பாட்டிசைத்தது.

'நான் மலரோடு தனியாக ஏனிங்கு நின்றேன்...

என் மகராணி உனைக் காண ஓடோடி வந்தேன்...'

இவ்வளவு காலமும் பரமேஸ்வரியின் தனிமைக்குத் துணையாக அவளுடனேயிருந்த ஏகாந்தமானது அவளைக் கைவிட்டுப் போனது. அதற்குப் பதிலாக முத்துசாமி மனதினுள்ளே அலைபாயத் தொடங்கியிருந்தான். அவனிடம் விழிகள் மாத்திரமல்ல, வசியம் செய்யக் கூடிய குரலொன்றும் இருக்கிறது என பரமேஸ்வரிக்குத் தோன்றியது.

கடைத் தெருவுக்குச் சென்று வந்த ஒவ்வொரு நாளும் பரமேஸ்வரி முத்துசாமியுடன் கண்ணாமூச்சி விளையாட மறுநாள் வரைக்கும் விரல்களை எண்ணி எண்ணிக் காத்திருந்தாள். பரமேஸ்வரி வரும்வரைக்கும் எங்காவது ஒளிந்திருக்கும் முத்து அவள் தாண்டிப் போகும்போது அந்தப் பாடலின் இசையை விசிலடிப்பான். அவ்வேளையில் பரமேஸ்வரி மகிழ்ச்சியில் பூரித்துப் போவாள்.

'நீ ரொம்ப அழகாயிருக்கே' என ஒரு நாள் முத்து பரமேஸ்வரியின் காதில் முணுமுணுத்தான். அவள் நாணப்பட்டே சிவந்து போனாள்.

நீண்ட முகம், நேர் பட எடுத்த வகிடின் இரு புறமும் பிரிக்கப்பட்ட அடர்த்தியான கூந்தல், கபில நிறத்தில் பெரிய கண்கள், செம்பருத்திப் பூவிதழைப் போன்று சிவந்த உதடுகள். 'அழகாகத்தான் இருக்கிறேன்' என கண்ணாடித் துண்டினுள்ளேயிருந்த பரமேஸ்வரியைப் பார்த்து, பரமேஸ்வரி சிரித்தாள். அதன் பிறகு இவ்வளவு காலமும் நெற்றியின்

நடுவேயிருந்த கறுப்பு நிற வட்டப் பொட்டுக்குப் பதிலாக மெல்லிய நீண்ட பொட்டை வைத்துக் கொண்டாள். கண்ணாடியைக் கையிலெடுத்து ஒரு சுற்றுச் சுற்றி பூரித்த அங்கங்களை பரிசோதித்துப் பார்த்தாள் பாடலொன்றை முணுமுணுத்தவாறு.

'நான் மலரோடு தனியாக ஏனிங்கு நின்றேன்...
என் மகராஜன் உனைக் காண ஓடோடி வந்தேன்...'

'என்னெண்டாலும் உன்னை ஊர் பேர் தெரியாத பெடியனுக்குக் கொடுக்க நானெண்டால் விரும்பேல்ல. யாரு? எவன்? எவ்விடம்? எண்டெல்லாம் நாங்க யார்கிட்டப் போய் விசாரிக்குறது...?'

முத்துவுடன் கண்ணாமூச்சி விளையாடுவதை அம்மா அறிந்து விட்டாள். பரமேஸ்வரிக்கு சிரிப்பாக இருந்தது. சட்டி, முட்டி, பானைகளுக்கு சிவப்பு நிறச் சாயத்தைக் கலக்கும்போதே அவற்றில் பூக்களை வரைந்தாள். சிறிய சிறிய சட்டிகளைச் செய்து அவை வேகும் வாசனையில், என்றாவது ஒரு நாள் அவற்றில் சமைக்கப்படப் போகும் கறிகளின் வாசனையைத் தேடினாள். கடைத் தெருவுக்குப் போகும்போது அம்மா ஏனைய நாட்களை விடவும் அவளைக் குறித்து அக்கறையோடு நடந்து கொண்டாள்.

விழிகள் சிக்கிக் கொண்டு கிட்டத்தட்ட ஒரு வருடம் கடந்து போயிருந்தது. அதற்கிடையில் விழிகளினூடே பல இரகசியக் கொடுக்கல் வாங்கல்கள் பரிமாறப்பட்டிருந்தன. முத்து பரமேஸ்வரிக்கென புதிய புதிய பாடல்களைப் பாடினான்.

கடைசியில் அவனால் காத்திருக்கவே முடியாமலாயிற்று. முத்துவுடன் ஓடிப் போக பரமேஸ்வரி தீர்மானித்து விட்டிருந்தாள். அவனுடன் ஓடிப் போனபோது, தான் உலகை வென்று விட்டதாகவும், மொத்த உலகமும் தன்னை நேசிக்கத் தொடங்கி விட்டதாகவும், தனிமை தனது தோல்வியை ஒப்புக்கொண்டு விட்டதாகவும் அவள் நினைத்தாள்.

அவள் நிறைய பானைகளை வனைந்தாள். அவளே வனைந்த சட்டிகளில் சுவையாக ரசம், குழம்பு சமைத்தாள். முத்து அவளது கரிய நீண்ட பொட்டை அழித்து நெற்றி வகிட்டில் சிவப்பு குங்குமம் வைத்து விட்டான். காதுகளுக்கு அழகான காதணிகளைச் செய்து போட்டான். மூக்குக்கு மூக்குத்தியும், கழுத்துக்கு தாலி மாலையும் செய்து அணிவித்து விட்டான். முத்துவின் வியர்வை வாசத்துக்குள் சுருண்டு கிடந்து பரமேஸ்வரி ஜீவிதம் குறித்து அழகிய கனவுகளைக் கண்டாள்.

பரமேஸ்வரி தனது மூத்த மகளைப் பிரசவிக்க இருக்கையில் அம்மா நோய்வாய்ப்பட்டாள். பரமேஸ்வரி, முத்துவுடன் தனது அம்மா வீட்டுக்குத் திரும்பி வந்தாள். அம்மா எதுவும் சொல்லவில்லை. எதுவும் கேட்கவுமில்லை. பேத்தியின் முகத்தைப் பார்க்காமலே அம்மா இவ்வுலகைக் கை விட்டு மேலே போய்ச் சேர்ந்தாள்.

உண்மையில் ஒரு கட்டத்தில் பரமேஸ்வரியின் உலகம் பற்றியெரிந்து கொண்டிருந்தது. முத்து அக்காலகட்டத்தில் பாடல் பாடுவதை முழுமையாக நிறுத்தி விட்டிருந்தான். வீட்டுக்கு வரும் அவனது வருகை குறைந்தது. பரமேஸ்வரி சத்தம் போட்டாள். முத்து வராமலே இருந்தான். பரமேஸ்வரி தலைவாசலைத் திறந்து வைத்து முத்துவுக்காகக் காத்திருந்த வேளையில், தனிமையானது பின்வாசல் வழியே உள்ளே நுழைந்தது. பரமேஸ்வரி வீடு வாசல்களைச் சாத்திக் கொண்டாள்.

அதன் பிறகுதான் அவளது போர் தொடங்கியது. அவளுக்கு அடிக்கடி அம்மா நினைவில் வந்தாள். அம்மாவுக்கு பிள்ளையென அவள் மாத்திரமே இருந்தாள். அவளுக்கோ இருவர் இருக்கிறார்கள். பரமேஸ்வரி அவர்களைக் கைவிடவேயில்லை.

காலம் செல்லச் செல்ல மகளும் தன்னைப் போலவே பிடிவாதக்காரி என்பதை பரமேஸ்வரி புரிந்து கொண்டாள். பரமேஸ்வரியை விடவும் குறைந்த வயதில் அவள் கனவு காணத் தொடங்கி விட்டிருந்தாள்.

பரமேஸ்வரிக்குக் கூற எதுவுமிருக்கவில்லை. இன்னும் வாடிப் போகாத பெரிய கபில நிறக் கண்களை மூடிக் கொண்டிருந்தாள்.

மகள் ஓடிப் போனாள். பரமேஸ்வரி விம்மினாள். 'கணபதிப் பிள்ளையாரே... அவள் என்னுடைய மகள்... எனக்கு நடந்தவை எவையும் மகளுக்கு நடக்காமல் பார்த்துக் கொள்' என மகளிடம் கூற இயலாமல் போனவை அனைத்தையும் அவள் கடவுளிடம் கூறி உருகினாள்.

மகளுக்கு மூன்று குழந்தைகள். மூன்று பேருமே ஆண் பிள்ளைகள். கடைசிப் பிள்ளை கைக்குழந்தையாக இருக்கும்போது முத்து போனதைப் போலவே மகளின் கணவனும் மகளைக் கைவிட்டுப் போனான். பரமேஸ்வரியின் அடைக்கலத்தில் மேலும் மூன்று வயிறுகள் இணைந்து கொண்டன.

களிமண் வண்டி வரும்வரை தெருவைப் பார்த்திருக்கவோ, மட்பாண்டங்கள் வேகும் வாசனையில் கனவுகளைக் காணவோ வீட்டில் எவருக்கும் பொறுமை இருக்கவில்லை. பரமேஸ்வரியின் மகன் சிறு வயதிலேயே முத்துவின் தொழிலைப் பழகி விட்டிருந்தான். வெகுகாலம் செல்ல முன்பே அறுதியாகி விட்டிருந்த மாலை, காதணிகளுக்குப் பதிலாக பரமேஸ்வரிக்கு புதியவை கிடைத்தன. அவை முன்பிருந்தவற்றை விடவும் அழகியவை. முத்து போனதற்குப் பிறகு வெறுமையாகிப் போயிருந்த வீடு மீண்டும் பூரிக்கத் தொடங்கியது. மகளுக்கும், அவளது மூன்று பிள்ளைகளுக்கும் உணவளிக்க பரமேஸ்வரியும், மகனும் இரவு பகல் பாராது பாடுபட வேண்டியிருந்தது. தனிமையானது, தனது நேரம் வரும் வரை பார்த்திருப்பது போல அந்த வீட்டின் மூலைகளில் பதுங்கிக் கிடந்தது.

அம்மாவும், தம்பியும் கஷ்டப்பட்டு வேலை செய்யும்போது வீட்டுக்குள் கை கட்டிப் பார்த்திருக்க முடியாதென பரமேஸ்வரியின் மகளுக்குத் தோன்றியது. அவள் சிறு வயதில் கூட களிமண்ணை

நேசித்தவளல்ல. அவள் எப்போதும் வேறோர் உலகத்தைத்தான் தேடிக் கொண்டிருந்தாள். இருக்கும் இடத்தை விட்டுத் தப்பிச் செல்லக் கூடிய வேறொரு நல்ல உலகம். இந்தத் தடவையும் அப்படித்தான் ஆயிற்று.

மத்திய கிழக்கு நாட்டுக்குச் சென்று தான் பணம் உழைத்து வரும்வரைக்கும் தனது பிள்ளைகளைப் பார்த்துக் கொள்ளுமாறு அவள் அம்மாவிடம் கூறியிருந்தாள். பானை வனைந்து பரமேஸ்வரியால் கட்ட முடியாமல் போன வீட்டைக் கட்டிக் கொள்ள அவளது மனதில் மிகுந்த ஆசையிருப்பதாகக் கூறினாள். முகவர் ஒருவரைச் சந்திக்க அவளாகவே போனாள். 'போக வேண்டாம். இதெல்லாம் செய்யலண்டாலும் உனக்கும் பிள்ளைகளுக்கும் சாப்பாடும், துணிமணிகளும் தர எங்களால ஏலும்' என பரமேஸ்வரியும், மகனும் உபதேசித்தார்கள். ஆனால் முன்பே கூறியது போல அவள் மிகவும் பிடிவாதக்காரி. நினைத்தது நடக்கவே வேண்டும். அவள் லெபனானுக்குப் போனாள். ஹ்ம்ம்ம்...

போய் ஒரு வருடம் வரைக்கும் எந்தத் தகவலுமில்லை. அவள் இங்கு யுத்தத்திலிருந்து தப்பிச் சென்று அங்கு யுத்தத்தில் அகப்பட்டு மரணித்துப் போயிருப்பாளென்றே பரமேஸ்வரி நினைத்துக் கொண்டிருந்தாள். சரியாக பதினான்காவது மாதம் ஒரு கடிதம் வந்தது. பணம் அனுப்பியிருந்தேன் கிடைத்ததா எனக் கேட்டிருந்த, பதிலனுப்ப முகவரியொன்று கூட இல்லாத கடிதமொன்று அது. ஆகவே அவளனுப்பிய பணம் அவர்களுக்குக் கிடைக்கவில்லை எனக் கூற வழியிருக்கவுமில்லை.

திரும்பவும் மூன்று மாதங்களுக்குப் பிறகு அயல் வீடொன்றுக்கு லெபனானிலிருந்து தொலைபேசி அழைப்பொன்று வந்தது. மகளின் குரலைக் கேட்க பரமேஸ்வரி ஓடி வந்தாள். மகள் எதுவும் கதைக்கவில்லை. அழுது கொண்டேயிருந்தாள். பரமேஸ்வரி அழவில்லை. அந்தத் தொலைபேசி அழைப்புக்குப் பிறகு மாதங்கள்

கடந்தன. அவ்வளவுதான். அதற்குப் பிறகு என்ன நடந்ததென்று தெரியவில்லை.

பரமேஸ்வரி தனித்துப் போகவில்லை. பரமேஸ்வரியின் மகன்... ஜீவிதத்தில் இதுவரை அனுபவித்த அனைத்து கஷ்ட துன்பங்களுக்கும் பதிலாக கடவுள் கொடுத்த அருட்கொடையென மகனைக் கருதியிருந்தாள். 'அக்காவோட பிள்ளைகளப் பார்த்துக் கொள்ள வேணும் அம்மா. நான் கல்யாணம் கட்ட மாட்டன்' என்றே இருபத்து நான்கு வயது கடந்தும் அவன் கூறிக் கொண்டிருந்தான். பரமேஸ்வரி பெருமிதப்பட்டாள். அவளது உலகம் அவனால் நிரம்பியிருந்தது.

ஒரு நாளிரவு மகன் கடையிலிருந்து வீடு திரும்பவில்லை. என்ன நடந்திருக்குமென்று பரமேஸ்வரியால் நினைத்துக் கூடப் பார்க்க முடியவில்லை. பிள்ளைகள் மூவரையும் தனியாக வீட்டில் விட்டுவிட்டு இரவில் வெளியிறங்கவும் முடியாது. அவள் குப்பி விளக்கை அருகில் வைத்துக் கொண்டு விடியும் வரை தெருவையே பார்த்துக் கொண்டிருந்தாள். விடிகாலையில்தான் அந்தத் தகவல் கிடைத்தது.

'ஜீவன் குமாரையும் எல்.டீ.டீ.ஈ கொண்டு போயிட்டுது... நேத்து அந்தி நேரம் சந்தையில வச்சு.'

'ஐயோ... என்ட தங்க மகனை போருக்குக் கொண்டு போயிட்டினம்' அவள் சாபமிட்டாள். மகன் வரவில்லை. பாதங்கள் தேயும் வரைக்கும், கால் விரல்கள் பிளந்து வெடிக்கும் வரைக்கும் மகனைத் தேடியலைந்தாள். மகன் கிடைக்கவேயில்லை.

அவள் திரும்பிப் பார்த்தாள். குழந்தைகள் மூவரும் தமது பெரிய கபில நிறக் கண்களை விரித்து பாட்டியையே பார்த்துக் கொண்டிருந்தார்கள். அவள் பெருமூச்சு விட்டவாறு அவர்கள் மூவரையும் சேர்த்துக் கொண்டு காய்ந்து போயிருந்த களிமண்ணுக்கு நீரிறைத்தாள்.

ஒரு நாள் பிள்ளைகளுக்காகத் தயாரித்த பிட்டின் பதம் தவறிப் போனது. மற்றொரு நாள் குழம்புக்கு உப்பு அதிகமிட்டிருந்தாள். பிள்ளைகளுக்கு எழுத்து கற்றுக் கொடுக்க முடியாமல் அவளது கண்களில் வெள்ளை படர்ந்திருந்தது. சட்டி பானைகளின் வாய்கள் வளைந்து போயின. பரமேஸ்வரி அதிர்ந்து போனாள். பிள்ளைகளுக்கு இரவுணவை வழங்கி உறங்க வைக்கும் முன்பே பரமேஸ்வரி ஆங்காங்கே தூங்கி விழுந்தாள். குழந்தைகள் பாட்டியை வியப்போடு பார்த்தன. அவள் பாதிரியாரைச் சந்திக்கச் சென்றாள்.

'என்ட பிள்ளையள எப்படியாவது போர்டிங்குல சேர்த்துக் கொண்டு படிப்பியுங்கோ. இஞ்ச இருக்குறதுதான் அவையளுக்கு பாதுகாப்பு. நான் மாசாமாசம் சாப்பாட்டுக்கு காசு கொடுக்குறன்.'

பல மைல்கற்களைக் கடந்து ஓடி வந்து மூச்சிறைத்துக் கொண்டிருந்த பரமேஸ்வரி அதுவரையில் கடந்திருந்தது நாற்பத்தோரு வருடங்களை மாத்திரமே. அவள் பேரழகி. நடுவகிடு எடுத்த கூந்தலை பெரிய கொண்டையாக கழுத்தருகே கட்டிக் கொண்டு, கை நீண்ட சட்டையின் ஓரத்திலிருந்த நிறத்துக்குப் பொருத்தமான சேலையொன்றை அணிந்து ஸ்மிதா பட்டேல் போல இருக்கிறாளென எனக்குத் தோன்றியது. அவள் ஒவ்வொரு நாளும் அணிந்த சேலையின் வர்ணங்களுக்குப் பொருத்தமாக மூக்குத்தியிலும் பல நிறக்கற்கள் பதிக்கப்பட்டிருந்தன.

தனிமை அவளது மொத்த வீட்டையும் சூழ்ந்து கொண்டது. அவள் அதற்கெதிராக ஒரு விரலைக் கூட உயர்த்தவில்லை. பல இரவுகள் கடந்து சென்றன, பரமேஸ்வரியின் தனிமைக்கு குப்பி விளக்கொன்றாவது ஏற்றப்படாமலேயே....

செப்டம்பர் 05, 2007

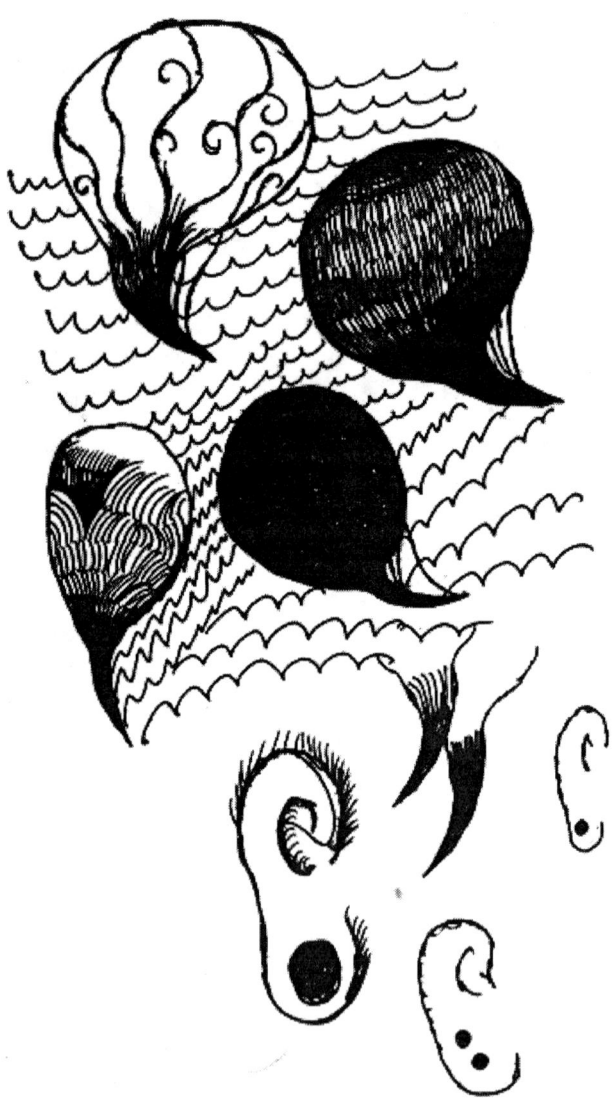

எமக்கும் பாடல் கேட்கப் பிடிக்கும்

'கண்மணி கண்மணி என் காதலியே...

லஸ்ஸன லஸ்ஸன மகே ஆதரியே... ஹோ ஹோ

மெச்சர லஸ்ஸன ஒயா கொஹேத ஹிடியே...

ஹா ஹா ஹா'

'ஏன் சிரிக்குறீங்க? ரொம்ப அழகாப் பாடுறீங்க. மிச்சத்தையும் பாடுங்க. எனக்கும் அந்தப் பாட்டு ரொம்பப் பிடிக்கும்.'

'ஆஹ்... அக்காவுக்கும் பிடிக்குமே?' எங்களுக்கும் பிடிக்கும். அந்தப் பாட்டு மட்டுமில்ல... அவரோட கனக்கப் பாட்டுகள் எங்களுக்குப் பிடிக்கும். அக்காவுக்கு ஒண்டு தெரியுமா? எங்களுக்குப் பிடிச்ச பாடகர் சங்கீத்...'

'ஆஹா! நிஜமா? எனக்கு அவர் கொஞ்சம் பழக்கம்தான். உங்களுக்குப் பிடிச்ச பாடகர் அவர்தான்னு நான் அவர்கிட்ட சொல்றேன். அவர் ரொம்ப சந்தோஷப்படுவார்.'

'ஓஹ்... அக்காவுக்குப் பழக்கமே? ஐயோ அக்கா அவரை இஞ்ச கூட்டிக் கொண்டு வாங்கோவன். அக்கா திரும்ப வரேக்க அவரைக் கூட்டிக் கொண்டு வாங்கோ. எங்களைப் பார்த்துட்டு எங்களோட

சேர்ந்து பாட்டுப் பாடிட்டு அடுத்த நாளோ, ரெண்டு மூண்டு நாளைக்குப் பிறகோ ரயில்ல திரும்பிப் போகேலும்தானே? கூட்டிக் கொண்டு வாறீங்களா? ஐயோ... எங்களுக்கு ஒரே ஆசையாயிருக்கு.'

'அடடா... சொல்றது லேசுதான். ஆனா... கூட்டிக் கொண்டு வர முடியாம இருக்கும். அப்படி நான் சொன்னவுடனே வர மாட்டார்தானே. அதிலும் இந்த மாதிரியான ஊர்களுக்கு.'

'ஏன்?'

'அவங்க பிஸியான ஆட்கள்தானே. மியூசிகல் ஷோ ஒண்டுமில்லாம சும்மா நான் 'வாங்க சங்கீத் மட்டக்களப்பு போவோம்' என்றால் வர மாட்டார்தானே?'

'ஏனக்கா ஷோ ஒண்டும் இல்லாமல் அவையள் எங்கேயும் போக மாட்டினமோ? கூட்டாளிகள், சொந்தக்காரங்களைப் பார்க்கவாவது? அப்படி வரச் சொல்லுங்கோ... இல்லாட்டி.... சரி... இஞ்ச வந்து ஒரு ஷோ செய்யச் சொல்லுங்களேன்...'

'ஐயோ... நீங்க என்னையும் கஷ்டத்துல போடப் பார்க்குறீங்க. அவங்க ஷோ இல்லாமயும் அங்கிங்க போறாங்கதான். சுற்றுலாக்கள் போவாங்க. ஆனா அதெல்லாம் கூட்டாளிமாரோட சும்மா ஜாலிக்காகத்தானே. இங்க தனியா வாறது அந்தளவு ஜாலியில்லையே. அடுத்தது இங்க ஷோ ஒண்டும் நடத்தேலாதுதானே. அதெல்லாம் சிங்களம் கதைக்குறவங்க இருக்குற ஊர்கள்லதான் நடக்கும். இல்லாட்டி இங்கயும் ராணுவமோ போலிஸோ ஏற்பாடு செஞ்சா வந்து பாடுவாங்க. அப்ப பயமில்லதானே?'

'ஏனக்கா தமிழ் கதைக்குறவங்களுக்கு அவையள் பயமோ? தமிழாக்களோடு அவையளுக்குக் கோபமோ? ஆனா சங்கீத் தமிழ்லயும் பாடுறார்தானே... அக்கா ஏதேதோ சொல்லித் தப்பிக்கப்

பார்க்குறியளென்ன? எங்களுக்கு அவரை ரொம்பப் பிடிக்குமெண்டு அக்கா அவர்கிட்ட சொல்லுங்கோவன்... அப்ப அவர் வருவார்.'

'சிலது எனக்கும் விளங்குதில்லதான். பயம் பற்றி... கோபம் பற்றி... எப்படியென்றாலும் சங்கீத் எண்டால் உங்களப் போல ஆட்களோட கோபிக்க மாட்டாரெண்டு எனக்குத் தெரியும். அவர் ஆக்களை நேசிக்கக் கூடி'

'பாடகர்கள் ஒருத்தர் கூட இஞ்ச வாறதில்லக்கா...ரயில் ஒவ்வொரு நாளும் வருது. பஸ்ஸும் வேண்டிய மட்டும் வருது. ஆனா ஒரேயொரு நாளாவது இஞ்ச வந்து எங்களுக்காகப் பாட்டுப் பாடிட்டுப் போக அவையளால ஏன் முடியேல்ல?'

'ஆனா பாடகர்கள் மட்டும் இல்லைதானே... மத்தவங்களும் இங்க வாறதில்லையே. அது அப்படித்தான்...'

'ஆனா எங்களுக்கும் பாட்டு கேட்கப் பிடிக்குமே. எங்களுக்கு பாட்டுக் கேட்க மட்டும்தான் பிடிக்கும். அதனால அவையள் வராம இருக்குறது மனசுக்குக் கஷ்டமா இருக்குது.'

'சரி சரி... எனக்குப் புரியுது. ஆனா... இங்க வாறது ரொம்பக் கஷ்டம்தானே. அதனால இங்க யாரும் வருவாங்கன்னு நான் நினைக்கல.'

'ஏன் கஷ்டம்? அங்க இருக்கிறவையளுக்கு இஞ்ச வாறதுல என்ன கஷ்டம்? இஞ்ச இருக்குறவையள்தான் அங்க போக கஷ்டப்பட வேணுமெண்டு நாங்க நெனச்சிக் கொண்டிருக்குறம்.'

'ஹ்ம்ம்... அதுவும் சரிதான். நான் சொன்னது அந்த மாதிரியான கஷ்டம் பற்றியில்ல. தூரம்தானே? மணித்தியாலக் கணக்கா உட்கார்ந்துட்டு வரணும். செக் பொயின்டுகள்ல காத்திருக்க வேணும். சில செக் பொயின்டுகள்ல இறங்க ஏற வேணும். கேட்குற

கேள்விகளெல்லாத்துக்கும் பதில் சொல்ல வேணும். அந்த மாதிரி கஷ்டங்கள்.'

'ஐயோ... அதையெல்லாமா கஷ்டமெண்டு சொல்றனீங்கள்? அதெல்லாம் லேசுதானே. ஏன் அவையள் வேற தூரப் பயணங்கள் போறேல்லையா? அப்பவெல்லாம்? வெளிநாடுகளுக்குப் போறேல்லையா? அப்பயும் மணித்தியாலக் கணக்கா பிளேனில உட்கார்ந்துட்டுப் போக வேணு...?'

'ஆனா அங்கயெல்லாம் செக் பொயின்ட் இல்லையே?'

'அவையிருந்தாலும் பயப்படத் தேவையில்லக்கா... அடுத்தது சங்கீத்தைப் போல ஆட்கள செக் பொயின்டுகள்ல இருக்கிறவையளுக்கு நல்லாத் தெரியும் தானே... விசாரணை யெல்லாம் ஒண்டும் இருக்காது. உடனடியாப் போகேலும். தெரியாதவையள் வந்தாக் கூடப் பயப்படத் தேவையில்ல. நல்லா சிங்களம் தெரிஞ்சிருக்கும்தானே. சிங்களத்திலயே பதில் சொல்லலாம். இஞ்ச இருக்குறவையள்தான் செக் பொயின்டுகள்ல பயப்பட வேணும். சிங்களத்தில கேள்வி கேட்டா... ஐயோ... ரொம்பப் பயம் வரும். தமிழ்ல கேட்டாலும் கூட பயத்தில தெரிஞ்ச பதில்களைக் கூட சொல்ல முடியாமப் போகுதெண்டு சில பேர் சொல்லினம்.'

'எப்படியிருந்தாலும் அங்கிருக்கிறவங்களுக்கு இங்க வாறதென்றால் பயம்தான்.'

'ஏனக்கா அங்க இருக்குறவையள் இஞ்ச வரப் பயப்படுகினம்? அக்காவுக்கும் பயமா? இஞ்ச இருக்கிறவைக்குத்தான் இஞ்ச இருக்கப் பயமெண்டு நாங்க நினைச்சுக் கொண்டிருந்தனாங்கள்.'

'அங்க இருக்குறவங்களுக்குப் பயம். ஏன் தெரியுமா? குண்டு வெடிக்குமென்று. துப்பாக்கியால் சுடுவாங்களென்று. இல்லாட்டி

யாராவது கடத்திக் கொண்டு போவாங்களென்று. பயப்படுறதுக்கு சிங்களம் தமிழென்று பேதமில்லையே தங்கச்சி.'

'அங்கதானே அக்கா பஸ்கள்ல குண்டு வெடிக்குது. இஞ்ச ரோட்டில, குப்பை மேட்டுல, பொது மக்கள் போற வாற பஸ்ஸுல எல்லாம் குண்டு வெடிக்குறதில்லையே. அடுத்தது, சிங்களவங்களை இஞ்ச யாரும் பிடிச்சுக் கொண்டு போறதில்லதானே.'

'ஆனா இங்க இருக்குறவங்களே பயத்தோடு இருக்கிறாங்கன்னா வெளியே இருக்குறவங்க பயப்படாம எப்படி இங்க வருவாங்க?'

'இஞ்ச இருக்குறவையள் பயப்படுறது... அதுக்கு சில காரணங்கள் இருக்கிறதாலதான் அக்கா. அவையளுக்கோ, இவையளுக்கோ, எதிராளிகளுக்கோ உதவி செய்தவங்களெண்டு கொண்டு போவினம். தகவல் கொடுத்தவங்களெண்டு கொண்டு போவினம், இல்லாட்டி சொன்னதைச் செய்யலேண்டு கொண்டு போவினம். சில வேளை காணாமல் போக வேண்டி வரும். சில வேளை துப்பாக்கிச் சூடு பட வேண்டி வரும். இல்லாட்டி மறியலுக்குப் போக வேண்டி வரும். திடீரெண்டு ட்ரெய்னிங் கொடுக்கவெண்டு கொண்டு போவினம். இதுதான் இஞ்ச இப்ப பிரச்சினை அக்கா. ஆனா அங்க இருக்குறவையள் இஞ்ச வந்தா பயப்படத் தேவையில்ல. நெசம்தான் அக்கா. உங்களுக்கு ஒருத்தரும் ஒண்டும் செய்ய மாட்டாங்களெண்டு உங்களுக்குத் தெரியும்தானே அக்கா...'

'ஆனா இப்படி அங்க இருக்குறவங்க இங்க வந்தாலும் கூட யாரோடும் நிம்மதியா சந்தோஷமா இருக்க வாய்ப்பில்லாமத்தானே திரும்பிப் போவாங்க? இங்க வேற தெரிஞ்சவங்களோ, கூட்டாளிகளோ இல்லையென்றால், சந்திக்குற எல்லாருமே பயத்தோடுதான் இருப்பாங்களென்றால், அவங்க வந்துதான் என்ன செய்றது? அடுத்தது பயத்தில இருக்குறவங்க பாட்டு கேட்பாங்களா?'

'இல்ல... இல்ல... இஞ்ச டவுன்ல இருக்குறவையள் அப்படி எப்பவும் பயத்தில இருக்குறதில்ல கிராமங்கள்ல இருக்குறவையள் போல. இவையள்ட கனக்கக் காசிருக்குமெண்டாலோ யாராவது ஒரு தரப்புக்கு மாத்திரம் உதவி செய்திருப்பினமெண்டாலோதான் சரியான பயத்தில இருக்க வேண்டியிருக்கும். வேற காரணங்களும் இருக்கேலும். எங்கட ஊரில இருக்குற அம்மாக்களெண்டா எப்பவும் பயத்தோடதான் இருக்கினம். பிள்ளைகளைப் பிடிச்சுக் கொண்டு போவாங்களோ எண்டு... தொடக்கத்துல வன்னி ஆட்கள், இப்ப கருணா, இனிமேல் யாரெல்லாம் கொண்டு போவாங்களோ தெரியாது. கோயில் திருவிழாக் காலங்கள்ல உள்ளுக்க இருக்குற கிராமங்கள்ல நிறையப் பிள்ளைகளக் கொண்டு போயிடுவாங்களக்கா. அக்கா அவையளிட்ட இதையெல்லாம் சொல்ல வேண்டாம். அவையள் டவுனுக்கு வந்து பாட்டு பாடிட்டு, அந்தக் களப்புக்குப் பக்கத்துல இருக்குற அழகான இடத்துல தங்கியிருந்துட்டுப் போகட்டும். வெளிநாட்டாக்கள், என்ஜியோக்கள்ல வேலை செய்றாக்களெல்லாம் அங்கதான் தங்குவினம். நாங்களும் ஒரு நாள் போய்ப் பார்த்தம். அவ்வளவு அழகான இடம். ஊருகளுக்குள்ள நடக்குறவை எதுவும் அந்த இடங்களுக்கு விளங்கவே விளங்காது அக்கா. அதனால அவையள் பயப்படத் தேவையில்ல. ஒண்டும் விளங்கவும் மாட்டாது. அக்கா கூட்டிக் கொண்டு வாங்கோவன்...'

'இங்க இருந்த சாதாரண சிங்களப் பொதுமக்களையும் முந்தி இங்க வச்சுக் கொன்று போட்டாங்களென்றது உங்களுக்குத் தெரியுமா? அந்தப் பயம்தான் இப்பயும் அங்கிருக்குறவங்களுக்கு இருக்கு.'

'ஹ்ம்ம்ம்... அதுக்கு என்னதான் செய்யுறது? அநியாயம்... அப்ப அவையள் ஒருக்கிலும் இஞ்ச வர மாட்டினமென்ன? சங்கீத் ஒருக்கிலும் இஞ்ச பாட்டுப் பாட வர மாட்டார்.'

‘இல்ல. அப்படியில்ல. எப்பவாச்சும் வருவார். கொஞ்சம் கூடப் பயமே இல்லாமப் போன ஒரு நாள் வருவார். சில வேளை இங்க இருக்குறவங்களும் நல்லா சிங்களம் கதைக்கக் கூடிய ஒரு நாள்ல வருவார்.’

‘கடவுளே... எங்களுக்கும் சிங்களம் கதைக்கத் தெரியாதே. அப்படியெண்டால் அது ஒருக்கிலும் நடக்காது, இல்லையா அக்கா? நாங்க இப்ப சிங்களம் படிக்கத் தொடங்கினாலும் அதுக்கு எவ்வளவோ காலமெடுக்கும், இல்லையா?’

‘சில வேளை யுத்தம் முடிந்ததென்றால், இல்லாட்டி சமாதான உடன்படிக்கையில கைச்சாத்திட்டால், சமாதானம் வந்தால், அதுக்குப் பிறகு அவங்க வர வாய்ப்பிருக்கு.’

"......................"

‘ஏன் திகைச்சுப் போய் பார்த்துக் கொண்டிருக்கீங்க?’

‘எங்களுக்கு இதெல்லாம் விளங்கேல்ல அக்கா. எப்படியெண்டாலும் பரவாயில்ல. எங்களுக்கு அவையளச் சந்திக்கக் கிடைச்சா, அவையள் எங்களைப் பார்க்க வந்தாங்களெண்டால், எங்களுக்காகப் பாட்டுப்பாட அவையள் வருவாங்களெண்டால்... அவ்வளவுதான்... ஆனா சங்கீத் இஞ்ச வரேல்ல எண்டால் எங்கட தலைமுடி வளர்ந்ததுக்குப் பிறகு நாங்கள் அவரைப் பார்க்க வருவோமெண்டு அவர்கிட்ட சொல்லுங்கோ.’

‘ஏன்? உங்களுக்கு அங்கே வரப் பயமாக இல்லையா?’

‘ம்ம்... இல்ல. எதுக்கு நாங்கள் பயப்பட வேணும்? நாங்க குற்றமொண்டும் செய்யேல்லயே. அடுத்தது இப்ப எங்களுக்கு அக்காவும் இருக்கீங்கதானே... எங்களைப் பார்த்துக் கொள்ள அக்காவால ஏலும்தானே?’

‘ஐயோ... முடியாது. உங்களைக் கொழும்புக்குக் கூட்டிக் கொண்டு போக எனக்குப் பயமாக இருக்கு. நானும் பிரச்சினைகள்ல மாட்டிக் கொள்ற காரியம் அது.’

‘ஆஹ்... சரி சரி... பரவாயில்ல. அக்கா எங்களைப் பார்த்துக் கொள்ளத் தேவையில்ல. நாங்க எப்படியாவது அவரைக் கண்டுபிடிச்சுக் கொள்றம். அக்கா அவர்கிட்டச் சொல்லுங்கோ நாங்க தலைமுடி வளர்ந்தாப் பிறகு ரயில்ல ஏறி அவரைப் பார்க்க வரப் போறோமெண்டு... சரியா? மறந்து விடாதீங்கோ சரியா? அதுவரைக்கும் எங்களுக்கு அவரோட சீடீ ஒண்டு கொண்டு வந்து தாங்களேன்.’

ஜூலை 07, 2007

மூன்று வேண்டுகோள்கள்

ஒவ்வொரு விதமாக வேண்டுகோள்களை முன் வைக்க முடியும்.

அவற்றுக்கான மறுமொழிகள் -

அவை மிகவும் மாறுபட்டதாகவும் அமையலாம் இல்லையா?
வேண்டுமென்றால் கை விட்டு விடவும்,

கண்டு கொள்ளாமலிருக்கவும் கூட முடியும்.

இவை மூன்று தாய்மார்களின் வேண்டுகோள்கள்...

I

என்டயா? என்ட பேர் ஸ்ரீநாச்சி. காவன்னா ஸ்ரீநாச்சி. என்ட பேர்ல என்ன இருக்கப் போகுது? மனுஷனா வாழச் சுதந்திரம் இல்லண்டா பேருல மட்டும் என்ன பயனிருக்கப் போகுது? மண்ணோட முட்டி மோதி ஏலுமான விதத்தில எதையாவது வேக வச்சுத் திண்டுபோட்டு யாருக்கும் எந்தத் தீங்குமில்லாம ஜீவிச்சு வந்த ஜனங்கள் நாங்கள். தெரிஞ்ச காலத்துல இருந்து யுத்தத்தால அடி வாங்குறம். ஆனா எல்லாரும் எங்களுக்காகத்தான் யுத்தம் செய்யுறமெண்டு சொல்றாங்கள். வீடு வாசல், பயிர் பச்சைகள், ஆடு மாடுகள் எல்லாம் எத்தனை தடவைதான் இல்லாமப் போச்சுது. உடுத்திருந்த உடுப்புகள் மட்டும் மிஞ்சியிருந்த நேரங்களும் இருந்தது.

ஆனா நாங்க யாரிட்டயும் எதையும் கேட்டுப் போனதில்ல. யாரையும் குத்தம் குறை சொல்லேல்ல. எங்களால இயலுமான விதத்துல எங்கட காரியங்களைச் செஞ்சு கொண்டம். வளர்ந்து கல்யாணம் கட்டி பிள்ளை பெத்தம். பிள்ளைகள நல்லாப் படிக்க வச்சு நல்லொரு இடத்துக்கு அனுப்ப வேணுமெண்டது மட்டும்தான் எங்கடை வாழ்க்கைல இருந்த ஒரே ஆசை. ஆனா பார்க்கப் போனா பிள்ளையளுக்கெண்டு இருந்தது எங்களோடதையும் விட மோசமான காலம்.

எனக்கு நாலு பிள்ளையள். ஒரேயொரு மகன். அந்தப் பெடியனும் படிக்க நல்லாப் பாடுபட்டான். ஐயோ! எண்டாலும் என்ன செய்யுறது? எல்லாம் கரைஞ்சு போச்சுது. பெடியனை பலவந்தமாக் கடத்திக் கொண்டு போயிட்டினம். கொண்டு போய் இப்ப ஒரு வருஷத்துக்கும் மேலாகுது. காலையிலேயே ஸ்கூலுக்குப் போயிட்டு வந்தவன், பகலைக்கு போட்டு வச்சிருந்த சோத்தைக் கூடச் சாப்பிடாம 'அம்மா நான் ட்யூஷனுக்குப் போயிட்டு வந்து சாப்பிடுறன்' எண்டு சொல்லிட்டு மாலை வகுப்புக்குப் போனான். களுவாஞ்சிக்குடிக்குத் திரும்புற இடத்துல ஒரு ட்யூஷன் வகுப்பு இருக்கல்லோ? அதுக்குத்தான். அந்த வகுப்பு முடிஞ்சு இன்னொரு பெடியனோட சைக்கிள்ல வீட்டுக்கு வர வந்தானாம். அந்தி நாலரைக்குப் போல ரெண்டு பேரையுமே சைக்கிளோட கொண்டு போயிட்டினம். மற்றப் பெடியனையெண்டா கொஞ்ச நாட்கள்லயே திருப்பி அனுப்பிட்டினம். அந்தப் பெடியனோட அம்மா, அப்பாக்குத் தெரிஞ்சவையள் பெரிய பதவிகள்ல இருக்கினமாம். எங்கடை பெடியன எனக்குத் திரும்பக் காணக் கிடைக்கவேயில்ல.

அதுதான் உங்களிட்ட ஒரு உதவி கேட்டு வந்தனான். முடியாதெண்டு மட்டும் சொல்லிடாதீங்கோ. அந்த உதவியை எனக்கு எப்படியாவது செஞ்சு தாங்கோ. பெடியனைப் பார்க்கப் போக காசு

கொஞ்சம் தாங்கோ. சும்மா வேண்டாம். கடனாத் தாங்கோ. நான் முடிஞ்சளவு கெதியா திருப்பித் தருவன். நானே காசுழைச்சுச் சேமிச்சுப் பார்க்கப் போறதெண்டால் அதுக்கு கனக்க நாளாகும். நிறைய யோசிச்சுப் பார்த்துத்தான் கடைசியா நான் இந்த முடிவை எடுத்தன். நாங்க ஒருக்கிலும் ஒருத்தரிட்டையும் கையேந்திய ஆட்களில்ல. பெடியன்ட முகத்தைப் பார்க்குறதுக்குத்தான்... இல்லாட்டி பட்டினி கிடந்து செத்தாலும் கூட இப்படிக் கேட்டு வர மாட்டன். தப்பா நினைக்காதீங்கோ. ஊரில ஒருத்தரிட்டயும் இப்படிக் கேட்க என்னவோ மாதிரிக் கிடக்கு... அடுத்தது ஊரிலையும் எல்லாரும் எங்களைப் போலத்தான். எல்லாரும் ஒரே நிலைமைக்கு விழுந்துட்டினம்.

பெடியனை இஞ்சயே கண்டிருந்தா பிரச்சினை ஒண்டுமில்லதான். ஆனா அதைச் செய்ய முடியாமப் போயிட்டுது. கொண்டு போன நாள்லருந்து ஓரோரிடமா அலைஞ்சு திரிஞ்சனான். பேரைச் சொல்லிக் கேட்டால் அப்படியொருத்தரை எங்களுக்குத் தெரியாதெண்டு தான் எல்லாரும் சொன்னவங்கள். பிறகுதான் காரணம் தெரிஞ்சது. பிள்ளையளக் கொண்டு போன உடனே பேரை மாத்தி புதிய புதிய பேர்களை வைப்பாங்களாம். அதனால புதுசா சந்திக்குற ஆட்களெல்லாருக்குமே அந்தப் பிள்ளையள புதிய பேர்களக் கொண்டுதானே தெரியும்? என்ட பெடியனுக்கு ஒரு அழகான பேர் இருந்துச்சுது. அந்தப் பேரைக் கூட நாந்தான் வச்சனான். எண்டாலும் பெடியன் உசிரோட இருக்கும்போதே அந்தப் பேரால ஒரு பிரயோசனமும் இல்லாமப் போயிட்டுது. அதனாலதான் பேரால என்ன பயனிருக்கப் போகுதெண்டு நான் உங்களக் கேட்டனான். அதாலதான் என்ட பெடியனை இன்னும் கண்டுபிடிக்க முடியேல்ல. பெடியன் இருந்த இடங்களுக்கும் போயிருப்பன். ஆனா முகத்தைக் கூடப் பார்க்கக் கிடைக்கேல்ல. அம்மாவும் கை விட்டுட்டாளெண்டு பெடியன் நினைச்சுக் கொண்டிருப்பானோ தெரியாது. அதனாலதான்

பெடியனுக்கு ஏதெண்டாலும் பிரச்சினை வர முன்ன அவனைப் பார்க்க வேணும்.

யாருக்குத் தெரியும்? போர் வன்னிக்கும் போகப் போகுதெண்டு எல்லாரும் சொல்றவங்கள். அப்படியெண்டால் என்ட பெடியனும் யாருமில்லாத அநாதை மாதிரிதானே சாக வேண்டி வரும். என்ட பெடியன் புலியில்ல. இஞ்ச போர்க்காலத்துல பிள்ளையள் எல்லாரையும் பிடிச்சு வன்னிக்குக் கொண்டு போயிட்டினமாம். என்ட பெடியனை மாதிரி பலவந்தமா பிடிச்சுக் கொண்டு போன, அம்மா வாற வரைக்கும் காத்துக் கொண்டிருக்கிற பிள்ளையள் எத்தனை இருப்பினம் அங்க? செத்துக் கூடப் போயிருப்பினம். கடைசில புலியெண்டு சொல்லி டீவிலயும் காட்டியிருப்பினம். எங்கட தூரத்துச் சொந்தங்காரப் பதினெட்டு வயசுப் பெடியனொருத்தன கடத்தி வன்னிக்குக் கொண்டு போனவங்களாம். அந்தப் பெடியன் அங்க செத்துப் போயிட்டான். அநாதைப் பொணம் மாதிரி மண்ணுல புதைச்சுப் போட்டிருக்கினம். ஐயோ, அந்த அம்மா எப்படித் தாங்குவாள்? கஷ்டம் துன்பங்கள் அனுபவிச்சு பிள்ளைகளைப் பெத்து வளர்க்குறது இப்படி ஊர் பேர் தெரியாத இடங்கள்ல அநாதைப் பொணம் மாதிரி புதைக்கப்படுறதுக்கா? எனக்குக் கெதியாப் போக வேணும். ஒரு தடவை பெடியனோட முகத்தப் பார்த்து அம்மா அவனுக்கெண்டு இருக்குறத அவன் உணர்ந்தது எனக்கு விளங்கினா... எனக்கு அது போதும்.

பிள்ளையளப் பெத்து வளர்த்து ஆளாக்கி கடைசி காலத்துல நிம்மதியா இருக்கலாமெண்டு பார்த்தா, இப்ப நடக்குறதெல்லாம் கனவுல கூட நெனச்சுப் பார்த்திருந்தமா? இப்ப இந்தப் பகுதியில புலி இல்லாததால எல்லாரும் சுதந்திரமா நிம்மதியா இருக்குறமெண்டு டீவியில பெரிய பெரிய ஆட்களெல்லாம் சொல்லினமாம். அப்படி எப்படி எங்களுக்கு நிம்மதி கிடைக்கும்? நிம்மதி கிடைக்க எங்கடை

பிள்ளையள் வீட்ட திரும்பி வர வேணுமே. எங்கட பிள்ளையளப் பத்தி யாருமே எங்கேயுமே கதைக்கேல்ல. பிள்ளையள வந்து சரணடையச் சொல்லியெண்டா சொன்னவங்களாம். அத அவ்வளவு லேசாச் செய்ய ஏலுமெண்டாத்தான் எத்தனை பேர் அங்க எஞ்சியிருப்பினமோ தெரியாது. அடுத்தது... இஞ்ச நாங்க நிம்மதியா இருக்க வேணுமெண்டா பிள்ளையள பலவந்தமா பிடிச்சுக் கொண்டு போறது நிறுத்தப்பட வேணும்தானே? அதுவும் நடக்கேல்ல. போன கிழமையும் எங்கடை ஊரிலயே மூணு பிள்ளையளக் கடத்திக் கொண்டு போயிட்டினமாம். இந்தத் தடவை கருணா பார்ட்டியாம். இனி எங்க நிம்மதியோ, விடுதலையோ இருக்குது? அந்த டீவியில கதைக்குற ஐயாக்களுக்கு இதெல்லாம் தெரியாதோ? இல்லையெண்டா தெரிஞ்சு கொண்டு தெரியாத மாதிரி இருக்கினமோ? எங்களுக்கு எப்படி இதெல்லாம் விளங்கும்? இதைத் தேடிப் பார்க்கிறதாலயும் பிரயோசனமும் ஒண்டுமில்ல. நாங்க பாடுபட்டு உழைச்சாத்தான் எங்கடை பிள்ளையளுக்கு ஒரு வேளையாவது சாப்பாடு கொடுக்கலாம்.

பெடியனைப் பார்க்க வேணுமெண்டால் வவுனியாவுக்குப் போய் சில நாட்கள் தங்க வேண்டி வரும். அனுமதி கிடைக்குற வரைக்கும் லொஜ்ஜொண்டுல இருக்க வேணும். கடையிலதான் சாப்பிட வேண்டி வரும். எல்லாத்துக்கும் காசுதானே தேவை. வன்னிக்குப் போனாலும் 'இதோ இருக்குறார் அம்மாட பிள்ள. பார்த்துட்டுப் போங்கோ' எண்டு யாரும் பிள்ளையை என்கிட்ட கொண்டு வந்து காட்டுவினமோ? இல்லையே. பிள்ளை இருக்குற இடத்தத் தேடிக் கண்டுபிடிக்க நானேதான் அங்க இஞ்ச அலைய வேண்டியிருக்கும். எண்டாலும் எப்பவாவது பிள்ளைய இந்த ரெண்டு கண்ணாலயும் கண்ட பிறகுதான் நான் திரும்பி வருவன். அதுக்கு ஏழெட்டு நாளாவது எடுக்குமெண்டு நினைக்குறன். அதுக்குக் கூடவும் ஆகலாம். எல்லாத்துக்கும்

தயாராத்தான் போக வேணும். அதுக்கு நிறையக் காசு கையில வச்சிருக்க வேணுமே. அத்தோட பிள்ளைக்கு சாப்பிடப் பிரியமான எதையாவது கொஞ்சக் காலம் கெடாமல் வச்சுக் கொள்ற மாதிரி சமைச்சு எடுத்துக் கொண்டும் போக வேணும். அதனாலதான் இஞ்ச வாறதுக்கு மனச தயார் படுத்திக் கொண்டன். தானமா மட்டும் காசைக் கொடுக்காதேயுங்கோ எனக்கு. அடுத்தவங்களோட உழைப்புல சம்பாதிச்ச காச தானமா வாங்கிப் பழக்கமில்ல எங்களுக்கு ஒருக்கிலும். கடனாக் கொடுங்கோ. கெதியாத் திருப்பிக் கொடுப்பன்.

இப்பயெண்டா எனக்கும் தோணுதுதான். கடவுளே! எதுக்கு நாங்க பிள்ளையளப் பெத்து வளர்த்தமெண்டு. புட்டத்தைத் தனியாக் கழுவிக் கொள்ளத் தெரிஞ்ச காலத்துலேந்து பிள்ளையளெல்லாம் பயத்துல நடுங்கிக் கொண்டுதானே இருக்கினம். நிஜமாவே நிம்மதியில்ல. நாங்கள் செத்துப் போய் புதைச்சாலும் கூட நிம்மதியிருக்கா தெண்டுதான் தோணுது இப்பல்லாம். வாகரை மயானத்துக்கு நடந்திருக்கிறதப் பார்த்தீங்கதானே. சுனாமி வந்தப்ப ஒரு பக்கத்த கடல் கொண்டு போச்சுது. போர் வந்தாப் பிறகு எஞ்சிய பக்கமெல்லாத்தையும் புல்டோசர் போட்டு, மொத்த மயானத்திலேயும் தென்னம்பிள்ளையளை நட்டிருந்தினம். தென்னைகள் திணைக்களமெண்டோ என்னமோ போட் ஒண்டையும் நட்டிருந்தவங்கள். அங்க தென்னைகளெல்லாம் வெயிலில வாடிப் போய்ச் செத்துக் கிடக்கிறத போன கிழமை கண்டன். என்னண்டாலும் அங்க புதைக்கப்பட்டிருந்தது எங்கடை பிள்ளையளல்லோ எண்டுதான் நான் கேட்குறனான். அதைக் கண்டதும் என்ட மனசு சரியா நொந்து போயிட்டது. தாயொருத்தியால எத்தனையத்தான் தாங்கிக் கொள்ள ஏலும்?

நாங்க யாருமே புலிகளப் பெத்துப் போடேல்ல. நாங்க பிள்ளையளத்தான் பெத்து வளர்த்தம். எங்கட கையாலாகாத்தனத்துக்கு

நாங்க யாருக்கும் சாபம் கொடுக்கவுமில்ல. நாங்க மனுஷனா வாழத்தான் பாடுபட்டம். ஆனா கடசில என்ன நடந்தது? எங்கடை பிள்ளையள் புலிகளாக ஆகிட்டாங்களெண்டு வையுங்கோ. ஆனா யார் அப்படி அவங்களை ஆக வச்சது? நாங்களா? பாவப்பட்ட நாங்களா?

அங்க புதையுண்டு கிடந்ததெல்லாம் என்னைப் போலவே பாவப்பட்ட தாய்மாரோட பிள்ளையள்தான். என்ட பிள்ளையைப் போலவே கஷ்டத்துல பிறந்து வாழப் பாடுபட்ட பிள்ளையள்...!

ஹ்ம்ம்...நான் போறன். வன்னிக்குப் போறதுக்கு முன்ன பொம்பிளைப் பிள்ளையள் மூணு பேர்டயும் குறை நிறைகளப் பூர்த்தி செஞ்சுட்டுப் போக வேணும். இந்தக் காலகட்டத்துல பொம்பிளைப் பிள்ளையளப் பிடிச்சுக் கொண்டு போறதில்லன்றதால நிம்மதி. அதனாலதான் அந்தளவு பயமில்லாமக் கிடக்கு. சரி... அடுத்த தடவை வரும்போது வன்னிக்குப் போகத் தயாராத்தான் வருவன். சரி தானே?

ஆகஸ்ட் 16, 2007

II

நான் வந்திருக்குறது ஒரு உதவி கேட்டு. தப்பா நினைக்காதீங்கோ. யாரையும் குறை சொல்ல வந்த பயணமல்ல இது. என்ன நடந்தாலும் நாங்க ஒரு நாளும் யாருக்கும் குற்றம் குறை சொன்னதில்ல. இனிமேல சொல்லப் போறதுமில்ல. தரையில ஒரு காலையும், குழியில ஒரு காலையும் வச்சுக் கொண்டு யாரையும் கோவிச்சுக் கொண்டு என்னதான் செய்றது? போகேக்க கொண்டு போகப் போறமா? இது எங்கட விதி. தமிழனாப் பொறந்த பாவத்தை நாங்க வாழ்ந்துதான் தீர்க்க வேண்டியிருக்குது...

நான் கண்ண மூட முன்ன இதோ இந்தப் பிள்ளையள் ரெண்டு பேரையும் வீட்டுக்குக் கொண்டு வந்து தந்தாப் போதும். வேற ஒண்டும் வேணாம். நாங்க ஏலுமான எல்லா இடங்களுக்கும் அலைஞ்சு திரிஞ்சம். செய்ய முடிஞ்சதெல்லாம் செஞ்சம். இதுக்குப் பிறகு நாங்க செய்றதுக்கு ஒண்டும் மிச்சமில்ல. எங்கட கடவுள் இல்லையோ? போகட்டுமாம், அமைச்சர சந்திக்கட்டுமாம், ஜனாதிபதிக்கு எழுதிப் போடட்டுமாம், செஞ்சிலுவைக்குப் போகட்டுமாம்... ஐயோ தாங்கேல்ல. மகள் அந்த சில இடங்களுக்குப் போனவள்தான். அவளும் அவள்ட புருஷனும் இன்னமும் அலைஞ்சு திரிஞ்சு கொண்டுதான் இருக்குதுகள். இண்டைக்கும் வெலிகந்தைக்குப் போயிருக்கினம். எங்க... ஒண்டுலயும் ஒண்டுமே நடக்கேல்லயே.

எனக்கெண்டால் இதையெல்லாம் செய்ய இப்ப உடம்புல பலமே இல்ல. என்ட புருஷனும் இப்ப ஏலாமக் கிடக்கார். இப்ப கை கால்ல சீவனெல்லாம் ஓய்ஞ்சு போயிருக்குது. எவ்வளவு பாடுபட்ட மனுஷன்? மகளுக்கும் இப்ப போதுமாப் போயிருக்கும். சரியா சாப்பாடில்ல. எப்படியும் அலைஞ்சு திரிஞ்சு மட்டும் போதாதே. பிறகு மற்றப் பிள்ளைகள் என்னத்த சாப்பிடுறது?

எங்களாலயும் இப்ப பிள்ளையளுக்கு உதவி செய்ய வழியில்ல. இருந்த எல்லாத்தையும் இழந்துட்டம். நாங்க குடும்பிமலையில முருதான கிராமத்தில இருந்தம். நாங்க பொறந்து வளர்ந்ததெல்லாம் அங்கதான். முந்தி எங்களிட்ட பெரிய வீடு இருந்தது. ரெண்டு பக்கமும் பெரிய மண்டபம் வச்ச வீடு. எங்களிட்ட நிறைய ஆடு மாடுகள் இருந்துச்சுது. எண்பதுகள்ல தொடங்கின போருல எங்கட வீட்டுக்கு மட்டும் நாலு தடவ தீ வச்சாங்கள். ராணுவம் வந்தா வீடுகளுக்குத் தீ வச்சுட்டு வயல் பயிர் பச்சைகளுக்கு மேலால டோஸர் பண்ணிக் கொண்டு போகும். ஒண்டுமே மிஞ்சாது. நாங்க ஒவ்வொரு தடவையும் கையில கிடைக்குறத எடுத்துக் கொண்டு ஓடுவம். பிறகு ஒவ்வொரு

தடவையும் நாங்க வீடு வாசல்களை நல்லாக் கட்டிக் கொண்டம். ஒவ்வொரு தடவையும் இனி ஒண்டும் நடக்காதெண்டு தானே நினைச்சம். அத்தோடு அந்தக் காலத்துல எங்க ரெண்டு பேருட்டயும் மனசுலயும் சக்தியும், தைரியமும் இருந்தது.

இப்ப இனி அங்க போக ஏலாது. போனாலும் அங்க போய்ப் பாடுபட இப்ப எங்க ரெண்டு பேருட்டையும் சக்தியுமில்ல. எல்லாத்தையும் புதிசாத் தொடங்க வேணுமே!

அதோ... கேட்குதா? அது... அது... தொடர்ந்து அடிக்கிறாங்கள். ராத்திரி பகலெண்டு வித்தியாசமில்ல. தொடர்ச்சியா இப்படித்தான். அடிக்குற அடியில எதுவும் மிஞ்சுமெண்டு சொல்ல முடியாது. நாங்க கடைசியா வரும்போது நல்லாக் காய்க்குற நாப்பது தென்னை மரம் இருந்துச்சுது. இன்னும் ஒவ்வொரு விதமான பயிர் பச்சைகள், மரங்கள். எங்களிட்ட வயலெண்டால் இருக்கேல்ல. அதனால அவர் வேற ஆட்களிட வயலை குத்தகைக்கு எடுத்து விதைச்சு வந்தார். ஒரு குறையில்லாம வாழ்ந்து வந்தம். இடைக்கிடை யுத்தத்தால வந்த வினையில்லாம இருந்திருந்தா... மிகவும் அமைதியான வாழ்க்கையொண்டுதான் எங்களிட்ட இருந்தது.

இனி மிச்சக் காலத்தை பிள்ளையள்ட தயவுலதான் ஓட்ட வேணும். இன்னும் மிச்ச காலம் இருக்கப் போறதில்ல. காலம் நெருங்கிடுச் செண்டுதான் எனக்கு அடிக்கடி தோணுது. பிள்ளையள் ரெண்டு பேரையும் கண்ணால கண்டால் நிம்மதியாச் சாக ஏலும் எங்க ரெண்டு பேராலயும்.

அரசாங்கத்துல பெரிய இடங்களுக்கு, அந்த உரிமைகள் பத்தியெல்லாம் கதைக்குற கொழும்பாட்களிட்டச் சொல்லி எங்களுக்கு இந்தப் பிள்ளையள் ரெண்டு பேரையும் எப்படியாவது கொண்டு வந்து தர உங்களுக்கு ஏலாதா? வெளிநாட்டுலருந்து பெரிய

பெரிய அம்மாக்களும், ஐயாக்களும் பல தடவைகள் இஞ்ச வந்து பிள்ளையளக் கடத்திக் கொண்டு போறதப் பத்திக் கதைச்சவங்களெண்டு மகள் சொன்னவள். யார்கிட்ட சொன்னாலும் பரவாயில்ல பிள்ளையைக் கொண்டு வர ஏலுமெண்டால்.

என்ட மகனையும் கொண்டு போனவங்கள். அது தொண்ணூறாம் ஆண்டுல. போர்ல பாதிக்கப்பட்டதால பிள்ளையளக் கூட்டிக் கொண்டு இஞ்ச வந்து அவையள இஞ்ச ஸ்கூல்ல சேர்த்திருந்தம். ஆடு மாடுகளப் பார்த்துட்டு வருவமெண்டு நானும் அவரும் முருதானக்குப் போயிருந்தம். அண்டைக்கு ராத்திரிதான் அவையள் இந்தப் பக்கம் வந்து கனக்கப் பிள்ளையளக் கொண்டு போயிருந்தவங்கள். என்ட மகனையும் கொண்டு போயிருந்திச்சினம். எங்களுக்கு ஏழு பிள்ளையள். ஆறாவது பிள்ளையத்தான் அவையள் கொண்டு போனவையள். அவனுக்கு அப்ப பதினாலு வயசு. விருப்பத்தோட ஸ்கூலுக்குப் போனது அந்தப் பிள்ளை மாத்திரம்தான். அப்பாவைப் போல நல்ல அழகா இருப்பான்...என்னைப் போல கருப்பில்ல.

என்ட மகனும் உயிரோடிருக்கானெண்டு ஒவ்வொத்தரும் சொல்றவையள்தான். எண்டாலும்... எனக்கு நம்பிக்கையில்ல. இருந்திருந்தா இவ்வளவு காலத்துக்கும் அம்மா அப்பாவைப் பார்க்க வராம இருந்திருப்பானா? இருப்பானெண்டால்... ம்ம்... நல்ல இளந்தாரியா இருப்பான் இப்ப. ஹ்ம்ம்... இப்ப அதையெல்லாம் கதைச்சு வேலயில்ல. அந்தக் காலத்தில நான் ஒவ்வொரு நாளும் சோற்றையும் போட்டு வச்சுட்டு கதவத் திறந்து வச்சுக் கொண்டு பார்த்துக் கொண்டிருந்தனான்தான். எப்பண்டாலும் 'அம்மா' எண்டு கூப்பிட்டுக் கொண்டு மகன் வருவானெண்டு... அந்தக் காலத்தில அவர் என்ட மனசைத் தேற்றுவார். கவலைப்பட்டுக் கவலைப்பட்டே எனக்கு விசர் பிடிக்குமெண்டு அவர் பயந்து போயிருந்தவர். கண்கள் பூத்துப் போற வரைக்கும் பார்த்துக் கொண்டிருந்தும் அவன் வரேல்ல. இப்ப

பதினேழு வருசமாச்சுது. அந்த மகனைப் பற்றியெண்டால் இப்ப ஒரு எதிர்பார்ப்புமில்ல. இருந்தாலும் அவன் எல்.டீ.டீ.ஈ காரனில்லண்டு என்னால சொல்ல ஏலுமா என்ன?

சின்னப் பிள்ளையள் ரெண்டு பேரையும்தான் எப்படியாவது கூட்டிக் கொண்டு வர வேணும். மூத்த மகளிண்ட பெடியனுக்கு இப்ப இருபது வயசு. அந்தப் பெடியனெண்டால் காரைதீவுல இருக்குறானாம். மகள் பார்க்கப் போயிருந்தவள். மகன் ஒரே அழுகையாம். 'ஐயோ அம்மா என்னால இருக்கேலாது. எப்படியாவது என்னை வீட்டுக்குக் கூட்டிக் கொண்டு போங்கோ' எண்டு. எப்படிக் கூட்டிக் கொண்டு வாரது? இஞ்ச இருந்த மகளோட பெடியனுக்கு இப்பதான் பதினஞ்சு வயசு. அவனைக் கொண்டு போன காலத்திலயே கேள்விப்பட்டம் வாகரைப் போருல அவனுக்கு குண்டு பட்டுச்சுதெண்டு. நெஞ்சுல பட்டிருந்தது. செஞ்சிலுவையில இருந்தும், இன்னம் சின்னப் பிள்ளையளுக்காக வேல செய்ற ஒரு குழுவிலருந்தும் ஐயாக்கள் வந்தவங்கள். எல்லாரும் அந்தப் பெடியன வீட்ட கூட்டிக் கொண்டு வரப் பாடுபட்டினம். எண்டாலும் அதைச் செய்ய முடியாமப் போச்சுது. அங்கயே இருக்குறதுதான் பாதுகாப்பு, நல்லா மருந்து மாத்திரையெல்லாம் கொடுத்து குணப்படுத்துறம் எண்டு அவையள் சொன்னவங்களாம். ஆனா கிட்டடியிலருந்து அவனிட்ட இருந்து ஒரு தகவலுமில்ல. அவனிருந்த முகாமை மூடிப் போட்டுப் போயிட்டினமாம். வெலிகந்தையில, சிங்களப் பகுதியில இருக்கிறதா வந்த தகவல நம்பித்தான் இண்டைக்கு மகளும், மகள்ட புருஷனும் பார்க்கப் போயிருக்கினம்.

ஐயோ... எப்படியாவது இந்தப் பிள்ளையள் ரெண்டு பேரையும் கொண்டு வந்து தாங்கோ. பிள்ளையளக் கொண்டு போயும் இப்ப ஒரு வருஷம் கடந்துட்டுது. சரியாச் சொன்னால் அண்டைக்கு ஜூன் பதிமூண்டு. பதினாலாம் தேதி எண்ட இளைய மகன் கல்யாணம்

முடிக்கவிருந்தவன். பதிமூண்டாம் தேதி ராத்திரி இந்த அயலட்டைப் பிள்ளையள், எங்கடை பேரப் பிள்ளையளெல்லாரும் இஞ்ச இருந்தவங்கள். அடுத்த நாள் கல்யாணத்துக்கு வேலைகள் இருந்துச்சுதே. ஒருத்தருக்கும் தெரியாம அண்டைக்கு ராத்திரி வீட்ட சுத்தி வளைச்சு இஞ்ச இருந்த ஒன்பது பெடியன்களைக் கடத்திக் கொண்டு போயிட்டினம் கருணா பார்ட்டியாட்கள். அடுத்த நாள் கல்யாணம் கட்டவிருந்த பெடியனையும் கொண்டு போயிட்டினம். அந்தப் பெடியனையும், இன்னும் சுகமில்லாமக் கிடந்த வேறொரு பெடியனையும் ரெண்டு மூண்டு நாளைக்குப் பிறகு வீட்டுக்கு அனுப்பி வச்சிருந்தாங்கள்.

ஐயோ... என்ட பேரப் பிள்ளையளிரண்டும்... என்ட கண்ணுல இப்ப கண்ணீரில்ல பிள்ள. நிம்மதியாக் கண்ண மூடுறதுதான் என்ட தேவை இப்ப. இவ்வளவு காலமும் ஜீவிச்சது போதும். அம்பத்தஞ்சு வயசாகுது இப்ப. அவருக்கு இப்ப அறுபதெண்டு நினைக்குறன்...!

ஆகஸ்ட் 16, 2007

III

இல்ல... இல்ல... எதையும் ஏத்துக் கொள்ள நான் விருப்பமெண்டு சொல்லேல்ல. அது வேற கதை. கனத்த இருட்டோட பெரிய மழையொண்டு வரேக்க நான் நல்லாப் பயந்து போனன். பெய்ஞ்சுதெண்டால்... ஐயோ...எங்கடைவீட்டுக்குள்ள நிண்டு கொண்டிருக்கவாவது ஒரு இடமில்ல. அவரும் நோயாளி. எங்களுக்கெண்டால் இஞ்ச என்ன நடந்தாலும் பரவாயில்ல. ஆனா அவருக்கு என்னவாவது நடந்தால்? அதுக்குத்தான் நான் நல்லாப்

பயந்து போயிருந்தன். அதனாலதான் நான் 'முருகா... மழை பெய்யக் கூடாது' எண்டு கத்தினனான். அப்பதான் உண்மையில எனக்குத் தோணுச்சு எத்தன பேர் இந்த மழையை எதிர்பார்த்துக் கொண்டிருப்பினமெண்டு. அதனால சுயநலமா நான் மட்டும் மழை வேணாமெண்டு பிரார்த்திக்கிறது சரியா? எண்டாலும் 'மழை பெய்யணும் முருகா...நல்லாப் பெய்யணும்' எண்டு வேண்டுற மனசும் எனக்கிருக்கேல்ல. அதனாலதான் நான் 'முருகா... எனக்கெண்டா ஒண்டும் விளங்கேல்ல. உனக்கு நல்லதெண்டு படுறதச் செய்' எண்டு சொன்னனான்.

மழையெண்டாலென்ன? மழைக்கு மேல மழையா ஏழு அடை மழை பெஞ்சாலும் தாங்கிக் கொள்றது பெரிசில்ல. ஆனா உலகத்துல நடக்குற அக்கிரமங்களைப் பார்த்துக் கொண்டு ஜீவிக்கிறதுதான் கஷ்டமாக் கிடக்கு. அதுகளைச் சும்மா விடவும் ஏலாது. அதனாலதான் எல்லாரிட்டயும் சொல்றனான். வாயை மூடிக் கொண்டிருந்தால்... பிள்ளையள மட்டுமில்ல தலையில இருக்குற முடியையும் பிடுங்கிக் கொண்டு போவாங்கள். அந்தளவுக்கு இந்தக் கால கட்டத்துல ஒண்டையுமே நம்பேலாமக் கிடக்கு உலகத்துல நடக்குறதையெல்லாம் பார்க்கேக்க. யாராவது வந்து பிள்ளையளக் கொண்டு போவினமோ, சுட்டுப் போடுவினமோ, சித்திரவதை செய்வினமோ, காணாமலாக்குவினமோ எண்டு பயந்து பயந்தே இப்பல்லாம் ராத்திரில எனக்குக் கொஞ்சம் கூட கண்ணசர முடியாமக் கிடக்கு. கண்ணசந்த உடனே 'அம்மா' என்டொரு குரல் கேட்கும். அதனால விடியும்வரைக்கும் உட்கார்ந்து கொண்டிருப்பன்.

தென்னோலை பின்னுறத விட்டுப் போட்டு தேங்காயொண்டு வாங்கக் கூட வழியில்லாம நாங்க இருக்குறம் இப்ப. எண்பத்தொன்பதுக்குப் பிறகு பிள்ளையள் அஞ்சு பேருக்கும் அவருக்கும் சாப்பாடு தேடி உழைச்சுக் கொண்டிருக்குறது நான்தான். அவருக்கு

வேலையொண்டும் செய்யேலாம முதுகெலும்பு உடைஞ்சு போயிருக்குது... உடையேல்ல... உடைச்சவங்கள். ட்ரக்டர்ல இயக்கத்துக்குச் சாமான்கள் கொண்டு போகேக்க காட்டுக்குள்ள வச்சு ராணுவம் பிடிச்சு அடிச்சவங்கள். அதுக்குப் பிறகு ரெண்டாவது மகன் களப்புல வலை வீசப் போனவன். வீட்ட எல்லாருக்கும் சாப்பிடக் கொடுக்க, சின்னவங்கள் மூண்டு பேருக்கும் ஸ்கூல் தேவைகளச் செஞ்சு கொடுக்க எல்லாத்துக்கும் நான் மட்டும் தனியாக் கஷ்டப்பட்டாக் காணாதுதானே. ஆனா ,நான் அவனை ஸ்கூலுக்குப் போகாம நிக்கச் சொல்லிச் சொல்லவேயில்ல. அவனே முடிவெடுத்துப் போனவன். அது பெரிய உதவியா இருந்ததுதான். பொம்பிளை எவ்வளவுதான் வேல செஞ்சாலும் ஆம்பிளை போல உழைக்க ஏலாதே. இப்ப அவனும் வீட்ட விட்டு வெளிய இறங்கிறதில்ல. அவன் மற்றவங்களப் போல இல்ல... சரியான பயம். என்ன செய்யுறது ? அஞ்சு விரலும் ஒண்டு போல இல்லயே. எண்டாலும் அவன்ட மனசு நல்லம். நல்ல பாசம்.

நான் இப்ப வேலைக்குப் போறதுமில்ல. பிள்ளையளப் பாதுகாக்குறதுக்கே அங்கே இங்கேயெண்டு அலைஞ்சு கொண்டிருக்குறன். தென்னோலையும் இப்ப இருபத்தஞ்சு, முப்பது ரூவாவாமே. கூரைக்குக் குறைஞ்சது இருநூறு தென்னோலையாவது தேவைப்படும். அதுக்கு எங்க போறது? நனையுற மாதிரி நனையட்டும். எனக்கு மூத்தவனையும், மூண்டாமவனையும் பாதுகாப்பா வைக்க ஒரு இடத்தைத் தேடித் தாங்கோ. இனியும் என்னால அதைச் செய்யேலாமக் கிடக்கு. அதனாலதான் நான் இப்ப யாரிட்டயாவது சொல்லிப் பார்க்கலாமெண்டு இஞ்ச வந்தனான். எங்கண்டாலும் பரவாயில்ல பாதுகாப்பு இருக்குமெண்டால்.

மகன்களைப் பெத்ததுக்குப் பதிலா அஞ்சு மகள்களைப் பெத்திருந்தா நல்லா இருந்திருக்குமெண்டு இப்பல்லாம் தோணுது. அப்படிச் சொல்லவும் ஏலாது. போன தடவை ஒப்பந்தம் வந்த உடனே

எல்லா இடத்திலயும் ஒஃபீஸ் போட்டு பெடியன்களையும், பெட்டையளையும் கொண்டு போனவங்கள். அது வன்னி ஆட்கள். கருணா ஆட்களெண்டா அவ்வளவா பெட்டையளத் துரத்திப் பிடிக்கேல்ல. பாதுகாக்க முடியாதெண்டதால இருக்கும். அந்த நீலமணியோட ரெண்டாவது மகளையெண்டால் வீட்டுக்கே வந்து கேட்டவங்களாம். 'வீட்டுல கஷ்டம் எண்டதால நாங்களே செலவழிச்சு ஹொஸ்டல்ல போட்டுப் படிப்பிக்கிறம்' எண்டாங்களாம். ஒன்பதாம் வகுப்பெண்டாலும் நல்லா வளர்த்தியா வடிவா இருந்த பெட்டை. 'வெட்டிக் கடல்ல போட்டாலும் கொடுக்க மட்டும் வேண்டாம்' எண்டு நான் சொன்னனான். 'இப்படி ஏமாத்திக் கூட்டிக் கொண்டு போறது உள்ள இருக்குற யாருக்காவது கல்யாணம் கட்டி வைக்க' எண்டு நீலமணியும் சொன்னவள். இப்ப அந்தப் பெட்டையும் ஸ்கூலுக்குப் போக ஏலாதெண்டு சொல்றவளாம் பயத்துல. நீலமணியின்ட மகனையும் அவையள் கொண்டு போனவையள்தானே. மகனைப் பெத்தாலும், மகளைப் பெத்தாலும் கடைசில எல்லாம் ஒண்டுதான்.

பிள்ளையளிட்ட இருந்து நான் ஒண்டுமே எதிர்பார்க்கேல்ல. எங்களுக்கு ஒண்டும் வேண்டாம். அவையள் நிம்மதியா இருந்தாக் காணும்.

எப்படியாவது எனக்கு இந்தப் பிள்ளையள் ரெண்டு பேரையும் பாதுகாப்பா எங்கயாவது அனுப்பித் தாங்கோ. ஒரே இடத்துல இல்லண்டாலும் பரவாயில்ல. ரெண்டாமவனையும், இளையவனையும், பெட்டையையும் எப்படியாவது என்னால வீட்ட வச்சுப் பாதுகாத்துக் கொள்ள ஏலும். அவையள் மேல யாராவது கைய வச்சால்... நெசமாச் சொல்றன்... நான் எல்லாரையும் கொன்னுட்டுச் சாவன். ஆனா இவையள் ரெண்டு பேரும் தப்பிச்சு வந்தவையள்தானே. அதுதான் எனக்குப் பயமாக் கிடக்கு. யார் எங்கிருந்து பார்த்துக் கொண்டிருப்பினமோ தெரியேல்ல.

மூத்தவனைக் கொண்டு போனப்பவும் நான் பின்னாலயே ஓடினனான். அவனும் ஸ்கூலுக்குப் போய்க் கொண்டிருந்தவன். அவன் நல்லாப் படிக்கிறதக் கண்டுட்டு நானும் பூரிச்சுப் போயிருந்தனான். அவனைத் தேடி எல்லா இடங்களுக்கும் அலைஞ்சு திரிஞ்சு போய் அவையளத் திட்டினன். பெடியனைத் திருப்பிக் கொடுங்கோவெண்டு கேட்டனான். 'எங்களிட்ட ஆட்கள் இல்லையெண்டா செடிகொடிகள வச்சுக் கொண்டா நாங்க யுத்தம் செய்றது' எண்டு அவையள் என்னிட்ட கேட்டவங்கள். 'நீங்கள் யாரை வேணுமெண்டாலும் கொண்டு போய் யுத்தம் செய்யுங்கோ. எண்ட பிள்ளையத் திருப்பிக் கொடுங்கோ' எண்டு கேட்டனான். அப்ப 'முந்தி மாதிரி ராணுவம் வந்து துப்புரவாக்கிக் கொண்டு போற வரைக்கும் பார்த்துக் கொண்டிருக்க விருப்பமோ?' எண்டு கேட்டவங்கள். 'முருகா... அப்படியொரு அழிவையெண்டா என்ட இந்தக் கண் ரெண்டாலயும் நான் திரும்பக் காணக் கூடாது' எண்டு சொன்னனான். இயக்கமும் ஒரு குடும்பத்திலிருந்து கட்டாயம் ஒரு பிள்ளைய இயக்கத்துக்குத் தர வேணுமெண்டு சொன்னது. அதனால நான் வாய மூடிக் கொண்டு திரும்பி வந்தனான். என்ன செய்யுறது? எங்களுக்கெண்டு கதைக்கவோ வாயைத் திறக்கவோ கூட யாரிருக்கினம்? எண்டாலும் மகன் எப்பவாவது என்னைத் தேடிக் கொண்டு வருவானெண்டு எனக்குத் தெரியும். அவன் தைரியசாலி. என்னை மாதிரியே நல்ல பொறுமசாலி.

இந்தத் துவக்குகள நீட்டிக் கொண்டு போற வாற பெடியன்களைக் காணேக்க எல்லாம் எந்நாளும் என்ட மனசு பாடுபடும். 'முருகா... எங்கடை பிள்ளையள்... எங்கடை பிள்ளையளுக்கு பிள்ளையளாவே வாழக் கூடிய ஒரு உலகத்தை உண்டாக்கித் தா' எண்டே எப்பவும் நான் எந்நாளும் பிரார்த்திச்சனான்.

திருக்கோயில் தீர்த்தம் நாள்ல கோயில் தோட்டத்திலயும் குறுக்குத் தெருக்கள்லயும் பெரிய பெரிய துவக்குகளை ஏந்திக் கொண்டு

அங்கயிங்க தைரியமாப் பெடியன்கள் திரிஞ்சதைக் கண்டீங்கள்தானே. அங்க இருந்த சில பெடியன்களால நேராப் பிடிச்சு மூத்திரம் பெய்யக் கூட ஏலாம இருக்கும். ஆனா சுமந்து கொண்டு திரியுறது ரொக்கட்டுகளுக்கும் அடிக்கிற துவக்காம். முருகா... அதால யாரச் சுடுறம், எதுக்குச் சுடுறமெண்டாவது அவையளுக்கு விளங்குமாவெண்டு தான் நான் கேட்குறனான். பூனை மயிர் மீச கூட முளைக்காதவையளுக்குக் கல்யாணம் பேசுறது பெரியவனுங்களோட ஆசாபாசங்களத் தீர்த்துக் கொள்றதுக்குத்தான் இல்லையா? அதனாலதான் நான் சொல்றனான். இது சரிப்பட்டு வராது.

துவக்கைத் தோளில தூக்கி வச்சுக் கொண்டா அவையள்ட தைரியத்தப் பார்க்க வேணும். முடியை அளவா வெட்டி பவுடர் தேய்ச்சு, தோய்ச்ச களிசான் சூட்டை அணிஞ்சு கொண்டால் என்னமோ ராஜாக்கள் நகர்வலம் போற மாதிரித்தான் அவையள்ட நடையும் பாவனையும். எண்டாலும் ரோட்டில போற ஒருத்தன் கூட, ஒருத்தி கூட அவையளத் திரும்பியும் பார்க்கிறேல்ல. பயத்துக்கில்ல. அருவெறுப்பா இருக்கும்தானே. அவையள் அவையளிண்ட உலகத்துல... வாழ்க்கை முழுக்க இப்படியே துப்பாக்கியைத் தூக்கிக் கொண்டு திரியுறதா? பெரியவங்களா ஆனாப் பிறகு இவையள் என்ன செய்வாங்கள்... இப்படித் துவக்கோடே ஜீவிச்சுக் கொண்டு திரிஞ்சால் தலை வீங்குமே தவிர மூளை வளருமா? எல்லாத்தையும் துவக்கைக் கொண்டே செய்ய வேண்டி வரும்.

மூண்டாம் மகனைக் கொண்டு போனப்ப நான் கை விடவேயில்ல. இப்படி தெரு முழுக்க அங்க இங்க நிண்டுகொண்டு சுத்தியிருக்குற ஆட்களிட்டயிருந்து தப்ப, கோழைகள மாதிரி வீட்டுக்குள்ளயே பிள்ளையள ஜீவிக்க விட ஏலுமா? நான் பின்னாலயே ஓடினனான். 'இயக்கத்துக்கு ஒரு பிள்ளையக் கொடுக்க ஏலுமெண்டா ஏன் எங்களுக்கு ஒரு பிள்ளையத் தரேலாது?' எண்டு என்னட்டக்

கேட்டவங்கள். 'ஒருத்தனைக் கொடுத்தது யுத்தத்துக்கெண்டுதானே? இப்ப இன்னொருத்தன் என்னத்துக்கு?' எண்டு அவையளிட்டக் கேட்டனான். கருணா குழுவோட பெரிய இடங்களுக்கெல்லாம் போய்ச் சொன்னனான். பதினெட்டு வயசுக்குக் கீழ உள்ள பிள்ளையள இப்படிக் கொண்டு போகத் தடை விதிச்சிருக்கினமாமே. அங்க இருந்தவையள் பிள்ளைய விரைவாத் திருப்பியனுப்ப ஏற்பாடு செய்றதாச் சொன்னவங்கள். சாதாரண தரப் பரீட்சை எழுதக் கூட இன்னும் ஒன்றிரண்டு வருஷம் படிக்க வேண்டியிருந்த பெடியன் இவன். எண்டாலும் ஒருத்தருடைய வாக்குறுதியாலும் ஒரு பயனுமிருக்கேல்ல.

பெடியன் வந்தான். ஒருத்தரும் கொண்டு வந்து விடேல்ல. அவனாவே தப்பிச்சு வந்தவன். அடுத்த நாளே வீட்ட ஆட்கள் வந்திட்டினம் 'பெடியனெங்க? தப்பி வந்தவன்தானே?' எண்டு கேட்டுக் கொண்டு. 'இஞ்ச... என்ட பெடியனை நீங்கதானே கடத்திக் கொண்டு போனீங்கள். எண்டால் நீங்கதானே பாதுகாப்பா வச்சிருந்து இஞ்ச கொண்டு வந்து விட வேணும்? இஞ்ச என்ட பெடியன் வரேல்ல' எண்டு சொன்னன். அவையள் திரும்பிப் போனாலும் கூட என்னை நம்பேல்ல எண்டது எனக்கு விளங்கிட்டுது. அந்த நேரம் பார்த்து வலை வீசப் போயிருந்த என்ட ரெண்டாவது மகன் அங்க வந்திட்டான். அவையள் பாய்ஞ்சு அவனைப் பிடிச்சிட்டினம். கொல்லக் கொண்டு போற கன்னுக்குட்டி போல அவன் என்னப் பார்த்தான். நானும் அவையள்ட பின்னாலேயே ஓடி அவனைக் கொண்டு போன இடம் வரைக்கும் போனனான். பிள்ளைய வெளிய விடும்வரைக்கும் அங்கயே குந்திக் கொண்டிருந்தன். பெடியனக் கையோடு கூட்டிக் கொண்டுதான் வீட்ட வந்தன். எண்டாலும் அவையள் திரும்ப வருவினமெண்டு நான் பயந்தனான். பயந்தது போலவே அடுத்த நாள் திரும்பவும் வந்தாங்கள்.

இந்த நேரம் சின்னவனைப் பிடிச்சுக் கொண்டாங்கள். அவனுக்கு இப்பதான் ஒன்பது வயசு. மனசுல கருணை, பாசம் இருக்குறவை இப்படியெல்லாம் செய்வாங்களா எண்டு யோசிச்சுப் பாருங்கோ. சின்னவன் சத்தம் போட்டுக் கதறிக் கொண்டிருந்தான். எண்டாலும் நான் பின்னால துரத்திக் கொண்டு போகேல்ல. இந்தத் தடவையும் நான் அழுதுகொண்டு பின்னாலேயே ஓடி வருவனெண்டு நினைச்சிருப்பினம். இருங்கோ... இவனுகளுக்கு நல்ல பாடம் படிப்பிக்கிறனெண்டு நான் டெலிபோன் நம்பர்களத் தேடியெடுத்துக் கொண்டு எல்லா இடங்களுக்கும் கதைச்சன். நல்ல வேளையா நான் முன்னாடி போய் சந்திச்ச அதே ஆட்கள் அங்க இருந்தாங்க. நான் விஷயத்தச் சொன்னதும் அவையளுக்கும் திகைப்பா இருந்தது. 'இதென்ன விளையாட்டாப் போச்சுதா? நாங்க ஒண்டும் இல்லாதவையள்தான். எண்டாலும் ஆயிரமாயிரம் கஷ்டங்கள் பட்டு பிள்ளையள வளர்க்குற அம்மாமாரோட இப்படி விளையாட விடக் கூடாதுதானே' என்டு அவையளிட்ட கேட்டன்.

பிறகு நான் கொடுத்த நம்பருக்குக் கூப்பிட்டு பிள்ளையப் பொறுப்பேற்க டவுனிலிருக்குற ஒஃபீஸுக்கு வரச் சொன்னவங்கள். நான் சொன்னன் எனக்கு அங்க வர ஏலாது. பிள்ளையளுக்காக செயற்படுற அமைப்பொண்டு அங்க இருக்கு. பிள்ளைய அங்க கொண்டு வந்து விடுங்கோ... நான் அங்க வாறனெண்டு சொன்னனான். சொன்ன நேரத்துக்கு பிள்ளையைக் கூட்டிக் கொண்டு அங்க வந்தாங்கள். கையைப் பிடிச்சுக் கூட்டிக் கொண்டு வந்து என்ட கையில தந்து 'இந்தாங்கோ உங்கடை பிள்ளை' எண்டு சொல்லிட்டுத் திரும்பிப் போனவங்கள். ஆனா முகங்கள்ல கடும்கோபம் இருந்துச்சுது. எனக்கு அது முன்பே தெரிஞ்சதுதான். இப்ப கோபம் அதிகமாக இருக்கும் நான் பெரிய இடங்களோட கதைச்சு சின்ன இடங்களக் கஷ்டத்துல போட்டுட்டேனெண்டு. அதுக்குச் செய்ய ஒண்டுமில்ல. எனக்கு வேற

வழியுமில்ல. அதனாலதான் இப்ப எனக்கு இந்த மூண்டாமவனைக் குறிச்சு சரியான பயமாக் கிடக்கு. கண்டுபிடிச்சாக் கொண்டு போயிடுவினம். கொண்டு போய் கோபத்துல என்ன செய்வாங்களெண்டு யாருக்குத் தெரியும்?

அங்க நிறையப் பிள்ளையள் தப்பி வரப் பயத்துலதான் அங்கயே இருக்கினம். வந்தாங்களெண்டால் திரும்ப குடும்பத்துல வேற யாரையாவது கொண்டு போவாங்கள்தானே. கொண்டு போக பிள்ளையள் இல்லையெண்டா அம்மா, அப்பாவையாவது கொண்டு போவினம். அவர் படுத்த படுக்கையா வீட்டிலிருக்குறதால நல்லவேளையா தப்பிச்சார். இல்லாட்டி அவரைக் கொண்டு போய்க் கொடுமைப்படுத்துவாங்களோ எண்டு பயந்து நானும் அமைதியா இருப்பேன்தானே. எண்டாலும் பிள்ளையளப் பார்க்க அம்மாமார் போகேக்க எல்லாப் பிள்ளையளுமே அழுவாங்களாம்... எப்படியாவது யார்கிட்டயாவது சொல்லி வீட்டுக்குக் கூட்டிக் கொண்டு போங்கோ... ஸ்கூலுக்கு அனுப்புங்கோ எண்டு சொல்லிச் சொல்லி. அதனாலதான் பிடிச்சுக் கொண்டு போன பிள்ளையளை ஒரு மாதம் ட்ரெய்னிங் கொடுத்து தூர எங்காவது அனுப்பி விடுறவை. அப்ப அம்மாமாரால அடிக்கடி போய்ப் பார்க்க ஏலாதுதானே. பிள்ளையளுக்கும் மெதுமெதுவா அழுதழுது வேண்டாமெண்டு போயிடும். அந்த வாழ்க்கை பழகிப் போயிடும். சில பேர் இப்படியே இருக்குறது நல்லதெண்டு நினைக்கத் தொடங்கி விடுவினம். ஏனெண்டால் துவக்கு கையிலிருந்தால் மத்தவங்களை விட ஒரு படி மேலெண்டுதானே தங்களை நினைச்சுக் கொள்வாங்கள். அடுத்தது கையில சம்பளக் காசும் கிடைக்குமே. எப்போவாவது அம்மாமார் வந்தால் கூட நல்ல தைரியத்தோடு 'இந்தாங்கோ அம்மா காசு... தம்பி, தங்கச்சியளுக்கு ஏதாவது வாங்கிக் கொடுங்கோ' எண்டு சொல்ல ஏலும்தானே? ஆனா எனக்குத் தெரிஞ்ச நிறைய அம்மாமார் அந்தக் காசைக் கையாலயாவது

தொடுறேல்ல. வீட்டு எல்லைக்குக் கூடக் கொண்டு வாரதுமில்ல. 'எங்களுக்கு வேண்டாம். உனக்குப் பிடிச்சதை அதைக் கொண்டு செஞ்சு கொள்' எண்டே சொல்வாங்கள்.

என்னோட நல்ல நேரத்துக்கு என்ட பிள்ளையளெல்லாரையும் முருகன் எனக்குத் திருப்பிக் கொடுத்துட்டான். எண்டாலும் இப்பதான் கஷ்டமான காலம்.

மூண்டாமவனுக்கெண்டால் இப்பவும் படிக்கத்தான் ஆசை. அப்படியேதாவது வழி செஞ்சால் பெரிய உதவியாயிருக்கும். மூத்தவனுக்கெண்டால் படிக்கவோ, பரீட்சை எழுதவோ அவ்வளவா விருப்பமில்லாதது போலத்தான் தெரியுது. ஏதாவது கைத்தொழிலொண்டைக் கத்துக் கொண்டால் போதும். இதொண்டுமில்லாட்டிலும் பரவாயில்ல. எப்படியாவது என்ட பிள்ளையளிண்ட உசுரைக் காப்பாத்திக் கொடுங்கோ. அது போதும்... முருகா! எப்படியாவது எனக்கு விரைவா உதவி கிடைக்க வழி செய்...

ஆகஸ்ட் 16, 2007

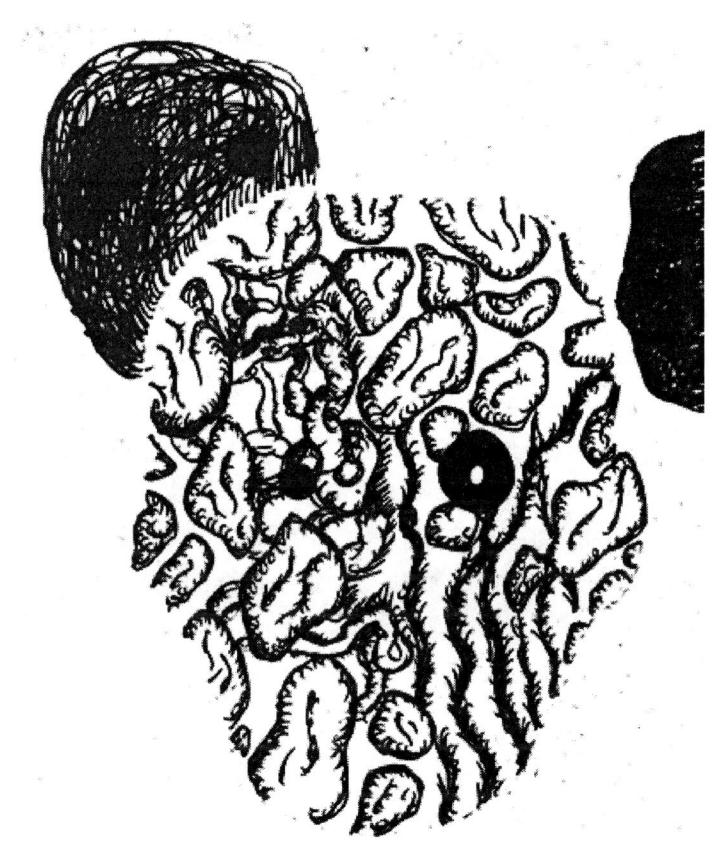

குகன் - முச்சக்கர வண்டிச் சாரதி / அரசியல்வாதி

இது சற்று வித்தியாசமான கதை. நான் மட்டக்களப்பில் வைத்துச் சந்தித்த உணர்வுபூர்வமான இளைஞன் குகன். அவரது அரசியல் வாதங்கள் மிகவும் தெளிவானவை. அவர் ஒரு முச்சக்கர வண்டிச் சாரதி. எனவே இவ்வாறு கூறலாம். மட்டக்களப்பில் வாழும் தமிழரான குகன் முச்சக்கர வண்டிச் சாரதியொருவர். ஆகவே அவரது அனுபவ அறிவிற்கும் சமூக செல்வாக்குகளுக்குமிடையே விசாலமானதொரு இடைவெளி எஞ்சுகிறது. உண்மையைச் சொன்னால் அதை நான்தான் ஒரு இடையூறாகக் கருதியபோதிலும் அவருக்கு அது ஒரு இடையூறாகவே தெரியவில்லை.

பேரூந்திலோ, சைக்கிளிலோ அல்லது நடந்தோ போகக் கூடிய தொலைவையும் விட அதிகமான தூரம் பிரயாணம் செய்யப் பொருத்தமான முச்சக்கர வண்டியொன்றைத் தேடிய போதுதான் நண்பரொருவர் குகனை எனக்கு அறிமுகப்படுத்தி வைத்தார். அவருடன் பயணமொன்றை மேற்கொண்டேனென்றால், நிச்சயமாக ஏதேனும் குளறுபடிகள் நிகழ்ந்தே தீரும். இவ்வாறான பிரச்சினைகள் தான் அவருடனான பயணத்தையும், உரையாடல்களையும் சுவாரஸ்யமாக்கும் விடயங்கள். பெரும்பாலும் பிரச்சினைகளுடன் தான் அவர் உரையாடலைத் தொடங்குவார். அவரது பேச்சு முடியும்

இடத்தையோ, மெதுவாகும் இடத்தையோ மிகவும் பொறுமையோடு உன்னிப்பாக அவதானித்துக் காத்திருந்தால் தான் என்னால் ஓரிரண்டு கேள்விகளை அவரிடம் முன்வைக்க முடியும். அதிலும் சிக்கலான பாகம் என்னவென்றால் கதையை விவரித்துக் கொண்டிருக்கும்போதே அவர் என்னைக் கேள்விகள் கேட்பதுதான். (அந்தக் கேள்விகளுக்கெல்லாம் நானெங்கே போய் பதில் தேடுவது?!) என்றபோதிலும் அவரின் கதைகளைக் கேட்கக் கேட்க சலிக்காது. இது பெரும்பாலும் நடைபெறக் கூடிய விடயம்தானே.

ஏனைய சந்தர்ப்பங்களில் அவர் சுற்றுச் சூழல் ஆய்வுகளை மேற்கொண்டவாறு இருப்பார். அப்போது அவரின் உரையாடலும், பேச்சும் முற்றிலும் குறைந்து விடும். கண்கள், காதுகள், மூக்கு என அனைத்தையும் திறந்து வைத்து சுற்றிலுமிருக்கும் அனைத்தையும் உள்வாங்கிக் கொள்வார். அவ்வேளையில் ஏனையவர்கள் கதைத்துக் கொண்டிருப்பார்கள். (ஒரு விடயத்தை சரியாகப் புரிந்து கொள்ளவும், தெளிவாக முன் வைக்கவும் நன்றாகப் பேசத் தெரிந்திருக்க வேண்டும் என்பதைப் போலவே நன்றாக செவிமடுப்பதிலும் திறமை வேண்டும் என்பதை நான் அவரிடமிருந்துதான் கற்றுக் கொண்டேன்.)

உரையாடும் சந்தர்ப்பங்களில் மடை திறந்தது போல, வசனங்கள், வாக்கியங்கள், கருத்துகள் ஆகியவை வெளிப்படுவது குகனின் வாயிலிருந்து என்ற போதிலும், அதற்கான தனி உரிமையை குகனுக்கு மாத்திரமே வழங்குவது அநீதமானதென எனக்குத் தோன்றிக் கொண்டேயிருக்கிறது. காரணம், இவை குகன் தனித்திருக்கும்போது சோம்பலைப் போக்க உருவாக்கிய சுய புலம்பல்களோ, மனப்பிராந்தியோ இல்லையே. தீப்பற்றியெரியும் நிலத்தின் மீது கரிந்து போன, துப்பாக்கி வாய்கள், குண்டோசைகள், பலாத்காரங்கள், ஏச்சுப் பேச்சுகள், புறக்கணிப்புகளினூடே நடந்து திரிந்த ஆயிரமாயிரம் பெண்களினதும், ஆண்களினதும் குருதி, கண்ணீர், வியர்வை

ஆகியவை பெருக்கெடுத்த, சுவாசத்தோடு வாயுக் கோளத்தில் இணைந்து கொண்ட எதிர்பார்ப்புகளினதும், கனவுகளினதும் வெளிப்பாடுகள் இவை. (அவருக்கும் இது தெரியும் என்பதால்தான் அனைத்தையும் சரியாகப் புரிந்து கொள்ள முயற்சிக்கிறார்.)

அவ்வாறெனில், இந்தக் கதை... ஒரு காலை வேளையில், நான் தங்கியிருந்த வீட்டிலிருந்து புறப்பட்டு திரும்பவும் வீட்டுக்கு வரும்வரை குகனும் நானும் முகம் கொடுக்க நேர்ந்த இக்கட்டான நிலைமைகள், உரையாடல் பகிர்வுகள், இன்ப துன்பங்கள் குறித்த ஒரு சிறு குறிப்பு. இது இரண்டு பாகங்களாக எழுதப்பட்டிருப்பது வாசிப்பதை இலகுவாக்குவதற்காக மாத்திரமல்ல. குகனின் கதாபாத்திரத்துக்குள் இருக்கும் கேள்வி கேட்பவர் மற்றும் செவிமடுப்பவரை இந்த இரண்டு பாகங்களிலும் மிகத் தெளிவாகப் புரிந்து கொள்ள முடியும் என்பதால்தான். உண்மையில் இந்தக் குகனின் கதையானது, மிகவும் முரட்டுத்தனமான விதத்தில் என்னால் நிறுத்தப்பட்டிருக்கிறது. கதை குகனுடையது, நிறுத்தல் என்னுடையது.

பாகம் I

அன்று காலை வேளையும் நன்றாக வெயில் காய்ந்து கொண்டிருந்தது. (வெயிலுக்கும் இந்தக் கதைக்குமிடையே எவ்விதத் தொடர்பும் இல்லை. ஏனில்லை? அனைத்துமே ஒன்றோடொன்று தொடர்புபட்டவைதான்!) அன்று காலையும் குகனும், நானும் முச்சக்கர வண்டியில் பயணித்துக் கொண்டிருந்தோம். கல்லடிப் பாலத்தைக் கடந்து வெகுதூரம் சென்றிருக்க மாட்டோம். திடீரென்று வண்டியின் பிரேக் அழுத்தப்பட்டு, வண்டி நின்றது.

'என்னாச்சு? ஏதாவது பிரச்சினையா?'

இங்கெல்லாம் தெருவில் பயணிக்கும்போது நாயொன்று குறுக்கே பாய்ந்து வாகனத்தைச் சடுதியாக நிறுத்தினாலும் கூட நாங்கள் பதற்றப்பட்டு விடுவோம். பதற்றப்படுவோம் என்று கூறினாலும் கூட எதற்கும் தயாராக இருப்பது நல்லதுதானே. (என்ன தயார்... விசர்!)

எனது கேள்விக்கு பதில் சொல்லும் அளவுக்குக் கூட குகனுக்கு நேரம் கிடைக்கவில்லை. கேள்வியைக் கேட்கும்போதே நான் தலையை வெளியே நீட்டிப் பார்க்கத் தயாரான போதிலும், அதை விடவும் வேகமாக, குகன் அமர்ந்திருந்த இடத்தை நோக்கி வேறொரு தலை உள்ளே எட்டிப் பார்த்தது. மெல்லிய மீசையொன்றை வைத்திருந்த, வெயிலில் வாடிய வாலிப முகம்... எதையும் கதைக்கத் தொடங்கும் முன்பே ஓரக் கண்ணால் நான் வெளியே பார்த்தேன். இருண்ட நிறத்தில் காற்சட்டை அணிந்திருந்த மேலும் சில இளைஞர்கள், தெருவில் செல்லும் வாகனங்களை நிறுத்தி அவற்றுள் எட்டிப் பார்த்துக் கொண்டிருந்தார்கள். அப்பாடா! இந்த இடையூறு எமக்கு மாத்திரமானதல்ல.

அவர்கள் அனைவரது கரங்களிலும், ஒரு கை நிறைய கனத்தவாறு பல வர்ணங்களிலான பத்திரிகைக் கட்டுகள் அடுக்கப்பட்டிருந்தன. அதே வடிவிலான பத்திரிகைக் கட்டு குகனருகே எட்டிப் பார்த்த இளைஞனின் கையிலும் இருந்தது.

‘வாங்கிட்டன்... வாங்கிட்டன்... நான் ஒண்டு எடுத்தனான்’ என்ற குரல் குகனிடமிருந்து வெளிப்பட்டதும் நான் திகைத்துப் போனேன். குகன் ஏன் முந்திக் கொண்டார்?

சரிதான், அவர் பத்திரிகைக் கட்டைக் குறித்துக் கதைத்திருந்தார். அவர் அறுவெறுப்பான பாவனையோடு அதைப் பார்த்துக் கொண்டிருப்பது அதனால்தான்!

'எண்டாலும் இது இந்த வாரப் பத்திரிகை. ஆஹ்... இத வச்சுக் கொண்டு காசு கொடுங்கோ' என்று அந்தத் தலை கூறியது. மிகவும் கரடுமுரடான ஒலி. வெயிலில் வாடி வதங்கித் தீய்ந்து போன குரல். (யாரும் இதைப் பற்றிக் குறிப்பிடாத போதும் குரல்களும் வெயிலில் தீய்ந்து கொண்டுதான் இருக்கின்றன.)

'இல்ல. இல்ல. இந்த வாரப் பத்திரிகைதான் எடுத்தனான். நேத்துப் பின்னேரம்தான் வாங்கினனான்.'

'அப்ப... இவ?' என்று கேட்டவாறே வெயிலில் வாடி வதங்கிப் போன அந்தக் குரல் குகனருகேயிருந்து வெளியே வந்து, பத்திரிகைக் கட்டோடு என்னருகே உள்ளே எட்டிப் பார்த்தது. (ஓஹ்! அதாவது இப்போது நான் கதைக்க வேண்டும்!) என்ன பதிலளிப்பதென்ற தீர்மானம் அணுவளவேனும் என்னிடமிருக்கவில்லை. நான் வெறித்துப் பார்த்துக் கொண்டிருந்தேன். (அவ்வாறு பார்த்துக் கொண்டிருப்பவர்களை எமது கிராமங்களில் 'கசாயம் குடித்த ஊமை பார்த்துக் கொண்டிருப்பது போல' என்பார்கள்.)

அந்தக் கண்கள்... அந்தக் கண்கள் நேராக எனது கண்களையே குறிபார்த்துக் கொண்டிருந்தன. தனக்குக் கிடைத்த அதிகாரத்தை பரிசீலித்துப் பார்த்துக் கொண்டிருந்த இரண்டு கண்கள்! ஆனால்... அந்தக் கண்களில் மறைத்து வைத்திருந்த நிரந்தரமான அப்பாவித்தனத்தை வெற்றி கொள்ள எடுத்துக் கொண்ட முயற்சி தோல்வியில் முடிவடைந்திருந்தது. (பாவம்!). அந்த அப்பாவித்தனத்தின் மீது எனக்கிருந்த அன்பை வெளிக்காட்ட எனது உதடுகளிடையே மெலிதான புன்னகையொன்றைத் தேக்கி வைத்தேன். கிடைக்கப் பெறாத பதிலைக் குறித்து, கலவரப்பட்ட கண்களிரண்டும் எனது முகத்திலிருந்து தொண்ணூறு பாகை திரும்பி குகனைப் பார்த்தது. குகனும் எங்கேயோ வெறித்துப் பார்த்துக்

கொண்டிருந்தார். (அவர் செய்வதெல்லாம் இப்படிப்பட்ட வேலைகளைத்தான்!) திரும்பவும் கண்களிரண்டும் எனது கண்களின் மீதே நிலைத்தன! (என்ன தொந்தரவு இது? என்னிடம் கூறுவதற்கு நிஜமாகவே ஒன்றுமில்லை.)

'வெள்ளைக்காரியா?' (ஆஹ்... அவராகவே ஒரு தீர்மானத்துக்கு வந்திருக்கிறார் போல.) எனக் கேட்டவாறே தலையை குகனின் பக்கம் திருப்பினார், குகனின் ஆமோதிப்பை எதிர்பார்ப்பவர் போல!

'இல்ல. சிங்களம்' (குகன் ஒரு அரசியல் ஞானி என்பதைத்தான் முன்பே கூறி விட்டேனே. அத்தோடு அரசியல் குழுக்களின் திடீர் மாற்றங்கள் குறித்து அவர் உணர்ந்திருப்பார்.)

அந்தக் கண்கள் பதற்றமடைந்தன. ஒரு சுற்றுச் சுற்றித் திரும்பவும் என்னருகில் நிலைத்தன.

"Sorry, Sorry, Sorry, Please... Sorry" (என்ன நடந்து விட்டது இப்போது...? காரணம் என்னவாயினும் சிங்களம் மற்றும் தமிழ் ஆகியவற்றின் இடையிலான பொது மொழி ஆங்கிலம் என்பதை அவர் அறிந்திருக்கிறார்!) அந்தத் தலை பத்திரிகைக் கட்டோடு வெளியே குதித்தது. குகன் முச்சக்கர வண்டியை வேகப்படுத்தினார். எனக்கு எதையும் கூறவோ, விசாரிக்கவோ சந்தர்ப்பம் தரவேயில்லை. முச்சக்கர வண்டியின் வேகத்துடனே பேச்சும் விரைந்தது.

'விசர் பிடிச்சவங்கள். எல்லாருக்கும் விசர். அது போதாமல் எங்களையும் விசர் பிடிக்க வைக்கப் பார்க்குறாங்கள். ஒருத்தரும் உந்தப் பேப்பர வாங்குறேல்ல. கண்டனீங்கள்தானே! தெருவுல மறிச்சுப் பிடிச்சு பலவந்தமா விக்குறாங்கள். சும்மாயில்ல... காசுக்கு. துவக்கு வெளிய விளங்காம இருந்தாலும் கூட அதெல்லாம் கூடவேதான் இருக்கு எண்டு எங்களுக்கு ஞாபகப்படுத்துற மாதிரிதான் அவங்கள் நடந்து கொள்றாங்கள். இது பலவந்தமில்லையா? பயப்படுத்துறது...

பலவந்தமும் பயப்படுத்துறதும்... கடைசில ஆக்கள் பேப்பரை வாங்குவினம்தான். தேவைக்கல்ல... பயத்துக்கு... எண்டால் யார் வாசிப்பினம்? பயந்து போய் வாங்குற பேப்பர ஆரும் வாசிப்பினமோ? ஹஹ்... எங்களுக்குப் பேப்பர் வேண்டாமெண்டு சொல்ல முடியாதளவுக்கு எங்கட முதுகெலும்ப உடைச்சிப் போட்டுட்டினம் பயமூட்டிப் பயமூட்டியே... அரசியல் செய்ய வேணும்தான். நாங்க எல்லாருமேதான் அரசியல் செய்றோமே அக்கா. பேப்பர் அடிக்க வேணும். மக்களுக்கு அதை வாசிக்கப் பழக்குற நிகழ்ச்சித் திட்டமொன்றைச் செய்ய வேணும்... அதுக்கெல்லாம் ஒரு முறையிருக்கல்லோ... இல்லாட்டி செய்யப் போற வேலைல அர்த்தமே இல்லாமப் போயிடுமே. பேப்பர் எதுக்கு அடிக்கினம்? அவையளோட அரசியல் கருத்துகளை நாங்க அறிஞ்சு கொள்ள, அவையள் எங்களிட்ட தாற தகவல்கள் மீது நம்பிக்கையை உருவாக்க, வாழ்க்கையைப் பற்றி புதிய எதிர்பார்ப்பொண்டை எங்களுக்குத் தரத்தானே? அதையெல்லாம் செய்ய முதல்ல நாங்க அவையள ஏற்றுக் கொள்ள வேணும். நம்ப வேணும். நேசிக்க வேணும். அப்படித்தானே? இப்ப இப்படிச் செய்ற வேலைகளால என்ன நடக்கும்? அவையள்ட மேல ஏதாவது ஒரு எதிர்பார்ப்பு இருந்தாலும் கூட அதுவும் இல்லாமப் போயிடும். இப்படி எல்லாத்தையும் இல்லாமலாக்கிக் கொண்டு தொடங்கினால்...? யாரிட்ட சொல்றது இதையெல்லாம்...'

வேகம் ஏன் குறைந்தது? ஓஹ்... தெருவில் குறுக்குத் தடைகளின் காரணமாக குறுக்குமறுக்காகச் செல்ல வேண்டியிருந்தது. முச்சக்கர வண்டியின் வேகமும் மந்தமானது. அத்தோடே பேச்சும் மெதுவானது. எவ்வாறென்றாலும் கேள்வியொன்றைக் கேட்க இதுதான் நல்ல சந்தர்ப்பம். (கசாயம் குடித்த ஊமையாய் அமர்ந்திருந்து சலித்துப் போயிருந்தேன் நானும்.) இருப்பினும் கேட்க நினைத்திருந்த கேள்வியை மறந்து விட்டிருந்தேன்... பரவாயில்லை.

‘ஹ்ம்...அப்படீன்னா குகன் பேப்பர் வாங்கல! வாங்கினதா பொய் சொல்லியிருக்கீங்க?’

‘அக்காவும் விசர்க்கதை கதைக்குறியள். நான் அந்தப் பேப்பரை ஒருக்கிலும் வாங்கினதுமில்ல. வாங்கப் போறதுமில்ல. இருபது ரூபா... அதை யாருக்காவது தானமா கொடுக்கலாமே. பிரயோசனமான ஒண்டுக்கு செலவழிச்சாலும் பரவாயில்ல. இல்லையா? அந்தக் காசுக்கு ஒரு தேங்காய் வாங்கலாம். எண்டாலும் அந்த இடத்துல வாங்கிட்டனெண்டு பொய் சொல்லலையெண்டால் அங்கிருந்து தப்பி வரக் கிடைச்சிருக்காது’ என்றவாறு அவர் கண்ணாடி வழியே என்னைப் பார்த்தார்.

குறுக்குத் தடைகளைத் தாண்டி விட்டிருந்தோம். விரைவாக இன்னுமொரு கேள்வியைக் கேட்காது விட்டால் அவர் எனக்கு அதற்கான சந்தர்ப்பத்தை வழங்காமலேயே வேகப்படுத்தி விடுவார்.

‘என்றாலும் குகன்... ஆட்கள் காசு கொடுத்து வாங்கலைன்னா பேப்பரை எப்படி நடத்திக் கொண்டு போறது? பலவந்தமாக் கொடுத்தும் ஆட்கள் வாசிக்கலைன்னா எதுக்கு பேப்பர் அடிக்கிறாங்க? அதுவும் கிழமைக்கு ஒரு பத்திரிகை?’

‘ஓமக்கா. இதெல்லாம் மக்கள் விரும்பி வாசிக்கிறதாலயோ, காசு கொடுத்து வாங்குறதாலயோ அடிக்கப்படுற பேப்பரில்லையே... விசர்! இதுக்கெல்லாம் வேற வழியிருக்கு... இப்படி யோசிச்சுப் பாருங்கோ... ’சரி... இந்தப் பெடியன்களோட கருத்துக்களைத்தான் இந்தக் காலகட்டத்துல இந்தப் பிரதேசங்கள்ல இருக்குற தமிழாட்களுக்குக் கொடுக்க வேணும்’ எண்டு எங்கேயோ இருக்குற ஒருத்தர் நினைச்சு காசு கொடுக்குறார். காசு செலவழிக்க ஆட்களிருந்தா எத்தனை பேப்பர் வேணுமெண்டாலும் அடிக்கலாம்தானே. ஆனா சிக்கல் இருக்குறது

அந்த இடத்துல இல்ல. சிக்கல் இருக்குறது மக்களுக்கு ஊட்ட நினைக்குற கருத்துகள்லதான். உண்மையில நோக்கமொண்டு இருக்குதா? இருக்குதெண்டா அது நல்லதொண்டா? இப்படி காசை செலவழிக்கிறவையளுக்கு அதைப் பத்தித் தேடவோ, தெரிஞ்சு கொள்ளவோ தேவையிருக்கா? அப்படியிருந்தாலே பெரிய விஷயம்தான் அக்கா. ஏனெண்டால் இஞ்ச இருக்கிறவை தமிழர்கள் அக்கா. கிழக்குத் தமிழர்கள். யாருக்கு இந்த மக்களைக் குறிச்சு அக்கறையோ தேவையோ இருக்கு? அதுக்குப் பரவாயில்ல. எங்களைக் குறிச்சு வெளிய இருக்கிற ஆட்களுக்கு அக்கறையில்லாததுக்குப் பரவாயில்ல. இந்த நோக்கங்களை எங்கட மேல திணிக்கப் பார்க்குற இஞ்ச இருக்குறவைக்காவது எங்கட மேல அக்கறை இருக்க வேணுமே. இந்தளவு இஞ்ச கஷ்டப்படுற மக்கள்ட மேல ஒருத்தருக்கும் உண்மையான அக்கறை இல்லக்கா. இங்க நடக்கிற விளையாட்டெல்லாமே அதிகாரத்தைப் பிடிக்கிற வரை விளையாடுற விளையாட்டுகள். மக்கள் முட்டாள்களில்லையே. மக்களுக்கு எல்லாம் தெரியும். ஆனா செய்றதுக்கு ஒண்டுமில்ல. தெரியாத மாதிரி இருக்கினம். ஆனா அக்கா உந்தப் பேப்பருக்காகச் செலவழிக்கிறவை இஞ்ச பேப்பரை விக்குற விதத்தைக் கண்டா அவையள் வெட்கப்படுவினம். என்ன நான் சொல்றது?' (அதுதான் குகனுடைய தவறான அபிப்ராயம். தனது சமூகத்தை விட்டும் வெளியே இருப்பவர்கள் அச்சம், நாணம் என அனைத்தையும் கொண்டவர்களென அவர் இன்னும் நம்பிக் கொண்டிருக்கிறார்... பாவம்!)

கடைசி வார்த்தைகளை உச்சரித்துக் கொண்டிருந்த வேளையில் வண்டி திரும்பவும் வேகம் குறைந்தது. அவர் என்னைத் திரும்பிப் பார்த்துக் கொண்டே கடைசி வார்த்தைகளை உச்சரித்தார். பிறகு

தெருவோரமாக வண்டியை நிறுத்தினார். (இப்போது எதற்கு?) தலைக்கு மேலேயிருந்த கண்ணாடி இடைவெளியில் சொருகப்பட்டிருந்த காகிதத் தாள்களை எடுத்துக் கொண்டு இறங்கினார். (ஓஹ்! ஆள் அவராகவே வண்டியை நிறுத்தவில்லை. போலிஸ் நிறுத்தியிருக்கிறது).

குகன் வந்த வழியே திரும்ப நடந்தார். நான் முன்னேயிருந்த பாதையைப் பார்த்தவாறு யோசித்துக் கொண்டிருந்தேன். எங்கள் வாழ்க்கை... குகன்களின் வாழ்க்கை... துப்பாக்கியேந்தியவர்களின் வாழ்க்கை... உண்மையில் நாங்கள் அனைவருமே வாழ்ந்து கொண்டிருக்கிறோமா... இல்லாவிட்டால்...?

'மிஸ் பயணம் எங்க?'

யோசனைக்கு அவ்வளவு தூரம் செல்லக் கிடைக்கவில்லை. சத்தம் வந்த திசையில் திரும்பிய நான் முதலில் கண்டது தோளில் தொங்கிக் கொண்டிருந்த துப்பாக்கியைத்தான். துப்பாக்கிக்குப் பின்னால் நன்றாகத் தோய்த்து அழுத்திய போலிஸ் சீருடையொன்று. துப்பாக்கி தொங்கிக் கொண்டிருந்த பட்டை வழியே எனது கண்கள் மேலே நகர்ந்தது. தொப்பிக்குக் கீழே மிகவும் இளமை தேங்கிய முகமொன்று. பௌர்ணமி நிலவுதித்தது போலத் தெளிவாக மழிக்கப்பட்டிருந்த முகத்தில் பவுடர் பூச்சானது அப்போதுதான் பூசப்பட்டது போலத் தெரிந்தது. (ட்யூட்டிக்கு இப்போதுதான் வந்திருப்பார். இப்போது காலை வேளைதானே...) நல்லதொரு புன்னகையைத் தேக்கி வைத்திருந்தால் மேலும் பிரகாசமடையக் கூடிய முகத்தில் அவர் மோசமான தோற்றமொன்றை உருவாக்கிக் காண்பித்துக் கொண்டிருந்தார். நான் புன்னகைத்தேன். அவர் அதைக் கண்டுகொள்ளவில்லை.

‘மிஸ் பயணம் எங்க?’அவரது கேள்வி எனக்குக் கேட்கவில்லை என்று அவர் நினைத்திருக்கக் கூடும்.

‘இங்க பக்கத்துலதான்’ என அவரது அந்நியமான தமிழ் உச்சரிப்புக்கு நான் நன்றாகத் தமிழ் பேசத் தெரிந்தவள் போல பதில் கூறினேன்.

‘பக்கத்துல...? பக்கத்துல எங்க? ID இருக்குதா?’

‘முன்னால இருக்குற கேம்புக்கு‘’என்றவாறே கைப்பைக்குள் கையை விட்டு அடையாள அட்டையை எடுத்து அவரிடம் கொடுத்தேன். அதைக் கையில் வாங்கியவர் அதிலிருந்த முகத்தோடு எனது முகத்தை ஒப்பிட்டுப் பார்க்க முயற்சித்ததையே முதலில் செய்தார். (உருவ ஒற்றுமை எப்படிச் சாத்தியமாகும்? அதிலிருந்த முகத்தை விடவும் நான் இப்போது எவ்வளவு வயதாகிப் போயிருக்கிறேன்... கூந்தலும் நன்றாக மாறி விட்டது.) பிறகு மறுபக்கம் புரட்டிப் பார்த்தார். சடுதியாக முகம் மாறியது. உதடுகள் கன்னங்கள் வழியே விரிந்தன.

‘மிஸ்... சிங்களமா? முன்பே சொல்ல வேண்டியதுதானே!’என பழக்கமான சிங்கள மொழியில் கூறினார். (என்ன பதில் சொல்வதென்று எனக்குத் தெரிந்திருக்கவில்லை.)

‘எங்க போறீங்க இங்க?’

‘நான்தான் சொன்னேனே. அங்க முன்னால இருக்குற அகதி முகாமுக்கு’ என நான் புன்னகைத்தவாறே பழக்கமான சிங்கள மொழிக்கு மாறினேன். இதற்கிடையில் குகன் அவரது பைக்குள் வாகன அனுமதிப் பத்திரங்களை நுழைத்தவாறே எமக்கருகில் நின்று கொண்டிருந்தார். (நடக்கும் எதையும் அவதானிக்கத் தவற அவர் விரும்புவதில்லை.)

'கேம்புக்கா? எதுக்கு? மிஸ் என்.ஜி.ஓவா? வாகனமெங்க?'

'ஐயோ இல்ல... நான் சும்மா போறேன். என்னோட கூட்டாளிகள் அங்கிருக்காங்க. அவங்களைப் பார்த்துட்டு வரப் போறன்.'

'கூட்டாளிகள்? கேம்பிலயா? யாரது? மிஸ்ட கூட்டாளிகள் இங்க எப்படி இருப்பாங்க?'

'ம்ம்... இல்ல. கூட்டாளிகள் என்று சொன்னாலும் அந்தளவு கூட்டாளிகளும் இல்ல. நிஜத்தைச் சொன்னா... சொந்தக்காரர்கள்.'

'சொந்தக்காரர்கள்? சிங்களவர்கள்? இங்கே எங்க சிங்களவர்கள்? வேலைக்கு வந்திருக்காங்களா? நாங்க சந்திச்சதே இல்லையே' அவரது முகத்திலிருந்த ஆர்வம் மென்மேலும் அதிகரித்தது.

'நீங்க அந்த இடங்களுக்குப் போனா அவங்களைச் சந்திக்கலாம். நான் சொல்றது கேம்புல இருக்குறவங்களைப் பற்றி.' 'எல்லோருமே ராஜாக்கள்... எல்லோருமே பொதுமக்கள்... மும்மொழி பேசும் இலங்கையினர் எல்லோருமே சொந்தக்காரர்கள்' என்று சிங்களப் பாடகர் விக்டர் ரத்னாயக்க பாடியிருக்கார்தானே? அந்தப் பாட்டை நீங்க ஒருபோதும் கேட்டதில்லையா?' என்றதும் அவரது முகத்திலிருந்த புன்னகை காணாமல் போயிருந்த போதிலும், நாங்கள் கதைத்துக் கொண்டது எமது தாய்மொழியில் என்பதாலோ என்னவோ முகத்தில் கொடூரத்தைக் காண்பிக்க அவரால் முடியாதிருந்தது. அடையாள அட்டையை மீண்டும் இருபுறமும் பார்த்து விட்டு, என்னிடம் நீட்டினார். அந்தப் பார்வையில் அவ்வேளையில் மிகுந்த அதிருப்தியே நிலைத்திருந்தது.

'நீங்க எவ்விடம்? குருணாகல் பக்கமா?' என அடையாள அட்டையை பையினுள் வைக்கும்போது நான் கேட்டேன். அவரது முகத்தில் திரும்பவும் குருதி நிறைந்தது.

'ஆமாம். எப்படித் தெரியும்? மிஸ்ஸும் அந்தப் பக்கமா?' (அவரும் கூட உறவினர், நண்பர்கள் யாருமில்லாத ஏக்கத்தில் இருக்கிறார் போல!)

'நான் குளியாப்பிட்டியவிலிருந்து மாதம்பை பக்கம். உங்க தோற்றத்த வச்சு எங்க ஊர்ப் பக்கமா இருக்கணும்னு எனக்குத் தோணுச்சு. அண்மைல ஊருக்குப் போகலையா?'

'இல்ல மிஸ். போகத்தான் பார்த்துக் கொண்டிருக்கிறேன். லீவு கிடைக்குறது கஷ்டம், தெரியாதா? இப்படியே போயிட்டிருக்கு எங்க பொழப்பு!' என்ற வாக்கியத்தின் இறுதிச் சொற்கள் கேட்காத அளவிற்கு அவ்வசனங்கள் உடைந்து வீழ்ந்தன.

'சரி... அதற்குத்தானே நாங்கள் இங்க இருக்குறோம். உங்களோடு இருக்குற எல்லோருமே இங்க வந்தீங்கன்னா சரிதானே. வீட்டுக்குப் போகலைன்ற உங்க கவலையும் தோன்றாது.'

'என்றாலும் எல்லாரும் இங்க வரப் பயப்படுறாங்க மிஸ்!''

'வந்தாலும் கூட நீங்களே வழி மறிச்சு திகைச்சுப் போய்க் கேட்குறீங்க என்ன இந்தப் பக்கம்னு... இல்லையா? சரி... அப்ப நாங்க போயிட்டு வாறோம். அவங்களையும் பார்க்குறதுக்கு வேற சொந்தக்காரர்கள் யாருமில்லைதானே. நாங்கள்தான் அவங்களையும் பார்த்துக் கொள்ளணும். இல்லையா?'

'நல்லது மிஸ். போயிட்டு வாங்க' என்றவர் ஓரமாகி குகனைப் பார்த்தார். குகன் ஏறி உட்கார்ந்து முச்சக்கர வண்டியை உயிர்ப்பித்து, பின்னால் பார்த்து தெருவுக்குச் செலுத்தினார்.

'அக்கா அவரிட்ட என்ன சொன்னீங்கள்?'

'ஏன்? எப்ப?'

'இல்ல. நான் வந்து நிண்டு கொண்ட பிறகு நல்லாக் கதைச்சுக் கொண்டிருந்த மனுஷனோட முகம் திடீரெண்டு கறுத்துப் போச்சுது. அதுக்குப் பிறகுதான் அவர் அக்காவோட கையில ஐடீயத் தந்தவன்' (பார்த்தீர்கள்தானே? ஆளுக்கு எல்லாமே விளங்குகிறது.)

'ஆஹ்! நான் இங்க எங்க போறேன்னு அவர் கேட்டார். சொந்தக்காரங்களைப் பார்க்கன்னு நான் சொன்னேன். இங்க எங்க சொந்தக்காரங்கன்னு அவர் கேட்டார். அதுக்கு நான் ஒரு காலத்தில பிரபலமாயிருந்த ஒரு சிங்களப் பாட்டொன்றைப் பற்றிச் சொன்னேன். அதுல 'எல்லோருமே ராஜாக்கள்... எல்லோருமே பொதுமக்கள்... மும்மொழி பேசும் இலங்கையினர் எல்லோருமே சொந்தக்காரர்கள்'னு சொல்லப்பட்டிருக்கு. அதுதான் அவரைக் கொஞ்சம் குழப்பிட்டுது. கோபத்துல இல்ல. அவருடைய உலகம் இதை விட வேறுபட்டதுதானே. பாவம்... பிறகு சரியாகிட்டார்' என்றதும் குகன் திரும்பி என்னைப் பார்த்தார். (அவருக்கு பதில் திருப்தியளித்தால்தான் திரும்பிப் பார்ப்பார்.)

'தமிழ்ல ஒரு சொல்லாடல் இருக்கு அக்கா. 'சொந்தங்கள் வாறது காரணத்தோடுதான்' எண்டு. அந்தக் கதை சரியாச் சரி. அக்காக்குப் புரியுதா? அக்கா சிங்களமெண்டு சொன்னதும் முதல்ல சந்திச்ச அந்தப் பெடியன் பயந்ததைக் கண்டீங்கதானே. மன்னிப்பும் கேட்டான்தானே அக்கா? கண்ணாடியால் பார்த்தவாறே குகன் என்னிடம் கேட்டார். (ஆஹ்...இதோ நான் குகனிடம் கேட்கவிருந்து மறந்து போன கேள்வி...எப்படியோ அவரே அதைத் தேடிக் கண்டுபிடித்து இழுத்தெடுத்து விட்டிருந்தார்.)

'அதுதான்... அது கொஞ்சம் வித்தியாசமா இருந்தது இல்லையா? எதுக்கு குகன் அவர் பயந்து போய் பதறினார்?'

'அதுதான் அக்கா புதிய சொந்தம். அவையளுக்கு இப்ப நெருங்கிய சொந்தமா இருப்பவையள் சிங்கள ஆட்கள். முஸ்லிம் ஆட்களுக்கும்

அப்படித்தான். ஃபுல் லவ். ஹி..ஹி..ஹி ஆனா எவ்வளவு காலத்துக்கெண்டு தெரியாது.'

'எவ்வளவு காலத்துக்கு இருந்தாலும் என்ன... குறைஞ்சது இந்த நொடியில சொந்தங்காரங்களா இருந்தா, லவ்விருந்தா, அதுவும் பெறுமதியானதுதானே... அதுக்கு எதுக்கு நீங்க சிரிக்கிறீங்க? சரி... எதிரியா இருந்தவங்க லவ் பண்ணத் தொடங்கியிருப்பது சரியில்லைன்னா நீங்க நினைக்குறீங்க? ஆட்சி அதிகாரத்தைப் பிடிக்கப் பார்க்குறது லவ் பண்ணித்தானென்றால்...அதுவும் மோசமில்ல. நானும் அதுக்கு ஆதரவு வழங்குவேன். அந்தப் பாட்டை அவரிடம்தான் பாடிட்டு வந்திருக்கணும். இல்லையா? ம்ம்... ஆனா இயலாதே. இங்க்லிஷ் பாட்டொண்ணுதான் பாடிக் காட்ட வேண்டியிருக்கும்.'

'அக்கா தப்பாப் புரிஞ்சு கொண்டிருக்கிறியள். எதிரிகளை அழிக்கேல்ல. மாத்திக் கொண்டிருக்கினம். எதிரிகளே இல்லாமப் போனா துவக்குகளை, ரவைகளை என்ன செய்வினம்? ஹா... ஹா... ஹா... பழைய எதிரிகள் இப்ப கூட்டாளிகளா ஆகியிருக்கினம். ஆனா ஒரே வயிற்றில பிறந்த சொந்தங்கள் இப்ப எதிரியாகிட்டினம். அதுதான் வேறுபாடு. சிங்கள ராணுவத்தையும், இந்தியப் படையையும் எதிர்க்க உயிரைத் தியாகம் செஞ்சு ஒரு பாண் துண்டைப் பங்குபோட்டுச் சாப்பிட்டுப் போராடியவங்கள் இப்ப ஆளையாள் கொன்று தள்ளுறாங்கள். இரு தரப்பாப் பிரிஞ்சு யுத்தம் செஞ்சவங்கள் இப்ப லவ் பண்றது மாத்திரமில்லாம இவங்களுக்காக வேற ஆட்கள் சாகுறாங்க. இது வினோதமான விளையாட்டு. இவையள் எல்லாருமே சொல்றது இதெல்லாம் செய்யுறது எங்களுக்காகத்தானெண்டு. இதுதான் அக்கா விந்தை. எதிரியாகுறவையள், கூட்டாளிகளாகிறவையள், கூட்டாளிகள், எதிரிகளை உசுப்பேற்றி விடுற ஆட்கள், செலவழிக்கிற ஆட்கள், ஆயுதம் வழங்குற ஆட்கள்... எல்லாருமே சொல்ற ஒரே விடயம்... இதெல்லாம் எங்களுக்காக எண்டுதான். லவுட்ஸ்பீக்கர் வச்சு

தொண்டைத்தண்ணி வத்தும் வரைக்குக் கத்திச் சொல்றவையள் 'எல்லாம் உங்களுக்காகத்தான்' எண்டு. அப்படியெண்டால் இப்ப எங்களுக்கு என்ன நடந்திருக்குது? எங்களுக்காக இவையள் எல்லாரும் இந்தளவு பாடுபடேக்க எங்களுக்கு என்ன நடந்திருக்குது? இப்ப எங்கட பிரச்சினைகள் எல்லாம் தீர்ந்துட்டுதா? சொல்லுங்கோ அக்கா... இந்த பூமியில இருக்குற மக்களோட பிரச்சினைகள் எல்லாம் தீர்ந்து போயிட்டுதா?' (இதோ... அவர் என்னிடம் பதிலைக் கேட்கும் கேள்வி. நிஜம்தான். சரியாக என்னிடம் பதிலைக் கோருவது போலத்தான் இவற்றைக் கேட்கிறார்!)

'ஆனா குகன் உங்களுக்காக ஆர்ப்பாட்டம் செய்றவங்களும் இருக்காங்கதானே...? ஏன் சமாதானம் பேசுறவங்களும் இருக்காங்களே?'

'ச்சே! அவையள் எங்களுக்காகத்தான் இருக்கினமெண்டு அக்கா நினைச்சுக் கொண்டிருக்கிறீங்களா? காசுக்காக சமாதானம் பேசுறவையோட சமாதானமெல்லாம் காசு முடிஞ்ச நாளோட முடிஞ்சு போயிடுமே அக்கா. இல்லாட்டி பிரசித்தம் முடிஞ்ச நாள்ல எல்லாம் தீர்ந்துடும். அடுத்தது, திடீரெண்டு சமாதானம் வந்ததெண்டால், இவங்களோட தொழிலுக்கெல்லாம் என்ன நடக்கும் அக்கா?!' அதைக் கூறும் போது அவர் திரும்பி என்னைப் பார்த்தார். வண்டி வேகமாகப் போய்க் கொண்டேயிருந்தது.

'ஐயோ... திரும்பிப் பார்க்காதீங்க. நேராப் பார்த்து ஓட்டுங்க. இல்லாட்டி ஒரு பிரயோசனமுமில்லாம நடுத் தெருவுல மண்டையப் போட வேண்டி வரும்' என்றதும், அவரது முகத்திலிருந்த கடுமை மறைந்து சிறியதொரு புன்னகை வெளிப்பட்டது.

'அக்கா பயப்படாதீங்கோ. நான் பத்திரமா பிரயாணத்தை முடிச்சு அக்கா ஏறின இடத்துலயே கொண்டு போய் இறக்கி விடுவன்.'

‘அப்ப இந்தத் தமிழ் இளைஞர்களோட போராட்டமெல்லாம் ஒரு அர்த்தமுமில்லாத, ஒரு பிரயோசனமுமில்லாத, அதிகாரம் மீதான சுயநலங்கொண்டது என்றா குகன் நினைக்குறீங்க?’

அவர் திரும்பவும் கதைக்கத் தொடங்க முன்பு வெகுகாலமாக நான் கேட்க நினைத்திருந்த கேள்வியைக் கேட்க அந்தச் சந்தர்ப்பத்தைப் பயன்படுத்திக் கொண்டேன்.

‘அக்கா... போராட்டமென்பது பகிடியல்ல‘ எனும்போது நான் தலையை அங்குமிங்குமாகத் திருப்பி முன்னாலிருந்த கண்ணாடி வழியே குகனின் முகத்தைப் பார்க்க முயற்சித்தேன். (அது அவ்வளவு இலகுவானதல்ல. காரணம்... அவர்கள் அந்தக் கண்ணாடியை அப்படி வைத்திருந்தது அவர்களுக்குப் பார்க்கவே தவிர, ஏனையவர்கள் அவர்களைப் பார்க்கவல்ல.) அவரது முகம் முன்பிருந்ததை விடவும் கடுமையானது. கழுத்திலிருந்த நரம்புகள் புடைத்தன. நான் வாயைப் பிளந்து பார்த்துக் கொண்டிருந்தேன்.

‘போராட்டமென்பது விளையாட்டுமில்ல... உலகத்துல இதுவரை காலமும் நடந்த எங்களுக்குத் தெரிஞ்ச இளைஞர் போராட்டங்களையெல்லாம் எடுத்துப் பாருங்கோ. தலையை நிமிர்த்தி வச்சுக் கொண்டு, தனக்குத் தெரிஞ்ச கைத் தொழிலைச் செய்து கொண்டு, மனுஷன் போல வாழ வழியும், சுதந்திரமும் இருந்த மனுஷங்க யாருமே இந்தப் போராட்டங்கள்ல ஒண்டையாவது தொடங்கி வைக்கேல்ல. இல்லையாக்கா? நிச்சயமா, அநீதிகளுக்கு, அடக்குமுறைகளுக்கு, தங்களை மிதிச்சுக் கொண்டு இருக்குறவங்களுக்கு எதிராத்தான் அந்த எல்லா இளைஞர்களும் எதிர்ப்பைக் காட்டத் தொடங்கியிருக்கினம். ஸ்ரீலங்காவிலயும் அதுல மாத்தமில்ல. வடக்கெண்டாலும், தெற்கெண்டாலும் அதுல வித்தியாசமில்ல. வடக்கில அக்கா, இளைஞர்கள் உண்ணாவிரதம்,

சத்தியாக்கிரகம் செஞ்சாங்கள். ஆர்ப்பாட்டங்கள் செஞ்சாங்கள். கடைசியிலதான் துவக்கைத் தூக்கினாங்கள். தொடக்க காலத்துல இந்தப் பெடியன்களைப் பத்தி நாங்கள் மிச்சம் பெருமையாத்தான் கதைச்சனாங்கள். எங்கட சொந்தக்காரங்கள், கூட்டாளிகள், தெரிஞ்சவங்கள் எண்டு யாராவது எல்.டீ.டீ.ஈ யில சேர்ந்தா எங்கட வீடுகள்ல அவையள வீரர்களாத்தான் கருதிச்சினம். நிஜமாத்தான்' என்றவர் கண்ணாடி வழியே எனது முகத்தைப் பார்த்து நான் இன்னும் கேட்டுக் கொண்டிருக்கிறேனா என்ற சந்தேகத்தைத் தீர்த்துக் கொண்டார்.

'அவையள நாங்கள் இப்போதும் மதிக்கிறம். அவையள் சாவுக்குப் பயப்படாம முன்னோக்கிச் சென்றது எங்களுக்காக... எங்கட பிள்ளையளுக்காக... ஆனா அக்கா... அவையள் செத்துப் போனதெல்லாம் வீணாப் போச்சுதெண்டு இப்போது தோணுது. ஆனா ஒண்டு, ஸ்ரீலங்கா எண்டு ஒரு நாடு உலகத்துல இருக்குதெண்டு உலகம் தெரிஞ்சு கொண்டது எல்.டீ.டீ.ஈ யாலதான். அடுத்தது, சிங்கள அரசாங்கம் தமிழர்கள் குறிச்சு கொஞ்சமாவது சிந்திச்சுப் பார்க்கத் தொடங்கியது எங்கட பெடியன்களால தானே அக்கா. எப்படி யெண்டாலும் அக்கா... இப்ப போராட்டம் திசை திரும்பியிருக்குது. இப்ப மக்களுக்காகத் தொடங்கின போராட்டம் மக்களையே பலியெடுத்துட்டிருக்குது. காரணம், போராட்டங்கள் நிறைஞ்சிருக்கே... கடைசில போராட்டங்கள் முடியும்போது மக்களும் தீர்ந்து போயிருப்பினம். பிறகு போராட்டம் செய்றவையள் 'அபி வெனுவென் அபி (எமக்காக நாம் மாத்திரம்)' எண்டு எஞ்சியிருப்பினம்.'

இறுதி வசனங்களைக் கேட்டதும் எனக்கு சட்டென்று சிரிப்பு வந்து விட்டது. எனது சிரிப்பைக் கண்டதும் அவரது சிவந்திருந்த கண்களிரண்டும், இறுக்கமாகிப் போயிருந்த முகத் தசைகளும் இலேசானது. சிரிப்பிற்கான காரணத்தைக் கண்டுபிடிக்கப் போல அவர் கண்ணாடி வழியே எட்டிப் பார்த்தார். எனது முகம் அலங்கோலமாக

இருப்பதைக் கண்டோ என்னவோ அவருக்கும் சட்டென்று சிரிப்பு வந்து விட்டது. நாங்கள் இருவருமே கண்ணாடியில் முகத்தைப் பார்த்துப் பார்த்து சிரிப்பிற்கான காரணத்தை அதிகரித்துக் கொண்டோம். ஏதோ தொலைத்திருந்த ஒரு பொருளை அல்லது காணாமல் போயிருந்த ஒரு கூட்டாளியைக் கண்டது போல நாம் சிரிப்பை அரவணைத்துக் கொண்டிருந்தோம். (உண்மையில் நாங்கள் சிரிப்பதற்குத்தான் எவ்வளவு ஆவலாக இருக்கிறோம்...?)

‘அக்கா இண்டைக்கு முகாமில சாமான்கள் வழங்குற தினம். அதோ... வாகன வரிசை தெரியுதுதானே?!’ (ஆஹ்! நாங்கள் முகாமருகிலேயே வந்து விட்டிருந்தோம். குறுக்குத் தெருவில் திருப்பியதைக் கூட பேச்சின் சுவாரஸ்யத்தில் நான் உணர்ந்திருக்கவில்லை)

குழிகள் நிறைந்த பாதையோரமாக நெடுகவும் ஓரோர் ரகங்களைச் சேர்ந்த வெண்ணிறத்தில் விசாலமான ஜீப் வரிசைகள் பளபளத்துக் கொண்டிருந்தன. அந்த ஒவ்வொரு வாகனத்திலும் பெரிதாக ஒட்டப்பட்டிருந்த ஆங்கில எழுத்துகளும், காற்றிலசையும் கொடிகளும் வாகனங்களது பெருமையை மேலும் அதிகரித்தன.

‘அடடா... எதுக்கு குகன் இந்தளவு வாகனங்கள்? இவற்றிலா சாமான்களைக் கொண்டு வர்றாங்க?’

‘என்னது? அக்காவுக்கு இதெல்லாம் லாரி மாதிரியா தெரியுது? ஹா ஹா ஹா... இது அக்கா ’எமக்காக நாம் பார்ட் டூ’ ஹா ஹா ஹா...‘ (அவர் இப்போது எல்லாவற்றுக்கும் சிரிக்கக் காத்துக் கொண்டிருக்கிறார்.)

‘ஏன்? அதெப்படி?’

‘இல்ல.... இப்ப இவையள் இஞ்ச வந்திருக்கிறதும் எங்களுக்காகத் தானாமே. அப்படித்தான் சொல்லுறவை. எங்களுக்காகவே வந்திருந்தாலும் கூட இவையள் தெருவுல போற வேகத்துக்கு நாங்க

வடிகான்ல இறங்கித்தான் போக வேண்டியிருக்கு. நிஜம்தான் அக்கா. ஏன் தெரியுமா? இந்த வாகனங்களோட எஞ்சின் பவர் கூடத்தானே. படுவேகமாகப் போறவை. எங்கட தெருக்கள் போதாது அதுக்கு. இப்ப இதெல்லாம் பழகிப் போச்சுது. அவையள் பறக்கினம். நாங்க வண்டியை வடிகான்ல போட்டுக் கொள்றம். அதுதான் வேல.'

'ஹ்ம்ம்ம்'

'சில பேர் சொல்றாங்க அக்கா... இஞ்ச கேளுங்கோ'என்றவாறே அவர் தெருவிலிருந்த குழியொன்றிலிருந்து தப்பிக்க வண்டியின் வேகத்தைக் குறைத்துக் கொண்டே என்னைப் பார்த்தது, எனது ஆர்வம் குறைந்து விட்டதோ என்று தோன்றிய சந்தேகத்தினால் இருக்கலாம்.

'சில பேர் சொல்றாங்க சுனாமிக்குப் பிறகு என்.ஜி.ஓக்களுக்கு வந்த புதிய வாகனங்களை வித்திருந்தாக் கூட ஸ்ரீலங்கால சிதைஞ்சு போன வீடுகள் எல்லாத்தையும் புதுசாக் கட்டிக் கொடுத்திருக்கலாமாம். அவ்வளவு வாகனங்கள் எங்கட தெருக்கள்ல ஓடிச்சே. ஆனா மக்களுக்குக் கிடைச்சது ஒண்டுமில்ல. படுவேகமா அங்கேயும் இங்கேயும் போனாலும் கூட மக்களுக்கு செஞ்சு கொடுத்தது என்ன? தகரக் கொட்டகைகள செஞ்சு கொடுத்ததுவும், கடல்ல இறக்க முடியாத படகுகளைப் பங்கிட்டுக் கொடுத்ததுவும், ஏதோ கொஞ்சத் தீனிகளைத் தின்னக் கொடுத்ததுவும் மட்டும்தானே. ஆனா குற்றம் குறை சொல்ல முடியாதளவுக்கு எல்லா இடங்களிலும் பெயர்களெல்லாம் போட்டு பெரிய பெரிய கட் அவுட்கள் வச்சாங்கள். அதுல மட்டும் குறைவிருக்கேல்ல. எண்டாலும் என். ஜி. ஓ இல்லாம வந்த உள்நாட்டு ஆக்களும், வெளிநாட்டு ஆக்களும் அவையளை விட அதிகமா உதவிகள் செஞ்சாங்கள்...இல்லையா?'

".."

'அக்காவுக்கு ஞாபகமிருக்குதா ஒரு நாள் என்னோடவே போய்

திருகோணமலையிலிருந்து வந்த பாஸ்டரொருத்தரைச் சந்திச்சீங்களே? அவர் நல்லொரு விஷயம் சொன்னார். 'இது சுனாமியில்லை பிள்ள... Úõmoney' எண்டார். ஹா ஹா ஹா'

'குகன் நாம திரும்பிப் போயிடுவமா? இந்த வாகனங்கள்ல வந்திருக்குறவங்களுக்கு மத்தியில எங்களால இங்கிருக்குற அகதி மக்களோடு கதைக்குறது சிரமம்தானே... நாங்க அவங்களுக்குத் தொந்தரவாகவும் ஆகக் கூடும். நாம போயிட்டு திரும்ப ஒரு நாள் வருவோம்.'

'இல்லல்ல... இந்த வாகனங்கள்ல வாறவையள் இந்த மக்களோட கதைச்சுக் கொண்டிருக்கிறேல்ல. சாமான்களை ஒப்படைச்சிட்டு, அவையளுக்குள்ள கதைச்சுக் கொள்வினம். போயிடுவினம். அவ்வளவுதான். எண்டாலும் இந்த மக்கள்ல பெண்டுகள் எல்லாரும்தான் வரிசையில காத்துக் கொண்டிருப்பாங்கள். அங்கயிங்க அலைஞ்சு திரிஞ்சு கொண்டிருக்குற ஆம்புளைகளைக் கண்டுபிடிக்கிறதொண்டும் கஷ்டமில்ல. நான் முன்பு சொன்ன அந்தப் பெடியனும் இருக்கானா எண்டு பார்ப்போம். எதுக்கும் நாம உள்ள போய் கொஞ்சம் நடந்து பார்ப்பம். ஒருத்தருக்கும் ஒரு தொந்தரவும் இருக்காது.' (குகன் கூறியது உண்மைதான். கூடாரக் கொட்டகைகளைக் கடந்து மைதானத்தின் எல்லை வரை நீண்டிருந்த வரிசையில் பெண்களும், பிள்ளைகளும் மாத்திரமே காணப்பட்டார்கள்.)

'என்னாச்சு குகன்? வரிசையில ஒரு ஆம்பிளை கூட இல்ல? ஏன் அவையளுக்கு வரிசை சௌகரியப்படாதா?'

'இல்லக்கா... பகிடியில்ல. வறுமை நிலைக்குத் தள்ளப்பட்டிருக்கினம் தான். எண்டாலும் கை காலை நீட்டிக் கொண்டு சும்மாயிருந்து சாப்பிட இந்த மக்களுக்கு விருப்பமில்ல. பிள்ளையளப் பட்டினி போட முடியாதெண்டதால, வேற வழியில்லாம பெண்டுகள் எப்படியாவது

மனசைச் சரிக்கட்டிக் கொண்டு வரிசைக்குப் பழகிடுவினம். சாப்பாடில்லாம மயக்கம் போட்டு விழுந்தாலும் கூட ஆம்பளையளால தங்கடை மனசைச் சரிக்கட்டிக் கொள்ள ஏலாது. தங்களோட உழைப்புல, வியர்வை சிந்தி சாப்பிட்டுப் பழகிய ஆக்கள்தானே. இந்த மக்களுக்கும் சுய கௌரவமெண்டு ஒண்டு இருக்குதானே…' (சுய கௌரவம்... ஹ்ம்ம்ம்... ஆனால் இப்போது நடந்து கொண்டிருக்கும் அபிவிருத்திக்கு முன்னால் அவ்வாறானதொரு எண்ணம் பொருந்துவதில்லை போலத்தானே தெரிகிறது...?)

உரையாடல் முடியும்போது குகன் ஜீப் வரிசையைக் கடந்து நீண்ட தூரம் சென்று வேப்ப மரமொன்றின் கீழ் முச்சக்கர வண்டியை நிறுத்தி விட்டிருந்தார்.

'போவோம்.' (இப்போது தீர்மானிக்கும் முழு உரிமையை அவரே பொறுப்பேற்றிருந்தார்!)

முற்றத்தின் வழியே பின்புறத்தைக் காட்டியவாறு நிறுத்தப்பட்டிருந்த லேலன்ட் லாரியிலிருந்து தலையில் புடைவைத் துண்டுகளைக் கட்டிக் கொண்டிருந்த ஆண்கள் சிலர் மூட்டைகளை இறக்கிக் கொண்டிருந்தார்கள். அவர்கள் அதைத் தோளில் சுமந்து சென்று முகாமின் அலுவலகமாகப் பயன்படுத்தப்பட்டுக் கொண்டிருந்த செங்கற்களால் கட்டப்பட்டிருந்த ஒரேயொரு கட்டடத்தின் பின்புறமாக சுவரோரமாக அடுக்கி வைத்தார்கள். லாரிக்கும் அந்தப் பின்புறச் சுவருக்குமிடையிலான தரை வெண்ணிறக் கம்பளம் விரித்தது போலிருந்தது. அது போதாதற்கு அந்த ஆட்கள் அனைவருமே வெண்ணிற அவதாரங்கள் போலத் தோன்றினார்கள். மூட்டைகளைத் தோளில் சுமந்து கொண்டு சென்றவர்கள் மாத்திரமல்லாது லாரிக்குள்ளிருந்து மூட்டைகளை எடுத்துக் கொடுத்துக் கொண்டிருந்த இருவரும் கூட அவ்வாறுதான் காணப்பட்டார்கள். அனைவரும்

வெண்ணிறத்தால் மூடப்பட்டிருந்தார்கள். கண்களும், வாயும் மாத்திரம் கருந்துளைகளாக மீதமிருந்தன!

'ஐயையோ... இதைச் சாப்பிட்டால் வயிறுகளும் வெள்ளையாகுமோ தெரியாது!' என்றவாறே லாரிக்கு சற்றுத் தொலைவில் மர நிழலில் நின்று கொண்டு ஆவணக் கோப்பொன்றைக் கையில் வைத்தவாறு எதையோ குறித்துக் கொண்டிருந்த இளம்பெண்ணை நெருங்கினேன் நான். அவர் ஏனைய நாட்களில் அணியும் அழகான சல்வார் உடைக்குப் பதிலாக நீண்ட காற்சட்டையும் வெண்ணிற டீ சேர்ட்டும் அணிந்து வித்தியாசமாகத் தோன்றிய போதிலும் நான் அவரை அடையாளம் கண்டுவிட்டிருந்தேன். அவரது டீ சேர்ட்டிலும் பெரிதாக எழுதப்பட்டிருந்தது அந்த ஜீப்களில் குறிப்பிடப்பட்டிருந்த அதே எழுத்து வரிசைதான். அவரது அழகான நீண்ட கூந்தல் ஒற்றைப் பின்னலாகப் பின்னப்பட்டிருந்தது. ஏனைய நாட்களில் வெயிலுக்காக தலையை மூடியிருக்கும் முந்தானை இன்று காணப்படவில்லை. அதற்குப் பதிலாக அந்த எழுத்து வரிசை அச்சிடப்பட்ட தொப்பி தலையிலிருந்தது.

'அட... இது நீங்களா? கண்டு கனகாலமாச்சல்லோ? இவ்வளவு காலமும் எங்கேயிருந்தனீங்கள்? இப்ப எங்க வேலை செய்யுறனீங்கள்? யாரோடு வந்தனீங்கள்? இஞ்ச என்ன செய்யுறனீங்கள்?' கேள்விக்கனைகள். (ஒரே பேச்சில் இப்படியாக கேள்விகளை தொடர்ச்சியாகக் கேட்டுக் கொண்டேயிருப்பவர்களைச் சந்தித்திருப்பீர்கள் இல்லையா? இவ்வாறான கேள்விகளுக்கு பதிலளிப்பது குறித்து யோசிக்கத் தேவையில்லை. காரணம் இவ்வாறான அனைத்துக் கேள்விகளுக்குமான பதில்களை இவ்வாறானவர்கள் எதிர்பார்ப்பதுமில்லை.)

'ம்ம்... நான் இப்ப வேலை செய்றதில்ல. தொழில் வாழ்றது... இல்ல... வாழ்க்கையே தொழிலாகிப் போயிடுச்சு. இங்கதான் வசிக்குறேன்.

என்னோட ஊர் இதுதானே...'

'என்னது?' (யாராவது அவருடைய ஊர் மட்டக்களப்பு என்று நினைத்தால் கூட பதறிக் கொண்டு அதைச் சரி செய்யும் நபர் அவர்.)

'ஏன் வாழ்ற ஊர்தானே என்னோட ஊர்...?'

'இல்ல... ஏலாது... அப்படியேலாது. நீங்க பொறந்த ஊர்தான் உங்கடை ஊர். நான் பொறந்த ஊர் என்ட ஊர்...'

'சரி, சரி... நாங்க எங்களுக்குப் பிடிச்ச விதத்துல அதை ஏற்றுக் கொள்வோமே. அதை விடுவோம். நீங்க இங்க என்ன செய்றீங்க? இந்த ஆக்களையெல்லாம் வெள்ளையாக்கவா பாடுபடுறீங்க?'

பேனையை விரல்களிடையே வைத்துக் கொண்டே அதே கையால் தொப்பியை உயர்த்திப் பிடித்து எனது கண்களை உற்றுப் பார்த்தார். தனது நிலைப்பாட்டைக் குறித்து, தானே மனதில் அடக்கி வைத்திருக்கும் மனசாட்சியின் கேள்வியை, தான் மதிக்கும் ஒருவர் எழுப்பும்போது ஏற்படக் கூடிய திகைப்பு... அதைத்தான் அவ்வேளையில் அந்தக் கண்களில் நான் கண்டேன்.

'இல்ல... நான் சும்மாதான் தெரிஞ்சு கொள்ளக் கேட்டேன். எதுக்காக இந்தளவு கோதுமை மாவு? இந்த ஆட்கள் இவ்வளவு கோதுமை மாவு சாப்பிடுவாங்களா? நான் கேட்குறது... விருப்பத்தோடு சாப்பிடுவாங்களா?'

இந்தத் தடவை அவர் தலையைப் பின்னால் நகர்த்தி கழுத்தை உயர்த்தி உதடுகளை இறுக அழுத்தி, கண்களைக் குறுக்கி ஒரு கணம் என்னையே பார்த்துக் கொண்டேயிருந்தார். (கண்களைக் குறுக்கிச் சிறிதாக்கிக் கொண்டால் அந்தக் கண்களினால் வெளிப் படுத்தப்படுபவற்றைப் புரிந்து கொள்வது மிகவும் கடினம்.) எவ்வாறாயினும் அவர் கோதுமை மாவுக்காகப் பரிந்துரைக்கத்

தீர்மானித்திருந்தார்.

'ஏன்? மோசமா? இத வேண்டாமெண்டு சொன்னால் ஒண்டுமே கிடைக்காமப் போயிடும்!' (உண்மைதானே! ஹ்ம்ம்... என்றாலும், அப்படி நடந்தாலும் கூட அதுவும் வேறு நல்ல மாற்றங்களைக் கொண்டு வந்திருக்கக் கூடும்!)

'அதுவும் நிஜம்தான்... பரவாயில்ல... பரவாயில்ல. சரி. என்ன செய்ய? கோதுமை மாவையே சாப்பிடக் கொடுப்போம். எனக்கென்றால் கோதுமை மாவை சாப்பிட்டால் ஒரே வயிற்றுப் பொருமலாகவே இருக்கும். சரி... நீங்க வேலை செய்யுங்க. நான் இந்தப் பக்கமா கொஞ்சம் நடந்துட்டு வர்றேன்.'

குகன் சற்றுத் தொலைவிலிருந்த நிழலின் கீழே நின்று கொண்டிருந்தார். அந்தப் பெண் அணிந்திருந்த அதே வகையைச் சேர்ந்த டீ ஷேர்ட்டும் தொப்பியும் அணிந்திருந்த இளைஞர் குழுக்கள் ஆங்காங்கே பரந்திருந்தார்கள். அநேகமானவர்கள் கைகளைக் கட்டிக் கொண்டு அங்கு குவிக்கப்பட்டிருந்த கனத்த காகிதப் பெட்டிகளைப் பார்த்துக் கொண்டிருந்தார்கள். (என்ன நடந்து கொண்டிருக்கிறதென்று குகனுக்கென்றால் இப்போது விளங்கியிருக்கும்!)

'ஹலோ' என்றவாறே நான் வரும் திசையைப் பார்த்துக் கொண்டிருந்த குகனை நெருங்கினேன். ஏனையவர்களதும் கவனத்தை ஈர்க்க வேண்டிய தேவை எனக்கிருந்தது. காகிதப் பெட்டிகளைப் பார்த்துக் கொண்டே நான் கேட்டேன்.

'இதுல என்ன இருக்கு?'

'இதுல எண்ணெய் இருக்குது மிஸ்' என டீ ஷேர்ட் இளைஞர்கள் இருவர் பதிலளிக்க முன்வந்தார்கள்.

'எண்ணெய்! சில இடங்கள்ல சிந்தியிருக்கு போல என்ன?

ஆங்காங்கே ஈரமாயிருக்கு…'

'ஓம் மிஸ். ஆனா திறந்து பார்க்க எங்களுக்கு அனுமதியில்ல.'

'ஓஹ்… இது என்ன எண்ணெய்?'

'பாமாயில்தான். வேறு என்ன இருக்கப் போவுது… இதெல்லாம் வெளிநாடுகள்ல இருந்து அனுப்புறவைதானே.'

நான் குகனை ஓரக் கண்ணால் பார்த்தேன். அவர் மிகவும் சௌகரியமாக நின்றுகொண்டு வயிற்றின் குறுக்காகக் கட்டியிருந்த இடக்கையின் மீது வலது கையின் முழங்கையை ஊன்றிக் கொண்டு மீசையைத் தடவியவாறே எம்மைப் பார்த்துக் கொண்டிருந்தார். (இப்போது எல்லாம் அவருக்கு விளங்கியிருக்கும். ஆள் நின்று கொண்டிருப்பதைப் பார்த்தால் ஏற்கெனவே எல்லாவற்றையும் விசாரித்து முடித்திருப்பார் போலத் தெரிகிறது. குகனின் கேலி மிகுந்த நடவடிக்கைகளைக் கண்டுகொள்ளாமல்) டீ சேர்ட் இளைஞர்களிடம் மேலும் இரண்டு மூன்று கேள்விகளை எனக்குக் கேட்க வேண்டியிருந்தது.

'கோதுமை மா, பாமாயில்…. இன்னும்… வேறு என்னென்ன நீங்க இந்த மக்களுக்குக் கொடுக்குறீங்க?'

'இன்னும்… சீனி, பருப்பு, அரிசி… இவையள்தான்'

'அவையும் வெளிநாடுகளிலிருந்து கொண்டு வரப்படுபவையா?'

'ஓம்… எங்கட நாட்டுப் பொருட்களை இலவசமாக் கொடுக்க ஏலாதுதானே!'

நான் சட்டெனத் திரும்பி குகனைப் பார்த்தேன். அவரின் விழிகள் பிரகாசித்தன.

'குகன் நாம கொஞ்சம் அந்தப் பக்கமா நடந்துட்டு வருவமா?' (அவர் இடம் பொருள் பார்க்காது கதைப்பதில்லை என்பதை

நானறிவேன்.) குகனின் பதிலை அறிந்து கொள்ள நான் ஒருவிதத்தில் மிகுந்த ஆவலுடனிருந்தேன்.

'தர்மப் பிரபுகள் எங்கடை மக்கள் மேல வச்சிருக்குற அன்போட அளவு தெரியுதுதானே அக்கா?'

'ஏன்?'

'ஏனெண்டு கேக்குறியள்? சிலோன் ஆக்கள் சாப்பிடுற சாமான்கள் சிலோன்ல விளையுறதில்லண்டது போலத்தானே இந்த நடவடிக்கை இருக்குது? என்ன நான் சொல்றது? அடுத்தது இந்தளவு... இந்தளவு கோதுமை மா எதுக்கு? அரிசியே கிடைக்காத நாட்டிலயெண்டா இந்தளவு கோதுமை மாவைத் தின்னக் கொடுத்தால் பரவாயில்ல. ஆனா நெல்லை வித்துக் கொள்ள ஏலாம விவசாயிகள் நஞ்சு குடிச்சுச் சாகுற நாட்டுல... எதுக்கு இந்தளவு மாவை ஊட்டத் தயாராகினம்? கடைசில இந்த மக்களும் வேலை வெட்டி செய்ய ஏலாம, வயல்ல இறங்கிப் பாடுபட ஏலாத சோம்பேறிகளாகிடுவினம்'.

'கோதுமை மாவு மட்டுமில்லதானே குகன்... அரிசியும் கொடுக்குறாங்கதானே?'

'அரிசி.... ஹ்ம்' என்றவர் இடக் கையின் விரல்களை விரித்து பாதியாகக் கையையுயர்த்தி சிறியதொரு கேலிப் புன்னகையை வெளிப்படுத்தி விட்டுத் தொடர்ந்தார்.

'அதெல்லாம் இஞ்ச ஆட்கள் சாப்பிடுற வகை அரிசியில்ல அக்கா. நீங்க இன்னும் அதைக் காணேல்லயே அக்கா. வாங்கோ போவோம். ஏதாவது ஒரு வீட்டுல உங்களுக்கு நான் காட்டுறன். நான் போன தடவை வந்தப்ப முன்னாடியிருக்குற தகரக் கடை முதலாளிதான் என்னட்ட சொன்னவர். இஞ்ச ஜனங்கள் எல்லாரும் அந்த அரிசியை குறைஞ்ச விலைக்கு வித்துட்டு கூடக் காசு கொடுத்து ஆலையிலருந்து அரிசி வாங்கிச் சாப்பிடுறவையாம்...'

‘ஐயையோ... அப்ப இந்த அரிசி மனுஷன் சாப்பிடுற அரிசியில்லையா?’

‘யார் சாப்பிடுற அரிசியோ எனக்குத் தெரியாது. கொடுக்குறதக் குறிச்சு யாரும் கேள்வி கேட்க மாட்டினமே. அக்காவே கையில எடுத்துப் பாருங்கோ. அந்த அரிசியைத் தொடும்போதே ஒரு மாதிரி வித்தியாசமா இருக்கும். வெள்ளைப் புழுதி மாதிரி ஏதோ ஒண்டு கையில படிஞ்சிருக்கும். அத்தோடு வித்தியாசமான ஒரு வாசனை. சோறு வெந்தால் அதை விடவும் நாத்தம். கையில பிசுபிசுப்பா ஒட்டும். பிள்ளைகளெண்டா சாப்பிடவே மாட்டினமாம்.’

‘அப்ப அந்த அரிசியை யாருக்கு விற்குறாங்க? யார் வாங்குறாங்க? சாப்பிட முடியலன்னா ஒருத்தருக்கும் அதால ஒரு பயனும் இல்லையே?’

‘எங்கடை நாட்டிலா? ஹ... எந்தச் சாமானையும் மொத்தமா விற்கப் பாருங்கோ. வாங்குறதுக்கு முதலாளிமார் வேண்டிய மட்டும் இருக்கினம். இல்லாட்டி நான் தேடித் தாறன். ஹா ஹா ஹா. நான் அரிசியைப் பற்றி இந்தளவு தகவல்களத் தெரிஞ்சு கொண்டது அரிசி வாங்க வந்திருந்த முதலாளிகள் கிட்டயிருந்து தான். இந்த அரிசியையெல்லாம் கொண்டு போய் என்ன செய்றனீங்களெண்டு அவையளிட்டக் கேட்டன். அவையள் பதில் சொல்லாமலே நழுவிட்டினம். அவையள் போனதுக்குப் பிறகு அங்கிருந்த ஆட்கள் முதலாளிமார் இதைக் கொண்டு போய் விலங்குணவோட கலப்பினமெண்டு சொன்னாங்கள். இது லாபம்தானே? ஒரு கிலோ பதினைஞ்சு இல்லாட்டி இருபது ரூபா... ஆனா மக்கள் சாப்பிட நாற்பது ரூபாக்கு மேல செலவழிச்சு அரிசி வாங்குறவை...’

‘பாருங்க குகன்... கஷ்டத்துல விழுந்த மக்களுக்கு இப்படிச் செய்றது பாவம்தானே? இது ஏன் இந்தத் தலைவர்களுக்கு விளங்குதில்ல?’

'யாருக்கு விளங்குதில்லண்டு அக்கா சொல்றியள்? இதைக் கொடுக்கிறவையளுக்கா? வாங்கிறவையளுக்கா? இதெல்லாம் மூடத்தனத்தாலயோ, அப்பாவித்தனத்தாலயோ நடக்குற தவறுகள் இல்ல அக்கா. அக்கா யோசிச்சுப் பாருங்கோ... வெள்ளைக் காரங்களுக்கு ஏதாவது கஷ்டம் வந்தா அவையளுக்குப் பொருந்தாத சாமான்களைக் கொண்டு போய்க் கொடுக்க எங்களால ஏலுமா?... ஹா ஹா ஹா... நல்லா இருக்குமே. உதவி உபகாரம் செய்யச் சேர்த்து வச்சிருக்குற காசை இஞ்ச அனுப்புங்கோ எண்டு சொல்லிட்டு நாங்க அவையளுக்கு பலா, சீனிக் கிழங்கு, கீரைகளை அங்க அனுப்புவம். நடக்குமா? சொல்லுங்க...நடக்குற காரியமா?' (இதோ... இதோ... அவர் திரும்பவும் என்னைக் கேள்வி கேட்கிறார்.)

'அதென்றால் நிஜம்தான். ஒரு முயற்சி செய்து பார்ப்போமா? ஆனால் எங்கள் நாடு வறிய நாடு குகன்... அதனால்தானே குகன்... அங்கேதான் சிக்கலிருக்கு. உண்மையில இதை எப்படித் தீர்ப்பது?'

'அதெல்லாம் தலைவர்கள் செய்ய வேண்டிய வேலைகள் அக்கா. தங்கட நாட்டு மக்களுக்குப் பொருந்தாதவையளை அனுப்பேக்க வேண்டாமெண்டு சொல்லித் திருப்பியனுப்ப அவையளுக்கு தைரியம் இருக்க வேணும். ஏன் இந்தியா சுனாமிக்கு வந்த பொருளுதவிகளை வேண்டாமெண்டு சொல்லிச்சுதாமே? அப்படி யொரு தைரியம் இருக்க வேணுமக்கா. இந்தப் பொருளுதவி களெண்டதும் அன்பினால தரப்படுறவை இல்லையே... அந்தந்த நாடுகளுக்கு முந்தி மாதிரி பலவந்தமா அதிகாரத்தோட நாடுகளை ஆட்சி செய்ய முடியாமக் கிடக்கிறதால உதவிகள் செஞ்சு ஆளப் பார்க்கினம். உதவிகளெண்டாலும் அவை எங்களுக்குத் தேவையான உதவிகளுமில்லாம அவையளாவே எங்களுக்கு இதுதான் பொருந்துமெண்டு தீர்மானிச்ச உதவிகள். எப்படியிருக்குது இது? பார்க்கேக்க அக்கா... வெள்ளைக்காரன்கள் எங்கட நாட்ட சொந்தம்

கொண்டாடிக் கொண்டிருந்த காலத்த விட அதிகமா இப்ப வெள்ளைக்காரன்கள் நாட்டுக்குள்ளயே இருக்கினம் எங்களை ஆண்டு கொண்டு… அக்காவுக்கு அப்படித் தோணலையா?' (அடடா! அது அருமையான கூற்று. எப்படி அவருடைய அவதானிப்புகள்!)

நாங்கள் கதைத்தவாறே பெண்கள் வரிசையில் வெகுதொலைவுக்கு வந்திருந்தோம். வரிசையிலிருந்த பெண்கள் கண்களை அகல விரித்து எம்மைப் பார்த்துக் கொண்டிருந்தார்கள். (நாங்கள் கதைத்துக் கொண்டிருந்தவற்றைக் கேட்டிருந்தால் தேர்தல் வாக்குக் கேட்டு வந்திருக்கிறோம் என்று நினைத்திருப்பார்கள்.)

'குகன் இப்ப நாம யாரைச் சந்திக்கப் போறோம்?'

'ஓஹ்… மறந்துட்டன். நாம முதல்ல அந்தப் பெடியன் இருக்கிறானோ எண்டு பார்ப்பமா திரும்பிப் போய்? ம்ம்ம்ம்… சரி போவம்… எப்படியும் உள்ளாலதான போக வேணும்.'

நாங்கள் கூடாரக் கொட்டகைகளிடையே நடந்து உள்ளே சென்றோம்.

'உண்மையில ஒரு நாட்டுக்கு உதவி செய்ய வேணுமெண்டால் அக்கா…' நடந்து வந்த பாதையை மாற்றிக் கொண்ட போதிலும் கதைத்துக் கொண்டிருந்த விடயத்தை மாற்ற அவர் விரும்பவில்லை. (அதனால்தான் அவர் அரசியலுக்கு வர வேண்டிய ஆள் என்கிறேன்.)

'உண்மையில ஒரு நாட்டுக்கு உதவி செய்ய வேணுமெண்டால் அந்த நாட்டு மக்கள் என்ன சாப்பிடுறாங்களெண்டு தேடிப் பார்த்து அந்த நாட்டிலிருக்குற உணவுப் பண்டங்களாலேயே அவையளோட

பசியைப் போக்குற வழியைக் கண்டுபிடிக்க வேணும்... அப்ப காசும் அந்த நாட்டுக்கே கிடைக்கும்... மக்களுக்கு நல்ல சாப்பாடும் கிடைக்கும்.' (நான் சொன்னேனே! இதோ ஆள் பொருளாதார நிபுணராகவும் மாறி விட்டார்!)

'ம்ம்... அதென்றால் மிகவும் நல்ல வழிமுறைதான். என்றாலும் அதைச் செயற்படுத்தாமலிருக்கவும் ஏதாவது காரணம் இருக்கும், இல்லையா?'

'இதுக்கெல்லாம் பெரிய பெரிய காரணங்கள் ஒண்டுமில்ல... எங்களுக்குநல்லாத் தெரிஞ்ச, வெளிப்படையாத் தெரியுற விசயங்கள் தவிர. இவையெல்லாம் பெரிய நாடுகள்ல, பெரிய மனுஷங்களோட, பெரிய வேலைகளா மாறினப் பிறகு இதுக்குள்ள பெரிய பெரிய ரகசியங்கள் இருக்குமெண்டு நாங்களும் வாயைப் பொத்திக் கொண்டு வெறுமனே பார்த்துக் கொண்டிருக்குறம்...' (அட! இவருக்குத் தெரிந்திருப்பவை!)

பாகம் II

'இதோ இருக்குது... இந்த வீடுதான்... பெடியன் இருக்குறாரோ தெரியாது... பார்ப்பம்.'

கூடாரக் கொட்டகையின் வாசலருகே நடந்த குகன் உள்ளே எட்டிப் பார்த்துக் கொண்டே எனக்கு கையால் சைகை செய்தார்.

'தம்பி... சுகமா?' என்று கேட்டவாறே அவர் வீட்டுக்குள் நுழைந்த போதிலும், உள்ளேயிருப்பவரின் குரல் காதில் விழும்வரை நான் தடுமாற்றத்தோடு வெளியே நின்று கொண்டிருந்தேன். பிறகும் ஓசை எதுவும் வராததால் நானும் கொட்டகை வாசலருகே வந்து தலை குனிந்து உள்ளே எட்டிப் பார்த்தேன்.

பதினேழு அல்லது பதினெட்டு வயதான, நன்றாக வளர்ந்திருந்த இளைஞன் ஒருவன் சாரமொன்றும் டீ சேர்ட்டொன்றும் அணிந்து, வீட்டின் ஒரு பக்கமாக தரையில் அமர்ந்திருந்தான். அவனது இடது கை மணிக்கட்டில் சிவப்பு மற்றும் கறுப்பு நிறங்களில் நூல்கள் பலவும் சுற்றப்பட்டிருந்தன. அவனது முகத்தில் வியர்வை ஊற்றெடுத்து வழிந்து கொண்டிருந்தது. அவனுக்கு முன்னால் தரையில் அமர்ந்திருந்த குகன், நான் உள்ளே வருவேனென்ற எதிர்பார்ப்போடு பார்த்துக் கொண்டிருந்தார். இளைஞன் எங்களைக் கண்டும் காணாதது போல இருந்தான்.

'ஷ்ஷப்பா... உள்ளே சரியான சூடாயிருக்கே... ஏன் நீங்க வெளிய வாறதில்ல?' என்றதும் அந்த இளைஞன் தலையுயர்த்தி என்னைப் பார்த்தான். ஆனால் அந்தக் கேள்விக்கு எந்தப் பதிலையும் அளிக்க அவனுக்கு ஆர்வமிருக்கவில்லை. இல்லை, அந்தக் கேள்வியை அவன் கண்டுகொள்ளவேயில்லை. நான் கேள்விக்குறியோடு குகனைப் பார்த்தேன்.

'ஏன் நான் அக்காக்கிட்ட சொன்னான் தானே?' என்றவாறே அவர் இளைஞனைப் பார்த்தார்.

'இந்த மிஸ் தனியா சேவை செய்ற ஓராள். இந்தப் பக்கம் வர வேணுமெண்டு சொன்னப்ப நான்தான் தம்பியப் பார்க்கக் கூட்டிக் கொண்டு வந்தனான். பயப்படத் தேவையில்ல...'

எங்கள் உரையாடல்களாலும், நடவடிக்கைகளாலும் இளைஞனின் இருப்பை மாற்ற முடியவில்லை. அவை எவையும் அவனுக்கானதல்ல என்பதைப் போல, வெறுமை நிரம்பியவனாக வெறுமனே அமர்ந்திருந்தான். உள்ளே நுழைந்து அமர்ந்து கொள்வதைக் குறித்த எனது தடுமாற்றம் மேலும் அதிகரித்தது. என்றாலும் அந்தக் கதையை அறிந்து கொள்வதற்கான பேரார்வமும் என்னுள்ளே உதித்திருந்தது.

குகனின் அறிவுறுத்தலொன்றையோ, வார்த்தையொன்றையோ எதிர்பார்த்தவளாக நான் கொட்டகை வாசலிலேயே நின்று கொண்டிருந்தேன்.

'ஏன் மிஸ் வெளிய நிண்டு கொண்டிருக்கிறியள்? உள்ள வந்து உட்காருங்கோ' என்ற குரல் உள்ளேயிருந்த குகனிடமிருந்தல்லாது வெளியே இருந்து வந்தது. முகம் அழுக்கடைந்து போயிருந்த சிறு ஆண் குழந்தையொன்றை இடுப்பில் ஏந்திக் கொண்டிருந்த இளம்பெண்ணொருத்தி எனக்குப் பின்னாலிருந்து புன்னகைத்தாள். அவள் கொட்டகை வாசலைச் சற்று விரித்து உள்ளே நுழைந்தாள். நானும் செருப்புகளைக் கழற்றி வைத்து விட்டு அவளின் பின்னால் நுழைந்தேன். எனக்கு ஒரு பிளாஸ்டிக் பாயை விரித்துக் கொடுத்தவள் இளைஞனின் அருகிலேயே தரையில் அமர்ந்து கொண்டாள்.

'உண்மையில் என்ன நடந்தது?' என அதற்கு மேலும் அறியாமையைப் பொறுத்திருக்க இயலாமலோ, என்னவோ அமர்ந்து கொள்ள முன்பே எனது வாயிலிருந்து கேள்வி வெளியே குதித்தது. எனது அவசரம் குறித்து எவ்வித ஆச்சரியமும் படாமல் அந்த இளம்பெண் பதில் கூற முன் வந்தாள்.

'தம்பி செங்கலடிக்கு செங்கல் வெட்டப் போய்க் கொண்டிருந்தவன். ஒரு நாள் தெருவுல போகேக்க சைக்கிள்ல வந்த ரெண்டு பேர் தம்பியை நிப்பாட்டி அவையளத் தெரியுமோவெண்டு கேட்டிருக்கினம். தம்பி இல்லையெண்டு சொல்லிட்டு, போகப் பார்க்கேக்க திரும்ப பக்கத்துல வந்து அதே கேள்வியைத் திருப்பியும் கேட்டவங்களாம். பிறகு தம்பியோட அடையாள அட்டையை வாங்கிக் கொண்டு போனவங்கள் திரும்பி வந்து தம்பியையும் பிடிச்சுக் கொண்டு போயிட்டாங்கள்.'

'யார் அவங்க? எங்க கொண்டு போயிருக்காங்க?'

‘கருணாவோட ஆட்கள். தம்பியை அவையளோட கேம்புக்குக் கொண்டு போயிருந்தவையள்.’

‘பிறகு?’

‘கொண்டு போய் பதினஞ்சு நாள் அங்க வச்சிருந்து போட்டு பிறகு வெருகல் ராணுவத்திட்ட ஒப்படைச்சிட்டினம்.’

‘ஏனது? பிடிச்சுக் கொண்டு போனது ட்ரெயினிங் கொடுக்க இல்லையா?’

‘தம்பியைப் பிடிச்சு வச்சுக் கொண்டு தொடர்ச்சியாக் கேட்டுக் கொண்டிருந்தவையாம் ’நீ புலியோடு இருந்தனீதானே?’ எண்டு... அதுக்காகத்தான் ராணுவத்திட்ட ஒப்படைச்சிருப்பினம்.’

‘அதுக்கு தம்பி என்ன சொன்னாராம்?’ (அந்தக் கேள்வியை வேறு விதமாகக் கேட்டு எமது நட்பை சேதப்படுத்தவோ அவர்களை அசௌகரியத்துக்குள்ளாக்கவோ நான் விரும்பவில்லை!)

‘அந்தக் காலத்தில ஊரிலிருந்த ஆம்புள, பொம்புள எல்லாரையும் ட்ரெயினிங் கொடுக்க கொண்டு போச்சினம். அதுல தம்பியும் மாட்டிக் கொண்டவன். அப்படிப் போனாலும் கூட அவன் புலியோட தொடர்பு வச்சிருக்கேல்ல. அதனால தம்பி அதைத் தெளிவாச் சொன்னதுமே ராணுவம் தம்பியை அவையளிட்டயே திருப்பி ஒப்படைச்சிட்டுது.’

‘பிறகு வீட்டுக்கு அனுப்பிட்டாங்களா?’ என நான் கேட்டது கேள்வியல்ல. ஆமென்று சொல்லி கதை அத்தோடு முடிந்திருந்தால் என்னால் நிம்மதிப் பெருமூச்சு விட்டிருக்க முடியும். (அது எனது சுயநலம்தான். அப்படியே நடந்திருந்தாலும் கூட அவர்களுடைய பிரச்சினைகள் அதோடு மாத்திரம் முடிவதில்லை.)

‘இல்லல்ல... அவையள்ட இயக்கத்துல சேரச் சொல்லி தம்பிட்ட சொன்னவையாம். ஏலாதெண்டு தம்பி சொல்ல, அப்ப நாங்கள்

சுடுவமெண்டு மிரட்டியிருக்கினம். தம்பி அம்மாவைப் பார்க்க வேணுமெண்டு சரியா அழுதிருக்கிறான்.'

'அதனால அவங்க கூட்டிக் கொண்டு வந்தாங்களா? நல்லதுதானே! பலவந்தமா வேலைகள் செய்தாலும் இந்த மாதிரியான நல்ல காரியங்களும் செய்றாங்க, இல்லையா?'

'ஓமோம். தம்பியை இஞ்ச கூட்டிக் கொண்டு வந்தாங்கள். தனியா அனுப்பேல்ல. ஒரு படையோடுதான் வந்தாங்கள்.'

'பாதுகாப்புக்காக வேண்டியிருக்கும்! எப்படியோ வீட்டுக்குக் கூட்டிக் கொண்டு வந்தாங்கதானே... பத்திரமா வீட்டுல விட்டுட்டுப் போனாங்களா?' (திரும்பவும் எனது தேவையே மேலெழுந்தது!)

'இல்ல... எங்களுக்குத் தம்பியைக் காட்டிட்டுத் திரும்பக் கொண்டு போறதுதான் அவையள்ட நோக்கமா இருந்தது. எண்டாலும் நான் சத்தம் போட்டு அலறினன். தெருவுல போய்க் கொண்டிருந்த ராணுவப் படை அதைக் கேட்டுட்டு என்னெண்டு பார்க்க உள்ளே வந்தாங்கள்.'

இவ்வளவு நேரமாக எவ்விதச் சலனமோ, பதிலோ அற்றவனாகக் காணப்பட்ட இளைஞன் அக்காவிருந்த பக்கமாகத் திரும்பி, அவளது மடியிலிருந்த குழந்தையின் தலையில் செல்லமாகத் தட்டினான். குழந்தை அவன் பக்கமாகத் திரும்பி சத்தமாகச் சிரித்து நட்பை வெளிப்படுத்தியது. நான் குகனைப் பார்த்தேன். முழங்கால் மீது முழங்கையை ஊன்றி மணிக்கட்டில் கன்னத்தைத் தாங்கியவாறு அவர் கேட்டுக் கொண்டிருந்தார். அவரது பார்வை இளைஞனின் மீதே இருந்தது.

'உங்க வீட்டுல வேற யாரெல்லாம் இருக்கீங்க?'

'தம்பியும், நானும் மட்டும்தான். அண்ணா இருந்தவர். இல்லாமப் போயிட்டார்.'

'அப்ப அம்மா?'

‘இருக்கிறா. அதோ அந்தப் பக்கமா இருக்குற வீடு’ என்றவள் தலையை வெளியே இட்டு தொலைவிலிருந்த கொட்டகை திசையில் கையை நீட்டிக் காட்டினார். நானும் குனிந்து எட்டிப் பார்த்தேன். அந்தப் பக்கமிருந்து அழகான இளம்பெண்ணொருத்தி நாங்கள் இருந்த பகுதிக்கு நடந்து வந்து கொண்டிருந்தாள். அந்த வயதிலிருந்த அநேகமான இளம்பெண்களின் இடுப்புகளில் அமர்ந்திருப்பது போலவே ஒரு குழந்தை அவளது இடுப்பிலும் அமர்ந்திருந்தது. நாங்களிருவரும் அவளையே எட்டிப் பார்த்துக் கொண்டிருந்தோம்.

‘இவரோட ஐடென்டி கார்டை எடுக்க எப்படியாவது உதவி செய்ங்கோ’ என்றவாறு அவள் கொட்டகை வாசலால் உள்ளே நுழைந்தாள். அவளிடம் புதுமையானதொரு தைரியம் காணப்பட்டது. அவளிடமிருந்தது அழகு மாத்திரமல்ல. அதனோடிருந்த ஆத்ம தைரியம். ஏதோவொரு வசீகரம். எனக்கு விவரிக்கத் தெரியவில்லை. நான் திரும்பிப் பார்த்தேன். குகன் வாயைத் திறந்தவாறு அவளையே பார்த்துக் கொண்டிருந்தார். (நான் அவரைப் பார்ப்பதைக் கண்டதும் வெட்கம் வந்து சட்டென இளைஞன் பக்கம் திரும்பினார்) இளைஞனிடமும் மாற்றம் தென்பட்டது. இவ்வளவு நேரமும் கல்லாகச் சமைந்திருந்தவனின் விழிகள் பிரகாசித்தன.

‘நீங்க...? யாரு?’

‘நான் இவரோட மச்சினி. நாங்க எல்லாரும் சேர்ந்துதான் சத்தம் போட்டுப் போராடி இவரை இஞ்ச நிறுத்திக் கொண்டம். எண்டாலும் அவையள் இவரோட ஐடென்டி கார்டைத் திருப்பித் தரேல்ல. அதில்லாம இவர் எப்படி வெளியே வாறது?’

‘உங்க குழந்தையா?’ என நாங்கள் அனைவரும் மூழ்கியிருந்த உரையாடலிலிருந்து முற்றிலுமாக வெளியே குதித்து நான் கேட்டேன்.

‘ம்... ம்... மா’ பதில் தருவதற்குப் பதிலாக அவள் குழந்தையை

அழுத்தமாக முத்தமிட்டாள்.

'நீங்களே ரொம்பச் சின்னப் பொண்ணா இருக்கீங்களே!'

'ஹ்ம்ம். என்னையும் எல்.டீ.டீ.ஈ கொண்டு போனது. எங்கடை ஸ்கூல்ல அஞ்சாம் வகுப்பு வரைக்கும்தான் இருந்தது. அஞ்சுக்குப் பிறகு களுவன்கேணியில மாமாட வீட்ட இருந்துதான் நான் ஸ்கூலுக்குப் போனான். லீவுல வீட்டுக்கு வந்தப்ப என்னைப் பிடிச்சுக் கொண்டு போயிட்டாங்கள். எண்டாலும் நான் தப்பி வந்துட்டன். மாமாட வீட்டுக்கே ஓடிப் போனான். ஆனா எங்கட அம்மா பயந்து போய் எனக்குக் கல்யாணம் கட்டி வச்சுட்டா. ஸ்கூல் பயணம் அதோட முடிஞ்சது' என்றவாறு புன்னகைத்தாள்.

'அப்ப நீங்க...? உங்களையும் கொண்டு போனாங்களா?'

'அந்தக் காலத்துல ஒருத்தராலயும் அதிலிருந்து தப்பேலாமக் கிடந்தது' என இளைஞனின் அக்கா மிகுந்த வெள்ளந்தியாகப் பதிலளித்தாள்.

'அதனால அவையள் என்னைப் பிடிச்சுக் கொண்டு போக முதல்ல அம்மா எனக்குக் கல்யாணம் கட்டி வச்சவ. அப்பா காலமானதுக்குப் பிறகு நாங்க சித்தப்பாவோட வாழ்ந்தம். அம்மாவுக்கு அவையள்ட பிள்ளையளையும் எங்க ரெண்டு பேரையும் ஒண்டாப் பார்த்துக் கொள்றது கஷ்டம்தானே... என்னைச் சின்ன வயசுலயே கட்டிக் கொடுத்திச்சினம். நான் தம்பியையும் என்னோடயே வச்சிக் கொண்டனான். தம்பி அப்பலருந்தே தொழிலுக்குப் போறவன்.'

வயதை விடவும் முந்திக் கொண்டு ஓடி வந்து தோள்களில் விழுந்த எல்லாப் பொறுப்புகளும் அவளது பால்யத்தை உறிஞ்சிக் குடித்திருந்த போதிலும், சிறுவர்களிடம் மாத்திரம் காணப்படக் கூடிய வெள்ளந்தித்தனமான வெளிப்படைத் தன்மையும், பெருஞ்

சூறாவளிக்குப் பிறகும் புதியதொரு தொடக்கத்துக்காக இன்னும் காத்திருக்கும் திறமையும் அவளிடம் எஞ்சியிருந்தது. மொத்த உரையாடலின் போதும் அவள் இயல்பாக இருப்பதன் இரகசியத்தைப் புரிந்து கொள்ளவே நான் முயற்சித்துக் கொண்டிருந்தேன்.

அதன் பிறகு கனத்த அமைதி நிலவியது, நான் கேள்வி கேட்பதை நிறுத்தியிருந்ததனால் ஆக இருக்கும். (கேட்பது யாரைப் பற்றி, எதைப் பற்றி என்று தீர்மானிக்க முடியாத அளவுக்கு எல்லா உரையாடல்களிலுமே புதிய புதிய கதைகள் மேலெழுந்து வந்து கொண்டிருந்தன. இளைஞன், அக்கா, காணாமல் போன அண்ணன், மச்சினி, அப்பா, அம்மா... ஹ்ம்ம்ம்... வெகுதூரம் போகத் தேவையில்லை. வேண்டிய மட்டும் பிரச்சினைகளும், கதைகளும் அந்தக் கொட்டகைக்குள்ளேயே இருந்தன.) இளைஞனையும், தாய்மாரின் மடிகளில் அமர்ந்திருந்த இரண்டு குழந்தைகளையும் தவிர ஏனையவர்கள் நான் அமைதியைக் குலைக்கும்வரை பார்த்துக் கொண்டிருந்தார்கள்.

‘நான் அண்டைக்கு வரேக்க இந்தத் தங்கச்சி சத்தம் போட்டு அலறிக் கொண்டிருந்தா. சத்தம் கேட்டு தெருவுல போய்க் கொண்டிருந்த ராணுவம் மட்டுமில்ல இஞ்ச இருக்குற எல்லாருமே ஓடி வந்தவங்கள்...‘ என எனக்கு உதவி செய்ய குகன் முன் வந்தார். (இவ்வாறு நான் தர்மசங்கடத்துக்குள்ளான சந்தர்ப்பங்களில் அவரிடமிருந்து உதவிகளை எதிர்பார்ப்பதில் தவறில்லை.) அவர் பழைய உரையாடலை நிறுத்தப்பட்ட இடத்திலிருந்து மேலே கொண்டு செல்லத் தீர்மானித்திருந்தார். (அவர் எந்த உரையாடலையும் பாதியில் நிறுத்துவதில்லை. புதியதொரு உரையாடலைத் தொடங்கு முன்பு பழைய உரையாடலை ஏதாவதொரு முடிவு வரை கொண்டு வந்து விடுவார்.)

‘ஓஹ்... பிறகு?’

'என்ன நடக்குதெண்டு ராணுவம் கேட்டது. அக்கா அழுதுகொண்டே விஷயத்தைச் சொன்னவள். நாங்க எல்லாரும் இவரைச் சூழ்ந்து நின்று கொண்டிருந்தம். சுத்துக்கும் இன்னும் ஆட்கள் கூடியிருந்தினம். பெடியனை விட்டுட்டுத் தொலைஞ்சு போவெண்டு ராணுவம் அவையள மிரட்டிச் சத்தம் போட்டது' என உரையாடலின் மீதியைத் தொடர திரும்பவும் அந்த அழகிய இளம்பெண் முன் வந்தாள்.

'ஆனா கருணா குழுவினர் பிள்ளைகளைக் கொண்டு போகும்போது ராணுவம் கண்டு கொள்றதில்லையென்று தானே நிறையப் பேர் சொல்றாங்க. பார்த்தா அப்படியும் இல்லைதானே?' என நான் குகனிடம் கேட்டேன்.

'எல்லாரும் பார்த்துக் கொண்டிருக்கேக்க, இந்தப் பிள்ளையளும் அவ்வளவு சத்தமா அழுது கூப்பாடு போடேக்க அப்படியே கண்டும் காணாதது மாதிரி போயிட்டினமெண்டால், அது அரசாங்கத்தோட ராணுவமா எப்படியிருக்கும் அக்கா?' (ஹ்ம்ம்... அதுவும் உண்மைதான்!)

'பிறகு அந்த இரண்டு தரப்பினருக்குமிடையில சச்சரவுகள் வரலையா?' என இரண்டு இளம்பெண்களையும் பார்த்துக் கேட்டேன்.

'அவையளுக்குக் கோவம் வந்துட்டுது. 'சரி... பிறகு பார்த்துக் கொள்றம்' எண்டு சொல்லிட்டுத் திரும்பிப் போனவங்கள்' என அழகிய இளம்பெண் பதிலளித்தாள். அவள் கொட்டகைக்குள் வந்ததிலிருந்து இளைஞனின் அக்கா அன்று நடந்ததை விவரிக்கும் பாரத்திலிருந்து விடுபட்டிருந்தாள்.

'எப்படியோ பரவாயில்ல. இப்ப ஐடென்டிடி கார்டை மட்டும்தானே இவர் இழந்திருக்கிறார். இவருக்கொரு பிரச்சினையும் இல்லையே...' என நான் இயன்றளவு விரைவாக, குறைந்த பிரச்சினைகளோடு கதை முடிந்ததென எனது மனதை சமாதானப்படுத்திக் கொள்ள அப்போதும்

முயற்சித்துக் கொண்டிருந்தேன்.

'என்னச் சுட்டுக் கொல்லுவோமெண்டு மிரட்டிட்டுப் போனவையள்.'

ஓஹ்! இளைஞன் வாய் திறந்தான். நான் அதிர்ந்து போனேன். குகனைப் பார்த்தேன். குகன் என்னைப் பார்த்துக் கொண்டிருந்தார். இவ்வளவு நேரமாக, இந்த உரையாடலிடையே, தனது வாழ்க்கைக்கு இந்த உரையாடல் எவ்விதத்திலும் சம்பந்தமில்லை என்பது போல, கையில் கட்டப்பட்டிருந்த நூல் கயிறுகளுடன் விளையாடிக் கொண்டிருந்த, அக்காவின் பாசத்துக்குப் பதிலளிக்கும் விதமாக குழந்தையின் தலையில் ஒரே ஒரு தடவை தடவிக் கொடுத்த, மச்சினியின் குரலுக்குத் தலையுயர்த்திப் பார்த்து பிரகாசிக்கும் விழிகளால் அவளையே சில கணங்கள் பார்த்துக் கொண்டிருந்த, திரும்பவும் தனதுலகில் தனக்குரித்தான எதுவுமே இல்லை என்பது போல, தனக்கே உரித்தான தனியுலகில் வாழ்ந்து கொண்டிருந்த இளைஞன் வாய் திறந்தான். என்றபோதிலும், அந்தச் சொற்கள் அவனது வாயிலிருந்து வெளிப்பட்டது மட்டும்தான். அசைவுகளோ, அபிநயங்களோ, சலனங்களோ எதுவுமற்று அவன் கற்சிலை போலவே அமர்ந்திருந்தான்.

ஜீவிதத்துக்கும், மரணத்துக்குமிடையிலான விதியைத் தீர்மானிக்கும் மனசாட்சியற்ற துப்பாக்கி ரவை... அந்தத் துப்பாக்கி ரவையை வைத்து சூதாடிக் கொண்டிருக்கும் மனசாட்சி இல்லாதொழிக்கப்பட்ட மனிதர்கள்... என்றால் இந்த இளைஞனுக்கும் மனசாட்சி தொலைந்து விட்டிருக்குமோ...?

'எண்டாலும் அப்படியேதும் நடந்தால் நாங்கள் பார்த்துக் கொள்றமெண்டு ராணுவம் சொன்னது. அவையள் கோபமாப் போனவை. இவர் வெளிய இறங்கினால் சுடுவமெண்டு சொன்னவை. ஐடென்டி கார்டில்லாம எங்கேயும் அனுப்புறத நெனச்சிப்

பார்க்கவும் ஏலாதே' என அழகிய இளம்பெண் அந்த உரையாடலை முழுமையாக்கினாள். (ஒரு உரையாடல் முழு வட்டம் சுற்றி ஆரம்பித்த இடத்தில் வந்து பூர்த்தியாகியிருக்கிறது. அடுத்ததாக, குகனின் மறுமொழி என்னவாக இருக்கும் என்பதைப் பார்ப்போம்!)

'ஐடீயை அவையள் கொண்டு போயிட்டினமெண்டு எதற்கும் போலிஸில ஒரு முறைப்பாடு கொடுக்க வேணும். கொண்டு போனவை திரும்ப அதைக் கொண்டு வந்து தர மாட்டினம். புதுசொண்டைத்தான் எடுக்க வேண்டியிருக்கும். இல்லையா அக்கா?'(பார்த்தீர்களா? அவர் மிகவும் யதார்த்தவாதி.)

'ஓஹ்... அதைத்தான் செய்ய வேணும்.'

'ஆனா அதுக்கு நீங்க தனியாப் போக வேண்டாம். அவையள் எங்க இருப்பாங்களெண்டு தெரியாது தானே. சிலவேளை போலிஸுக்குள்ளேயும் இருக்கலாம். சுட்டுப் போட்டு, புலியொருத்தன் தப்பிச்சுப் போகப் பார்த்ததால சுட்டுட்டமெண்டு சொல்லுவினம். இஞ்ச வாற என்.ஜி.ஓ ஆக்களிட்ட சொல்லி ஒரு வாகனத்துல இவரை அனுப்புங்க. தனியாத் திரும்பி வரவும் வேணாம். திரும்பக் கொண்டு வந்து விட வேணுமெண்ட வாக்குறுதிக்குப் பிறகுதான் இவரை அவங்களோடு அனுப்ப வேணும்' என அவர் அந்த அழகான இளம்பெண்ணிடம் கூறிக் கொண்டிருந்தார். காரணம், அதை அவளால்தான் செய்ய முடியுமென அவருக்கு விளங்கியிருந்தது.

'இஞ்ச நடந்தவைகள வச்சுப் பார்க்கேக்க இஞ்ச உள்ளுக்க வந்து ஏதும் செய்ய அவையள் முயற்சிக்க மாட்டினம். எண்டாலும் இன்னும் கொஞ்சம் கவனமா இருக்குறது நல்லது. இல்லையா அக்கா?'

'ஹ்ம்...ம்...ம்'

அவரே அனைத்து அறிவுறுத்தல்களையும் வழங்கியதன் பிறகு

என்னிடம் புதிதாகக் கூற எதுவும் மீதமிருக்கவில்லை. கூடாரக் கொட்டகையுள்ளே மேலும் அமர்ந்திருக்க முடியாத அளவுக்கு உஷ்ணம் அதிகரித்திருப்பதை நான் உணர்ந்தேன். குகனின் மேற்சட்டையும் வியர்வையில் உடலோடு ஒட்டிப் போயிருந்தது. அவர் வியர்வைக்கு நெஞ்சில் வாயால் ஊதிக் கொள்ள தொடங்கியிருந்தார்.

சிலையாகிப் போயிருந்த இளைஞன், வெள்ளந்தி அக்கா, அழுக்கடைந்த முகம் கொண்ட ஆண் குழந்தை, அழகிய இளம் பெண், அவளது மடியில் நன்றாக உறங்கிக் கொண்டிருந்த குழந்தை என விடைகொடுக்கும் வார்த்தைகள் போதாமையால் நான் கொட்டகையுள்ளேயிருந்த ஐந்து முகங்களையும் வரிசையாகப் பார்த்திருந்தேன்.

கொட்டகை வாயிலை கையால் விரித்து வெளியே வரத் தயாரான நான் திரும்பி அந்த இளைஞனைப் பார்த்தேன். அவனும் என்னையே பார்த்துக் கொண்டிருந்தான். மிகவும் வெறுமையான வெறித்த பார்வை. ஆனால் அந்தப் பார்வை வெளிப்புறமாக மாத்திரம்தான். பெரும் அனுபவங்கள் பலவற்றினூடாக வயதாகிப் போன முதியவரொருவருக்கு இருக்கக் கூடுமான, ஆழக் கடலில் காணப்படும் நிச்சலனமான ஆழம் அந்தக் கண்களில் தேங்கியிருந்தது. இல்லை. இளைஞனின் மனசாட்சி தொலைந்து போய் விடவில்லை. அவன் சிலையாகி விடவுமில்லை. அவன் ஆழக் கடலாகி விட்டிருக்கிறான்.

நான் வெளியே வந்தேன். எனக்குப் பின்னால் அழகிய இளம் பெண்ணும், அவளுக்குப் பின்னால் குகனும் வெளியே வந்தார்கள். அருகிலிருந்த பனை மரத்தின் கீழ் மெலிந்து வாடிப் போன பெண்ணொருத்தி, ஜட்டி கூட இட்டிராத பெண் குழந்தையொன்றை மடியில் வைத்திருந்தாள். அவளது அழுக்குச் சட்டையைப் பிடித்துத்

தொங்கிக் கொண்டிருந்தது மேலுமொரு குழந்தை அழுக்கடைந்த விரலை வாயில் வைத்துக் கொண்டு.

'இவதான் அவையளோட அம்மா' என அந்த அழகிய இளம்பெண், அம்மெலிந்த பெண்ணை எனக்கு அறிமுகப்படுத்தி வைத்தாள்.

'ஆஹ்! அப்ப இந்தக் குழந்தைகள்?'

'எண்டதான். பிறகு கல்யாணம் கட்டினதுல அஞ்சு பிள்ளையள். மத்த மூண்டு பேரும் உள்ள இருக்கினம்' என்று மடியில் வைத்திருந்த குழந்தையின் மூக்கிலிருந்து வடிந்து கொண்டிருந்த சளியை இரண்டு விரல்களால் வழித்தெடுத்து ஒரு ஓரமாக வீசி விட்டு தனது சட்டையின் பின்புறமாகக் கையைத் துடைத்துக் கொண்டே கூறினாள். சட்டையில் தொங்கி விளையாடிக் கொண்டிருந்த குழந்தையின் வயிறு புடைத்து வெளித் தள்ளியிருந்தது. குகன் பயந்து போனவராக என்னைப் பார்த்தார். (அவர் கோதுமை மா பிரச்சினையில் மேலுமொரு விடயத்தைச் சேர்த்துக் கொள்ளக் கூடும்!)

'உங்க பேரென்ன?' என நான் மெலிந்த பெண்ணிடம் சும்மா கேட்டு வைத்தேன். (கதைக்க வேண்டிய விடயங்கள் நிறைய இருந்ததாலேயே கதைக்க எதுவுமில்லாமல் போயிருந்தது.)

'வில்பட் சிஞ்ஞோ வயலட் நோனா' என அவர் மிகுந்த விருப்பத்தோடு பதிலளித்தார். (வாழ்க்கையில் முதற்தடவையாக தனது பெயரைக் கூறி அறிமுகப்படுத்திக் கொள்ள, அதைக் குறித்து பெருமிதப்பட சந்தர்ப்பமொன்று கிடைத்திருப்பது போல.) குகன் எம்மிருவர் அருகில் வந்து அவளது முகத்தை ஆச்சரியத்தோடு பார்த்துக் கொண்டிருந்தார்.

'அது சிங்களப் பேர்தானே?'

'ஓம். நாங்க சிங்களவங்கள். எண்ட அப்பாட ஊர் கண்டி' என

அவள் பெருமிதத்தோடு பதிலளித்தாள்.

'உங்களுக்கு சிங்களம் கதைக்கத் தெரியுமா?'

'இல்ல... ஏலாது' என்றவள் வெறுமனேயிருந்த மற்றக் கையால் வாயை மூடிக் கொண்டு வெட்கத்தோடு பனை மரத்தில் சாய்ந்து கொள்ள முயற்சித்தாள். மடியிலிருந்த குழந்தை அம்மாவிடம் ஏதோ வித்தியாசத்தைக் கண்டது போலவோ என்னவோ கண்களை அகலவிரித்து அம்மாவையே பார்த்துக் கொண்டிருந்தது. தரையில் நின்றிருந்த வயிறு புடைத்த குழந்தை வைத்த கண் வாங்காமல் என்னையே பார்த்துக் கொண்டிருந்தது. எனது தலையிலிருந்து பாதம் வரையும், பாதத்திலிருந்து தலை வரையும் பார்வை போய்ப் போய் வந்தது. (எனது நீண்ட காற்சட்டையாக இருக்கக் கூடும்.)

'நாங்க போயிட்டு வாறம்' என்ற நாங்கள், எம்மிடமிருந்து விந்தையான எதையோ எதிர்பார்ப்பதுபோல அப்போதும் எம்மருகிலேயே சுற்றிக் கொண்டிருந்த அழகிய இளம் பெண்ணிடம் மீண்டும் விடைபெற்றுக் கொண்டோம்.

'நாங்க போயிட்டு வாறம்.'

குகனும், நானும் திரும்பவும் பெண்கள் வரிசைப் பக்கமாக நடந்தோம். வரிசை நகர்ந்திருக்கவேயில்லை. இன்னும் பொருட்களைப் பகிர்ந்தளிக்கத் தொடங்கியிருக்கவில்லை போல. (வரிசைகளில் ஆட்கள் நெருக்கியடித்துக் கொண்டு காத்திருக்கும் அளவுக்கு வரிசையை உருவாக்கியவர்களுக்கு ஏற்படும் மகிழ்ச்சியும் அதிகரிக்குமாம். குகன்தான் இதையும் ஒரு நாள் கூறினார். அவருக்குத் தெரியாதது ஒன்றுமில்லை.) இப்போதும் அதைப் பற்றி ஏதாவது கூறப் போகிறாரோ? என நான் அவரைப் பார்த்தேன். எனினும் அவர் ஆழ்ந்த யோசனையில் மூழ்கியிருந்தார். இந்தப் பயணத்தைத் தொடங்கும்போது இருந்ததை விடவும் இப்போது அவரது நெற்றியில்

வரிகள் அதிகரித்திருந்தன. மூக்கின் இரு புறங்களிலுமிருந்த சுருக்கம் வாயின் இரு மருங்கிலும் வரும் வரைக்கும் எந்தளவு ஆழமாக இருந்ததென்றால், பொருந்தாத ஏதோவொரு வஸ்துவை முகத்தின் மீது ஒட்டி வைத்தது போல, அவரது மூக்கு இருந்தது. அவர் திடீரென வயதாகிப் போயிருந்தார்.

பெண்கள் வரிசையைக் கடந்து சென்று வேலியைத் தாண்டிய நாங்கள் தெரு வழியே தகரக் கடை வரை எவ்வித உரையாடலுமற்று நடந்து சென்றோம். கடையின் முன்னால் இடப்பட்டிருந்த பலகை வாங்கின் ஒரு ஓரமாக நான் அமர்ந்து கொண்டேன். அவர் மரத் தூணில் சாய்ந்து கொண்டார்.

'ரெண்டு பிளேன் டீ தாங்கோ' என்றதும் எம்மிருவரதும் வித்தியாசமான தோற்றத்தையே பார்த்தவாறு, செய்து கொண்டிருந்த தனது வேலையை மறந்து போய்விட்ட கடை முதலாளி திடுக்கிட்டுப் புன்னகைத்தார்.

'நீங்க எங்க இருந்து வந்திருக்கீங்க?' என அவரை இயல்பாக்க நினைத்த நான் கேட்டேன்.

'மிஸ் சிங்களமா?' அவரது வியப்புக்குரிய காரணம் அதுதானா? இல்லாவிட்டால் அவரை அறிமுகப்படுத்திக் கொள்ளும் தேவையா? எவ்வாறாயினும் முதலாளி அதை என்னிடம் சிங்களத்தில்தான் கேட்டார்.

'ஆஹ்... உங்களுக்கு சிங்களம் தெரியுமா?'

'ஓம். நாங்க சாம்பூர்... கிளிவெட்டி... சுற்றி வரச் சிங்கள ஊர்கள்தான். தெஹிவத்த, சேருநுவர, நீலப்பொல, ஆர்பீ ஒன்று, ஆர்பீ ரெண்டு... சிங்களவர், தமிழர் எண்டு நாங்க எல்லாருமே அங்க சகோதரங்கள் போலத்தான் வாழ்ந்து கொண்டிருக்குறம். மிஸ்ஸுக்கு நெஸ்டமோல்ட்

ரெண்டு போட்டுத் தரட்டுமா?'

'சரி சரி... உங்களுக்குப் பிடிச்சதைக் கொடுங்களேன்... ஒன்றுக்கு சீனி போட வேணாம். நெஸ்டமோல்ட்டுக்கு சீனி போட்டா சிரப் மாதிரி இருக்கும். இனிப்பு கூடத்தானே!'

'என்ட பேர் கணேஷ், கணேஷலிங்கம். மஹாவலி கங்கைதான் எங்கட தாய். வெள்ளாமை வெட்டி அறுவடை செஞ்ச ஒவ்வொரு தடவையும் நாங்க கங்கைக்குப் பூஜை செய்வம். மிஸ்ஸுக்கு ஒண்டு தெரியுமா? அங்க ஆட்களுக்கு ஒரு நாளும் சாப்பாட்டுக்குப் பிரச்சினை இருக்கேல்ல. தங்கம் போல தண்ணி ஓடிக் கொண்டேயிருக்கும். எங்களால இந்தக் கிணற்றுத் தண்ணீரைக் குடிக்க முடியேல்ல மிஸ். ஆத்துத் தண்ணியையே குடிச்சிப் பழகிட்டம். கிணற்றுத் தண்ணீருல ஒரு சுவையுமில்ல.'

'அப்ப சோறு? இங்க கொடுக்குற அரிசி? அதை சாப்பிடுவீங்களா?' அவர் அரிசியைக் குறித்துக் கூறுவதைக் கேட்க ஆர்வமாக இருந்தேன்.

'அரிசியைப் பற்றியெண்டால் கதைச்சுப் பிரயோசனமில்ல. எங்கட வீட்டுல ஒரேயொரு நாள்தான் அதைச் சமைச்சவங்கள். அப்படியே தூக்கி எறிஞ்சிட்டினம். இருங்கோ... நான் அரிசி கொஞ்சத்தக் கொண்டு வந்து காட்டுறன்...' என்றவர் கடையினுள்ளே தலையை நீட்டி சத்தமாக யாரையோ கூப்பிடுவது கேட்டது.

'இஞ்ச... அரிசி கொஞ்சம் கொண்டு வாங்கோவன் இந்த மிஸ்ஸுக்குக் காட்ட.'

'இந்தத் தம்பிக்கெண்டால் அண்டைக்குக் காட்டினன். இதோ இருக்கு மிஸ். கையில எடுத்து மோந்து பாருங்கோ' எனக் கூறியவாறு வெளியே வந்த அழகான பெண்ணொருத்தி எனது கையில் கொஞ்சம் அரிசியைத் தந்தாள். நான் அதை வாங்கிக் கசக்கி முகர்ந்து பார்த்தேன்.

அந்தப் பெண் தலையைச் சரித்து என்னையே பார்த்துக் கொண்டிருந்தாள். அவள் உடலுக்குப் பொருத்தமாக அளவெடுத்துத் தைத்த, பூக்களிட்ட சீத்தை சட்டையை அணிந்திருந்தாள். கழுத்தில் கனத்த தாலி பளபளத்துக் கொண்டிருந்தது.

'இண்டைக்கெண்டா இஞ்ச கிட்டத்துல யாரும் இந்த அரிசியைச் சமைக்கேல்ல போல. எவ்வளவு தொலைவாய்ப் போய் சமைச்சாலும் நாத்தம் வந்துடும் மிஸ். என்ன அரிசியோ தெரியாது. அரிசியை இட்டிருக்குற பைகள்ல அந்த நாட்டோட பேரையாவது அச்சிடேல்ல. எங்கிருந்து அனுப்புறாங்களோ தெரியாது. ஆஹ்... இந்தாங்கோ மிஸ் நெஸ்டமோல்ட்.'

நான் என்னையே பார்த்துக் கொண்டிருந்த பெண்ணிடம் அரிசியைத் திருப்பிக் கொடுத்து விட்டு எனது நெஸ்டமோல்ட்டை முதலாளியிடமிருந்து வாங்கிக் கொண்டேன்.

'எங்கயிருந்து வந்தவங்களெண்டாலும் இஞ்ச இருக்குற எல்லாரும் போல வெள்ளாமை செஞ்சு சாப்பிட்டுப் பழகின ஆட்கள். ஒரு வேளையெண்டாலும், மூண்டு வேளையெண்டாலும் சோறு சாப்பிட்டவங்கள். எங்க போனாலும் வீட்ட திரும்பி வந்து ஒரு பிடிச் சோறு சாப்பிடுற வரைக்கும் வேற எதையும் சாப்பிட மாட்டினம். இப்ப வந்திருக்குற நிலைமையைப் பாருங்கோ. கிடைக்குற அரிசியும் சாப்பிடத் தகுந்ததா இல்லையெண்டால்.... எங்களைப் போல ஆட்களெண்டா என்ன சரி செய்து கொள்வம். எதுவுமே செய்ய ஏலாமக் கிடக்குற இந்த அப்பாவி ஜனங்கள் பட்டினியிலதான் கிடக்க வேண்டியிருக்கும். மிஸ்ஸால ஏலுமெண்டால் இந்த விஷயத்தைப் பேப்பரிலயாவது எழுதச் சொல்லுங்கோ தெரிஞ்சவங்க யாராவது இருப்பினமெண்டால். ஜனங்கள் எல்லாருமே எப்படா வீட்டுக்குத் திரும்பிப் போவமெண்டு பார்த்துக் கொண்டிருக்கினம். அதுவும் எப்ப

நடக்குமெண்டு தெரியாது. அதுவரைக்கும் சாப்பிடத் தகுந்த, பிள்ளையளுக்கு கஞ்சியாவது காய்ச்சுக் கொடுக்க ஏலுமான அரிசி கிடைச்சா பெரிய புண்ணியம் கிடைக்கும் மிஸ்' அவர் என்னைப் பார்த்த ஒவ்வொரு தடவையும் அதே தமிழ் உரையாடலை சிங்களத்திலும் கூறினார்.

'மாவிலாறுல உண்மையில என்ன நடந்துச்சுதண்ணா?' என்று கேட்டார் குகன். அரிசிக் கதையில் அவரால் அதற்கு மேலும் பெற்றுக் கொள்ளக் கூடிய புதிய விடயங்கள் இல்லாதிருக்கக் கூடும். (சந்திப்பவர்களிடமெல்லாம் எதையேனும் அறிந்து கொள்ளவே அவர் முயற்சித்துக் கொண்டிருந்தார்). தான் அருந்திய நெஸ்டமோல்ட் கோப்பையை முதலாளியிடம் கொடுத்தவர் அங்கிருந்த குட்டை வாங்கின் ஒரு ஓரமாக அமர்ந்து கொண்டார்.

'மாவிலாற்றை மூடி அரசாங்கத்தைப் பயப்படுத்த எல்.டீ.டீ.ஈ நினைச்சது. எண்டாலும் ராணுவம் பயப்படேல்ல. ஒவ்வொருத்தரும் என்னென்ன கதையைச் சொன்னாலும் அவையளேதான் பின்வாசல் கதவையும் திறந்து கொடுத்திருக்கினம். கடைசியில தோத்துப் போனது மக்கள்தான். சாதாரண பொதுமக்கள் நடுவுல மாட்டிக் கொண்டு இரண்டு பக்கத்தாலயும் அடிச்ச மோட்டார்களால செத்துப் போச்சுதுகள். விக்னேஸ்வரா மகா வித்தியாலத்தில மட்டும்... அம்பந்தஞ்சு பேர்... என்ட இந்தக் கண் ரெண்டாலயும் கண்டனான் தம்பி.'

'நீங்க வெருகல்லயிருந்து வாகரை வரைக்கும் நடந்தே வந்தீங்களா? எப்படி அவ்வளவு தூரம் இந்தப் பிள்ளைகள் நடந்து வந்தது?'

'உண்மையில இந்தப் பிள்ளையள் அவ்வளவு தூரமும் நடந்துதானே வந்துச்சுதுகள்... எனக்கும் அதிசயமாத்தான் கிடக்கு. எண்டாலும் நாங்க தொடர்ச்சியா நடக்கேல்லதானே. இடைக்கிடையில காட்டுல கூடாரம்

அடிச்சுக் கொண்டு சில நாட்கள் தங்கியிருந்தம். எல்.டீ.டீ.ஈ கட்டுப்பாட்டுப் பிரதேசத்துக்கு வந்ததுக்குப் பிறகுதான் எங்களுக்கு சாப்பாடு, தண்ணி கிடைச்சது. வாகரைல நிறைய நாட்கள் தங்கியிருக்க வேண்டி வந்ததாலதான் சாப்பாடு கூட இல்லாமப் போச்சுது...'

'முதலாளி ஏன் நீங்க சிங்களவர்கள் போன பக்கமாப் போகாமல் மற்றப் பக்கமாப் போனீங்க? உங்களுக்கு சிங்களமும் நல்லாக் கதைக்கத் தெரிஞ்சிருந்தும், சூழவுமிருந்த சிங்களக் கிராமங்கள்ல இருந்தவங்க கூட்டாளிகளா இருந்தும் அந்தப் பக்கமாப் போய் கஷ்டமேயில்லாம இருந்துட்டு, பிறகு லேசா மட்டக்களப்புக்கு வந்திருக்கலாமே?'

'பிரச்சினைண்டு வந்தாப் பிறகு அந்த நேரத்துல இந்த சினேகங்கள், சொந்தங்களெல்லாம் சரி வராது மிஸ். எங்களோட எந்நாளும் காலைலயும் மாலைலயும் சந்திச்சுக் கதைச்சு நல்லாயிருந்த போலிஸ் அதிகாரிகளும் கூட அந்தச் சமயத்தில எங்களோட கடும் கோபத்திலிருந்தவை. நாங்க அந்தப் பக்கம் போனாலும், சிங்களவங்க எங்கட பக்கம் வந்தாலும் ரெண்டும் ஒண்டுதான்... அந்த நேரத்துல... உயிர் தப்புறது சாத்தியமில்ல. எங்களுக்கு நல்லாத் தெரியும்தானே மிஸ். எழுபத்தேழாம் ஆண்டிலேந்து கலவரமொண்டு வந்த உடனே நடக்கப் போறவை என்னெண்டு எங்களுக்குத் தெரியும். அந்த நேரத்துல செய்யக் கூடிய சரியான செயல் சிங்களவர், தமிழரெண்ட வேறுபாட்டை ஏற்றுக் கொண்டு உயிர் தப்புறது மட்டும்தான். இல்லையா தம்பி?'

'எல்.டீ.டீ.ஈ கட்டுப்பாட்டுப் பிரதேசத்துக்குள்ள போனவுடனே குறைஞ்ச பட்சம் பாதுகாப்பான உணர்வு தோன்றியதா?'

'கலவரம் தொடங்கேக்க இருந்த மரண பயமெண்டால் குறைஞ்சது. போன உடனேயே எங்களுக்கு சாப்பிடக் குடிக்கவெல்லாம் கிடைச்சுதே. எண்டாலும் பிரச்சினைகள் முடியேல்ல மிஸ். அதுக்குப் பிறகு வேறு வித்தியாசமான பிரச்சினைகள் வந்தது.'

‘ஏன்? இந்தத் தடவை என்ன பிரச்சினை? காட்டு மிருகங்களிடமிருந்தா?’

‘ஐயோ... காட்டு மிருகங்களால என்ன பிரச்சினை மிஸ்... அதுக்குப் பிறகு பிரச்சினைகள் வந்தது எல்.டீ.டீ.ஈ இடமிருந்து. இந்தப் பிள்ளையள் ரெண்டு பேரையும்... என்ட மூத்த மகனையும் இயக்கத்துக்குத் தரச்சொல்லி... என்னைச் சரியான மட்டுக் கஷ்டப்படுத்தினாங்கள்’

‘ஆ... பிறகு? எப்படித் தப்பினீங்க?’

‘என்னண்டு சொல்றது... கடவுள் எப்படியோ எங்களுக்கு உதவி செய்தது... தப்பிச்சு வர ஏலுமாகுமெண்டு நான் நினைச்சுக் கூடப் பார்த்திருக்கேல்ல. என்னட்ட வந்து கேட்டப்ப நான் ஏலாதெண்டு சொன்னன். என்ட பரம்பரைல யாருமே துவக்கோட கொடுக்கல் வாங்கல் வச்சிக் கொள்ளேல்ல. என்ட பிள்ளையளுக்கும் அதைச் செய்ய விட மாட்டன் எண்டு நான் சொன்னன். பிறகு நான் அங்கயிங்க போகும் வரைக்கும் இருந்துட்டு பிள்ளையளிட்ட துவக்கைப் பிடிச்சுப் பார்க்க, கழட்டிப் பூட்டிப் பார்க்கக் கொடுத்தவை. ஒவ்வொரு விளையாட்டுகள்... தெரியாதா... எனக்கு ஒண்டு ரெண்டு நாள் கையில மாட்டிட்டினம். நான் திட்டி துரத்தி விட்டுட்டன். கடைசியா வந்து என்னட்ட வயசென்னண்டு கேட்டவை. நான் நாற்பத்திரண்டெண்டு சொன்னதும் அரசாங்கத்தோட ராணுவமும், போலிஸூம் எல்லாரும் அம்பத்தஞ்சு வயசு வரைக்கும் யுத்தத்துக்குப் போறாங்களெண்டால் உங்களால ஏன் அதைச் செய்யேலாது... பிள்ளையள் ரெண்டு பேரையும் தர ஏலாதெண்டால் நான் இயக்கத்துல சேர வேண்டி வரும் எண்டு சொல்லி மிரட்டினவை.’

இவ்வளவு நேரமும் அமைதியாக இருந்த குகன் திடீரென முதலாளியைப் பார்த்து விட்டு என்னைப் பார்த்தார்.

‘பார்த்தீங்கதானே அக்கா... முதல் பிரச்சினை சிங்களவரா இருக்காதது... இரண்டாவது பிரச்சினை தமிழரா இருக்குறது... ம்ம்... இதுதான் யதார்த்தத்துல எங்கடை நிலைமை.’

அவ்வேளையில் நடுத்தர வயதிலிருந்த ஆண்கள் இரண்டு மூன்று பேர் கடைக்கு வந்திருந்தார்கள். உண்மையில் அவர்கள் வந்திருந்தது பொருட்கள் வாங்கவல்ல. அவர்கள் குகனின் புதிர்ப் பேச்சைப் புரிந்து கொள்ள முடியாமலோ என்னமோ சுற்றி வரப் பார்த்தார்கள்.

‘ஷெல் மல்டி பெரல் எல்லாம் விழுறதை நீங்களும் கண்டீங்களா? பயமா இருக்குமா?‘ என்று கேட்ட பிறகுதான் அது மிகவும் மூடத்தனமான கேள்வியென்று எனக்குத் தோன்றியது. எனினும் அந்த உரையாடலை மேலும் தொடர வைக்கவே நான் முயற்சித்திருந்தேன். அதாவது புதியவர்களையும் அந்த உரையாடலில் இணைத்துக் கொள்ள விரும்பினேன். தலையில் தலைப்பாகை கட்டிக் கொண்டு அங்கு வந்திருந்த மிகவும் முதியவராகக் காணப்பட்டவர் அதற்குப் பதிலளித்தார்.

‘ஷெல்லடிக்குறது மாதிரியில்ல மல்டி பெரல். ஷெல்லடிக் கேக்கயெண்டால் நல்லாக் காது கொடுத்துக் கேட்டுக் கொண்டிருந்தால் விழப் போறது விளங்கும். எங்கேயாவது ஓடித் தப்பிச்சுக் கொள்ளலாம். மல்டிபெரல் அப்படியில்ல. ஒரு சத்தமும் இருக்காது. சுத்தி வர வட்டமா தொடர்ச்சியா விழுந்து கொண்டிருக்கும்’ கைகளிரண்டையும் பின்புறமாகக் கட்டிக் கொண்டு ஒரு கையால் மற்றக் கையின் விரல்களைக் கசக்கியவாறு அங்குமிங்குமாக நடந்து கொண்டே கூறிக் கொண்டிருந்த முதியவர் சடுதியாக நின்று கையால் வட்டமிட்டுக் காட்டினார்.

‘நாப்பதுக்கும் மேல தொடர்ச்சியா விழும். எப்படியிருக்கும் தெரியுமா வெள்ளாமைக்கு இறங்குற புறாக்கள் மாதிரியிருக்கும்...

அதுலருந்து தப்பிக்குறது சாத்தியமில்ல' என்று கூறி முடித்ததும் குகனின் அருகிலிருந்த சிறிய இடத்தில் அமர்ந்து, காலுக்கு மேல் காலைப் போட்டுக் கொண்டவர், அந்த உரையாடலுக்கும் தனக்கும் எவ்வித சம்பந்தமும் இல்லை என்பதைப் போல தெருவைப் பார்த்துக் கொண்டிருந்தார்.

'இதெல்லாம் நடந்த பிறகு இந்தப் பக்கமா வந்த பின்னால எல்லாம் சரியாகிட்டுதா அண்ணா?' இது குகனின் கேள்வி. இது கேள்வியில்லை. பதில். (இல்லையா?)

'நான் எப்படியோ பாடுபட்டு பிள்ளையள் ரெண்டு பேருக்கும் ஸ்கூல் சீருடைய உடுப்பாட்டி எங்கட ஆளொருத்தரோட இந்தப் பக்கமா கடைசியா வந்த வாகனத்துல ஏத்தி அனுப்பி விட்டன், வெள்ளனையோட. எப்படியாவது எண்ட பிள்ளையளப் பாதுகாத்துக் கொள்ள வேணுமெண்டதுதான் என்ட நோக்கமா இருந்தது. நான் மற்ற சின்னப் பிள்ளையள் ரெண்டு பேரையும் கூட்டிக் கொண்டு வாற வரைக்கும் எப்படியாவது அறையொண்ட எடுத்து, வேளைக்குச் சாப்பிட்டுட்டுத் தங்கியிருங்கோவெண்டு சொல்லி கையிலிருந்த காசையும் கொடுத்தனுப்பினான். பிறகு இஞ்ச சரி வருமெண்டாலும், இல்லாட்டியும் தம்பி சின்னப் பிள்ளையள் ரெண்டு பேரோடையும் எப்படியாவது இந்தப் பக்கம் வர வேண்டியிருந்தது. இவளோட காது கழுத்துல இருந்தவையெல்லாம் என்ட சட்டைப் பொக்கெட்டுல இருந்தது. யாராவது கண்டால் பறிச்சுக் கொள்வினம்தானே. பிள்ளையள் ரெண்டும் என்ட ரெண்டு தோள்லயும் இருந்தவை. இதோ இந்தளவு' என்ற முதலாளி மூக்கின் நடுப்பகுதி வரை கையால் சுட்டிக் காட்டி 'இந்தளவு தண்ணியில இறங்கி ஒண்டு ரெண்டு கிலோமீட்டர் தூரம் களப்புல படகைத் தள்ளிக் கொண்டு வந்து எப்படியோ இஞ்ச வந்து சேர்ந்தம்...'

‘உண்மையில பிள்ளை, சிங்கள ராணுவத்தோட கட்டுப்பாடுல இருக்குற பகுதிக்கு வந்து சேர்ந்துட்டமெண்டு எங்களுக்கு பெருசா அன்போ கருணையோ கிடைக்காதெண்டு எங்களுக்குத் தெரியும்தான். இஞ்ச வந்தாலும் அகதி முகாம்கள்ல தானே இருக்க வேண்டி வரும். பிள்ளைக்குத் தெரியும்தானே’ என்று தலைப்பாகை கட்டியிருந்த முதியவர் தெருவைப் பார்த்துக் கொண்டே கூற ஆரம்பித்தவர் இடைநடுவில் திரும்பி குகனின் முகத்தைப் பார்த்துத் தொடர்ந்தார்.

‘காரணம் அகதி முகாமெண்டது மனுஷரால வாழக் கூடிய இடமொண்டா? எண்டாலும் எங்கட வாழ்க்கை இப்படித்தான். இந்த யுகம் அழியுற வரைக்கும் இது சரியா வராது. இப்ப பாருங்கோ... அந்தப் பக்கத்திலேந்து வரேக்க ஜனங்கள் தங்களால ஏலுமான சாமான்களையெல்லாம் இஞ்ச வித்துச் சாப்பிடலாமெண்டு எடுத்துக் கொண்டு வந்தவை. இடைவழியில ஒருத்தரும் பிடுங்கிக் கொள்ளேல்லயெண்டால் தான் அதுவும் இஞ்ச வந்து சேரும். ராணுவத்தோட முதல் செக் பொயிண்ட் வாகரையைத் தாண்டியதும் இருக்கு. அந்த இடத்துல ஆடொண்டை எடுத்துக் கொண்டு வந்த ஓராளிட்ட ராணுவத்தான் ஐநூறு ரூவாக்கு ஆட்டைக் கேட்டிருக்குறான். அது ஐயாயிரம் ரூவா பெறுமதியான ஆடொண்டு. ’ஐயோ அந்த விலைக்குத் தரேலாது. பெறுமதிக்கேத்த மாதிரி கூட்டித் தாங்கோ’ எண்டதும் ’ஐநூறு ரூவாக்குத் தர ஏலாதெண்டால் ஆட்டையும் எடுத்துக் கொண்டு வந்த இடத்துக்கே திரும்பிப் போ’ வெண்டு ராணுவத்தான் துரத்தி விட்டானாம்.’

தலைப்பாகை அணிந்திருந்த முதியவர் அதை தெளிவான சிங்களத்தில் கூறினார். நான் குகனின் முதுகுப் புறமாகக் குனிந்து அந்த முதியவரின் முகத்தைப் பார்க்க முயற்சித்தேன். ஆனால் எதையாவது கூறி முடித்த ஒவ்வொரு சந்தர்ப்பத்திலும் அந்த முதியவர் தான் எதையுமே கதைக்கவில்லை என்பதைப் போல தலையைத் திருப்பிக்

கொண்டார். (எனில், இங்குள்ள அநேகமானவர்களுக்கு நன்றாக சிங்களம் பேசத் தெரிந்திருக்கிறது.)

குகன் என்னை ஆர்வத்தோடு பார்த்துக் கொண்டிருப்பதை சிந்தனையின் இடையில் நான் கண்டேன். (அவர் அப்படிப் பார்த்துக் கொண்டிருப்பது புதியதாக எதையாவது சொல்லத் தோன்றியதும் எனது அவதானம் அவர் பக்கமாகத் திரும்பும் வரைதான். அவர் கதைக்க இதுதான் சரியான சந்தர்ப்பமென்பது போல நான் அவரைப் பார்த்தேன்.)

‘சிங்களவங்கள் நாங்க சிங்களமில்லைண்டதால எங்களுக்கு மாறுபாடு காட்டுறாங்கள். மட்டுப்படுத்துறாங்கள். தமிழாட்கள் நாங்க தமிழெண்டதால எங்களைக் கொன்னு தின்னப் பார்க்குறாங்கள். ஆனா அப்படிச் செய்யாத சிங்களவர், தமிழர்களும் இருக்கினம். இந்த மாதிரியான பிரச்சினைகளுக்கு முகம் கொடுக்குற சிங்களவர், தமிழர் ரெண்டு சாதியாக்கள்லயும் இருக்கினம். எங்கட ஜனங்கள் புரிஞ்சு கொள்ள வேண்டியதெண்டு நான் சொல்றது அக்கா... இது சிங்களவர் தமிழர் பிரச்சினையில்ல எண்டதைத்தான். என்ன நான் சொல்றது பிழையா?’ என்றவரின் கேள்வியைக் கேட்டு எல்லோரும் அவரைப் பார்த்தார்கள், தலைப்பாகை அணிந்திருந்த முதியவரைத் தவிர. (அந்த முதியவரும், அந்தக் கூடாரக் கொட்டகையிலிருந்த இளைஞனும் ஒரே உலகத்தில் வாழ்ந்து கொண்டிருப்பவர்களென்று எனக்குத் தோன்றியது. அவர்களுக்கும் எமதுலகத்துக்கும் எவ்விதத் தொடர்பும் இல்லாதவர்கள் போல!)

‘உண்மையில இதுதான் சரியான பேச்சு தம்பி. எங்களப் போலவே கஷ்டம் தொந்தரவுகளுக்கு முகம் கொடுக்குற சிங்களவங்க நிறையப் பேர் இருக்கினம். எந்தப் பிரச்சினையுமில்லாம நல்லா செழிப்பா வாழ்ந்து கொண்டிருக்குற தமிழர்களும் இருக்கினம். கலவரம் நடந்த எல்லா நேரத்திலயும் காடையர்களுக்கு மத்தியில நிண்டு

கொண்டு அடுத்த தரப்பு ஆக்களோட உயிரைக் காப்பாத்த உதவி செய்தவங்களும் வேண்டிய மட்டும் இருந்திச்சினம் ரெண்டு தரப்பிலயும்' என்றார் முதலாளி.

'இது வெள்ளக்காரன் உண்டாக்கிய கேடு' என்ற தலைப்பாகை அணிந்திருந்த முதியவர் கண்காணாத தொலைவைப் பார்த்துக் கொண்டிருந்தார். சிலவேளை அவருக்கு முடிவிலி தென்படக் கூடும்.

'அவங்க எங்கட நாட்டுல மட்டுமில்ல எல்லா இடங்கள்லயும் இதைத்தான் செய்தவையள். அப்படித்தான் அவையள் சூரியன் மறையாத பேரரசையும் உருவாக்கினவையள்..' (இந்த முதியவர் குகனுக்குப் பொருத்தமான ஒருவர்.)

குகன் எழுந்து கொண்டார். தலைப்பாகை அணிந்திருந்த முதியவரின் முன்னால் போய் அந்த முதியவரின் கண்ணுக்கு நேராகக் குனிந்து நின்றார்.

'அதைத்தான் மாமா நானும் சொல்றன். நாங்க ஜெயிக்க வேணுமெண்டால் எங்கட ரெண்டு தரப்புமே ஒண்டு சேர்ந்துதான் இந்தப் போராட்டத்தை முன்னெடுக்க வேண்டியிருக்கும். இப்ப செய்யிறதால என்ன நடந்து கொண்டிருக்கு? நாட்டை முன்னேற்ற முடிஞ்ச ஆட்கள், மூளையுள்ள ஆண்கள், பெண்கள் எல்லாருமே தீர்ந்து கொண்டு வாறதுதான்ரெண்டு தரப்பாலயும் நடந்து கொண்டிருக்குது. இல்லாட்டி அவையள் திரும்ப வெள்ளக்காரங்களோட நாடுகளை முன்னேற்ற வெளிநாடுகளுக்குப் போறதுதான் நடக்குது. ரெண்டு தரப்புமே எங்கட ஆட்களை ஏமாத்தினதுகள். இப்பவும் ஏமாத்திக் கொண்டிருக்குதுகள்.' (நான் நினைத்திருந்தது சரி. இதைத்தான் இவ்வளவு நேரமாக குகன் யோசித்துக் கொண்டிருந்திருக்கிறார்.)

உரையாடலென்றால் இன்னும் நீண்டு கொண்டே சென்றது. அவையனைத்தையும் எழுதுவதில் அர்த்தம் இல்லை. காரணம்,

உண்மையைக் கூறுவதானால் உரையாடல் தீரவில்லை. அது தீரவும் தீராது.

தகரக் கடையில் நிகழ்ந்த உரையாடலுக்குப் பின்னர் நான் திரும்பிச் செல்லத் தீர்மானித்து விட்டிருந்தேன். குகன் என்றால் இன்னும் சிலரைச் சந்தித்துக் கதைக்கும் விருப்பத்தோடு இருந்தார். (களைப்பு தோன்றுகிற ஆள் அவரில்லையே.) எனினும் எனது மூளை நிறைய விடயங்களால் நிரம்பியிருந்தது. தனியாக ஒரு ஓரமாகச் சென்று அந்நாளின் நிகழ்வுகளை ஒவ்வொன்றாக நினைவுபடுத்திப் பார்க்கத் தேவைப்பட்டது எனக்கு. (புதிய நிகழ்வுகளைப் புகுத்திக் கொள்ள எனது மூளையில் மேலும் இடமிருக்கவில்லை என்பதைப் போல.) அந்த நிகழ்வுகளோடு குகனின் உரையாடல்களைப் பொருத்திப் பார்க்க வேண்டும். என்றபோதிலும் திரும்பி வரும் வேளையிலும் அவர் மேலும் பல விடயங்களை எனது மூளையில் புகுத்தி விட்டிருந்தார்.

‘உண்மையில சிங்களவருக்கும் தமிழருக்குமிடையில கோடு வரைய யாரால இயலும் அக்கா? எங்க, எப்படி அதைத் தொடங்குறது? நான் தமிழனா இருக்கத்தான் விரும்புறன். உண்மையச் சொன்னா நான் தமிழனெண்டு சொல்லிக் கொள்றதுல பெருமப்படுறன். ஆனா அது எனது சாவைத் தீர்மானிக்கக் காரணமாறது எப்படி? அதுவே அக்காவைக் கொல்ல எனக்குக் கிடைக்குற லைசன்ஸ் ஆவது எப்படி? அதை நான் பேசுற மொழிக்கு, நான் வாழுற விதத்துக்கு, நான் கடைப்பிடிக்குற மதத்துக்கு, நான் வசிக்குற பிரதேசத்துக்குக் காரணமா மாத்திரம் அமைச்சுக் கொள்ள முடியுமெண்டால்... நாங்கள் எவ்வளவு அதிர்ஷ்டசாலிகள் இல்லையா அக்கா? இப்ப பாருங்கோ...அந்த முகாமில இருந்த அந்தத் தம்பி... அவன்ட அம்மா சிங்களமா தமிழா? அவள் தமிழெண்டு யாராவது சொல்வினமெண்டால் அவளோட சிங்களப் பெயருக்கு இருக்கிற உரிமை அப்படியே இல்லாமப் போயிடுமா? பிறகு... அந்த அம்மாவோட பிள்ளையள்...

அவங்களெல்லாரும் யாரு? அந்தப் பிள்ளையளுக்கு ஜீவிதத்துல ஒருபோதும் சந்தோஷம் எண்ட ஒண்டையே அனுபவிக்க முடியாதளவுக்கு அந்தப் பிள்ளையள் செஞ்ச பாவமென்ன? எங்கட ஜனங்களுக்கு இதெல்லாம் புரியுற காலம் வரேக்க மத்ததெல்லாம் எப்படிப் போனாலும் கடைசில பெரியதொரு மயானம் மாத்திரம் எஞ்சியிருக்கும்.'

ஆகஸ்ட், 2007

இறுதியாக...

எனது கைத் தொலைபேசி ஒலித்தது.

'ஹலோ...'

'குமாரி... ஒரு bad news... நேற்றிரவு ஹேமலதாவுடைய அண்ணனைச் சுட்டுட்டாங்க...'

"........................."

'அவரையும் இன்னொரு கூட்டாளியையும்... ரெண்டு பேருமே செத்துட்டாங்க...'

"......................"

அவர்களைக் கொன்றது யாரையென்று என்னிடம் கேட்காதீர்கள். நானும் எதுவும் கேட்கவில்லை. காரணம், அவர்கள் மரணம் நிச்சயிக்கப்பட்டவர்களாகத் தீர்மானிக்கப்பட்டாயிற்றென நான் எண்ணுவதாலாகும். நான் உணர்வதாலாகும்.

எனினும்...

நீங்கள் என்னுடன் உடன்படவில்லையாயின், நான் அதற்காகக் கோபிக்க மாட்டேன். என்னுடன் உடன்படாதிருக்க உங்களிடமிருக்கும் காரணத்தை அறிந்து கொள்ள மட்டும் நான் ஆவலுடன் இருப்பேன்.

அதுவரையில்,
ஹேமலதாவின் அம்மாவுக்குப் போலவே
பார்வதிக்கும்,
பரமேஸ்வரிக்கும்,
நந்தினிக்கும்,
காளிக்குட்டிக்கும்,
அப்பு, பொன்னுதுரை, குகன்களுக்கும்,
பெயர் குறிப்பிடப்படாத அம்மாமாருக்கும்,
பெயரற்றுப் போன பிள்ளைகளுக்கும்
இந்த நூல் ஒரு காணிக்கையாக இருக்கட்டும்!
காரணம், இதில் சொற்களால் தீட்டப்பட்டிருப்பது
அவர்களது ஜீவிதங்களாகும்!

ஜனவரி 10, 2008

கற்பிதங்களின் கீழே

ஷோபா சக்தி

1

சிங்களவரும் மனிதநேயப் பணியாளருமான குமாரி அவர்களின் இந்நூலை வாசிக்கப் போகும் தமிழ் வாசகர்களில் அநேகருக்கு ஈழப் போராட்டம், இயக்கத் தலைமைகள், போராளிகள் குறித்துப் புனிதமான கற்பிதங்கள் இருக்கக் கூடும். ஈழப் போராட்டம் ஒரு பொற்கால வரலாறாகவும், அதனுடைய தலைவர்கள் காவிய நாயகர்களாகவும் இவர்களின் மனதில் ஆழப் பதிந்துமிருக்கலாம். இந்தக் கற்பிதங்களைக் கொண்டாடும் இலக்கியவாதிகளும், ஆய்வாளர்களும், ஊடகவியலாளர்களும் தங்களது விசுவாசத்தை அழகிய எழுத்துகளாக உருமாற்றி, இந்தப் புனிதக் கற்பிதங்களின் உச்சியில் ஓர் விளக்காக வைத்துவிடுகிறார்கள். பெரும்பான்மையான தமிழ் அரசியல்வாதிகளுக்கு இந்தப் புனிதம், தேர்தலில் வாக்குகளைத் திரட்டித் தரும் வெளிச்சமாகவுமிருக்கிறது.

கார்த்திகை மாதத்தின் இறுதியில் வரும் மாவீரர் நாளில், தாய்மார்கள் கைகளில் தீபங்களை ஏந்தியவாறு கல்லறைகளுக்கு நடுவே துயரத்தால் தள்ளாடியவாறே நடந்துகொண்டிருப்பார்கள். தங்களது பிள்ளைகளின் கல்லறைகளுக்கு முன்னால் அவர்கள்

மண்டியிட்டுக் கதறும் சத்தம் எவரது மனதையும் உருக்கி விடக் கூடியது. அவ்வாறு கதறியழுது கொண்டிருக்கும் தாய்மார்களதும் அல்லது தொலைந்து போன குழந்தைகளை இன்னும் தேடிக் கொண்டிருக்கும் பெற்றவர்களதும், கல்லறைகளிலிருந்து மீண்ட குழந்தைகளதும் துயரக் குரல்களே உங்கள் கையிலிருக்கும் இந்நூல்.

நூலாசிரியர் குமாரி, மட்டக்களப்பு நிலத்திலேயே ஆண்டுக்கணக்காகத் தங்கியிருந்து, தமிழ் மொழியைப் பேசக் கற்றுக்கொண்டு, எளிய தமிழ் மக்களுக்கு உறவாகவும், உதவியாகவுமிருந்து செவிமடுத்த துயரக் கதைகளை நமக்குத் தொகுத்துத் தருகிறார். இந்தக் கதைகளை ஒலிக்கும் நாவுகளும், இருதயங்களும் ஈழப் போராட்டத்தின் மீது கட்டமைக்கப்பட்டிருக்கும் புனிதக் கற்பிதங்களை தங்களது கண்ணீரால் கரைத்து, கோபத்தால் பொசுக்கி விடுகின்றன.

இந்தக் குரல்களைத் தொகுக்க வேண்டிய அவசியம் ஒரு சிங்களத்திக்கு ஏன் வந்தது? என நாம் கேட்பது தேவையற்றது. ஆனாலும் அதற்கான பதிலை நூலினுள்ளே குமாரி தெளிவாகக் கூறியிருக்கிறார். இந்தக் குரல்களை மட்டுமல்லாமல் போரால் பாதிக்கப்பட்ட அனைத்துக் குரல்களையும் தொகுக்க வேண்டியதன் அவசியத்தையும் அவர் வலியுறுத்துகிறார். தமிழர்கள் மீதான சிங்கள இனவாதத்தினது கட்டுக் கதைகளையும், அந்தக் கதைகள் பரந்துபட்ட சிங்கள மக்களிடம் எப்படி நம்பிக்கைகளாகப் படிந்துள்ளன என்பதையும் குமாரி சுட்டத் தவறவில்லை.

குமாரி தொகுத்த கதைகளின் மைய இழையாக இருப்பது ஒன்றேதான். அது தமிழ்ச் சிறார்களைப் படைக்குக் கட்டாயமாகச் சேர்த்தல் அல்லது கடத்திச் செல்லல். இந்தக் கொடுமைகளை

இழைத்தவர்கள் விடுதலைப் புலிகளாக இருக்கிறார்கள் அல்லது அவர்களிலிருந்து பிரிந்து சென்ற கருணா அணியினராக இருக்கிறார்கள். புலிகள் தங்களது கட்டுப்பாட்டுப் பிரதேசத்துக்குள் இதைச் செய்ய, கருணா அணியினரோ இலங்கை இராணுவத்தினரின் கட்டுப்பாட்டுப் பிரதேசத்துக்குள்ளும் இதைச் செய்திருக்கிறார்கள். அதற்கு இலங்கை இராணுவத்தினரின் அனுசரணையும் இருந்திருக்கிறது.

யுத்தப் பிரபுகள் தங்களது படையணிகளில் சிறார்களைச் சேர்த்துக்கொள்வது அல்லது பலவந்தமாகப் பிடித்துச் சேர்ப்பது உலகம் முழுவதும் நடந்துகொண்டிருக்கும் நிகழ்வுதான். எத்தனையோ நூல்களிலும் 'நெட்பிளிக்ஸ்' திரைப்படங்களிலும் இந்தக் குழந்தைகளின் கதைகளைப் படித்தும் பார்த்தும் கண்ணீர் உகுக்கும் தமிழ் வாசக மனம், ஈழப் போராட்டத்தில் இவை நிகழ்ந்தபோது மட்டும் கண்களை மூடிக் கொண்டிருந்தால் அது நியாயமற்றது. 'கட்டாய ஆட்சேர்ப்புகளில் எனக்கும் விமர்சனம் உண்டுதான், ஆனால் இதை மட்டும் வைத்துப் போராட்டத்தை மதிப்பிட முடியாது' எனத் தப்பித்துச் செல்லும் நியாயமார்களுக்கும் நம்மிடையே பஞ்சமில்லை. அவர்களைப் பார்த்து; ஓர் அப்பாவிச் சிறாரின் உயிருக்கும், ஏழைத் தாயின் கண்ணீருக்கும் முன்னே உங்களது நியாயவாதங்களுக்கு எந்த மதிப்புமில்லை என இந்நூலினுள்ளே குழந்தைகளும் தாய்மார்களும் இரத்த சாட்சியங்களை உரைக்கிறார்கள்.

2

இயக்கப் படையணிக்குள் சிறார்களை உள்வாங்குவது என்பது ஈழப் போராட்டத்தில் தவிர்க்க முடியாமல் நேர்ந்த ஒரு வழுவா என நான் யோசித்துப் பார்த்துள்ளேன். பத்து வயது பாலஸ்தீனச் சிறுவன்

இஸ்ரேல் இராணுவத்திற்குக் கல்லால் எறிந்து போராடுவதை நாம் பார்த்துள்ளோம். பிரஞ்சுப் புரட்சியின்போது பாலகர்கள் யுத்த களத்தின் முன்னணியில் ஆயுதம் ஏந்தி நின்றதைப் படித்திருக்கிறோம். இந்தச் சரித்திரம் ஈழத்தில் நடக்கும்போது மட்டும், அதை நியாயமற்றது என நாம் சொல்லிவிட முடியுமா?

'ஈழத்தில் மட்டுமல்ல, உலகின் எந்த மூலையிலும் சிறுவர்கள் ஆயுதப் போராட்டக் களத்தில் நிறுத்தப்படுவது குற்றமே, என நான் உறுதியாகவே சொல்ல விரும்புகிறேன். இந்தச் சிறார்களை யுத்த களத்தை நோக்கித் தள்ளிய காரணிகள் எந்தப் புனிதக் காரணிகளாக இருந்தாலும் அவை நிராகரிக்கப்பட வேண்டியவையே. உகண்டாவின் குழந்தைப் போராளி சைனா கெய்ரெற்சி 'அவர்கள் என்னிடமிருந்து அம்மாவைப் பறித்துக்கொண்டு எனது கைகளில் துப்பாக்கியைக் கொடுத்தார்கள்' என்று எழுதியது உலகம் முழுவதுமுள்ள குழந்தைப் போராளிகளுக்கானது.

என்னுடைய சொந்த அனுபவத்தையும் இங்கே பகிர்ந்து கொள்ள விரும்புகிறேன். 1983 ஜூலை தமிழினப் படுகொலைகளின் பின்னாக, விடுதலைப் புலிகள் இயக்கத்தில் நான் இணையும்போது எனக்குப் பதினாறு வயது. நான் கட்டாயமாகப் பிடித்துச் செல்லப்பட்டவனல்ல. நானாகவே விரும்பிப் போய்த்தான் புலிகள் இயக்கத்தில் இணைந்தேன். என் வயதொத்தவர்கள் மட்டுமல்லாமல், எங்களிலும் குறைந்த வயதுள்ளவர்களும் அப்போது வகைதொகையற்றுப் பல்வேறு தமிழ் போராட்ட இயக்கங்களில் இணைந்துகொண்டார்கள். அந்தக் கறுப்பு ஜூலை எங்களது உள்ளங்களில் ஏற்படுத்தியிருந்த கொந்தளிப்பை, துப்பாக்கிகள் மூலமாகவே நாங்கள் கடக்க நினைத்தோம்.

அப்போது இயக்கங்கள், தங்களை நோக்கி அலையலையாக வந்த சிறுவர்களில் எல்லோரையுமே சேர்த்துக் கொண்டார்கள் எனச் சொல்லிவிட முடியாது. ஆனாலும் பதினெட்டு வயதுக்குக் குறைந்த சிறுவர்களைப் படையில் சேர்க்கக்கூடாது என்ற கொள்கையோ, கட்டுப்பாடோ, எந்த இயக்கத்திலும் இருக்கவில்லை. இதை இயக்கங்களின் மிகப் பெரிய தவறென்றே நான் சொல்வேன். தன்னுடைய வாழ்வையும் பயணத்தையும் தீர்மானித்துக் கொள்ளும் வயது வராத ஒரு சிறுவனின் அல்லது சிறுமியின் கைகளில் கொடுக்கப்படும் துப்பாக்கி அவர்களுக்கு மட்டுமே கேடாகாது.

'யுத்த கால இரவுகளின் நெருக்குதலில் எங்கள் குழந்தைகள் வளர்ந்தவர்கள் ஆயினர்' என்ற கவிஞர் சிவரமணியின் குரல் என் காதுகளில் ஒலித்துக் கொண்டேயிருக்கிறது. நமது சிறார்களின் குழந்தைமை துப்பாக்கிகளால் களவாடப்பட்டன. இயக்கத் தலைவர்களது தவறான கொள்கை முடிவுகளையும், உத்தரவுகளையும் தங்களது பிஞ்சு முதுகில் சுமந்து கொண்டே களத்தில் முன்னேற இக்குழந்தைகள் கட்டளையிடப்பட்டார்கள். இந்தக் குழந்தைகள் தந்திரமான கொலைகாரர்களாகவும், உளவாளிகளாவும் வளர்த்தெடுக்கப்பட்டார்கள். தற்கொலைப் போராளிகளாக உருமாற்றப்பட்டார்கள். தலைமையின் கட்டளையை எதிர்த்தபோது அல்லது மீறியபோது இந்தக் குழந்தைகள் கடுமையாகத் தண்டிக்கப்பட்டார்கள் அல்லது கொன்று புதைக்கப்பட்டார்கள். நிகழ்ந்த ஒவ்வொரு பயங்கரவாதச் செயல்களிலும் இந்தக் குழந்தைகள் கட்டாயமான பங்காளிகளாக்கப்பட்டார்கள். போர்க் குற்றங்களின் இரத்தத்தில் இக் குழந்தைகள் அறியாலேயே தங்களது கைகளை நனைத்துக் கொண்டார்கள். இந்தக் குழந்தைகள் இலங்கை இராணுவத்தினரின் கைகளில் சிக்கியபோது, அவர்களைக் காப்பாற்ற எந்தத் தலைமையாலோ அல்லது புனித வழிபாட்டாளர்களாலோ

மட்டுமல்லாமல், மனித உரிமைச் செயற்பாட்டாளர்களாலும் கூட முடியாமற்போனது. இராணுவத்தால் தலையில் சுடப்பட்டு நிலத்தில் புதைக்கப்பட்ட குழந்தைகளுக்கு இன்றுவரை கணக்கில்லை.

உணர்வெழுச்சியால் உந்தப்பட்டு வந்த சிறார்களின் கைகளில் துப்பாக்கியைத் திணித்த இயக்கங்களுக்கு மனித உரிமைச் சட்டங்களோ, சமூக அறங்களோ ஒரு பொருட்டாக இருக்கவில்லை. இந்த விஷயத்தில் மட்டுமல்லாது எல்லா விஷயங்களிலுமே போராளிகள் மீறல்களைச் செய்தார்கள். போராட்டத்தில் இவை தவிர்க்க முடியாதவை என்ற வாதங்கள் கயமையானவை. இந்த மீறல்களால் நாம் பெற்றது எதுவுமேயில்லை. இழந்தவற்றுக்கோ கணக்கேயில்லை. இந்த மீறல் அடுத்த கட்டமாக, சிறார்களைப் பலவந்தமாகப் படைக்குப் பிடித்துக் கொள்ளும் செயலாக அசிங்கமாக வளர்ச்சியடைந்தது.

ஈழத்தில் இந்தக் கட்டாய ஆட்சேர்ப்பு ஒழுங்கமைக்கப்பட்டு, பெரிய அளவில் நடத்தப்பட்டது இந்திய அமைதிப் படையின் காலத்தில்தான். இந்திய இராணுவத்தின் வழிகாட்டலின் கீழே 'தமிழ் தேசிய இராணுவம்' என்ற படையை உருவாக்க முயன்ற ஈ.பி.ஆர்.எல்.எஃ இயக்கமே இந்தக் கொடுமையை முன்னின்று நடத்தியது. இந்தக் காலத்தில்தான் நான் யாழ்ப்பாணத்திலிருந்து தப்பித்து கொழும்புக்கு ஓடினேன். எனது தம்பியையும், இன்னும் பல நண்பர்களையும் ஈ.பி.ஆர்.எல்.எஃ விரட்டிப் பிடித்து, கட்டாயப் பயிற்சி முகாம்களுக்கு அனுப்பி வைத்தது.

எனது தாயார் வட பகுதி முழுவதும் என் தம்பியைத் தேடியலைந்து, கிளிநொச்சியில் ஒரு பயிற்சி முகாமில் தம்பியைக் கண்டுபிடித்தார்.

கிறிஸ்தவப் பாதிரியார் ஒருவரின் உதவியுடன் தம்பியைக் கடைசியில் மீட்டெடுத்தார். ஆனாலும் தொடர்ந்தும் தம்பியை வட பகுதியில் வைத்திருக்க முடியாது. எனவே பாதுகாப்பான இடமொன்றுக்குத் தம்பியை அனுப்பி வைக்க அம்மா முடிவெடுத்தார்.

அப்போதிருந்த பிரேமதாஸ அரசு, இந்திய இராணுவத்திற்கு எதிரான நிலைப்பாட்டை எடுத்திருந்தது. வடக்கு - கிழக்கில் இந்திய இராணுவத்தை எதிர்த்துப் போரிட்டுக் கொண்டிருந்த புலிகளோடு பிரேமதாஸவின் அரசுக்கு ஓர் ஒப்பந்தமும் ஏற்பாடாகியிருந்தது. குறுகிய காலமே நீடித்த இந்தத் தேன்நிலவுப் பருவத்தில் கொழும்பு, தமிழர்களுக்குப் பாதுகாப்பான இடமாகியிருந்தது. அதே காலப் பகுதியில் கொழும்பிலும் சிங்களப் பகுதிகளிலும் ஜே.வி.பி.யினர் ஆயுதக் கிளர்ச்சியில் ஈடுபட்டிருந்தனர். தமிழ்ப் பகுதிகளில் புலிகள் இந்திய இராணுவத்தோடு மோதிக் கொண்டிருக்க, இலங்கை அரச படைகள் தங்களது முழுக் கவனத்தையும் ஜே.வி.பியை அழித்தொழிப்பதில் குவித்து வைத்திருந்தன. கொழும்பின் மருதானைப் பகுதியில் இராணுவத்தினர் நடத்திய மிகப் பெரிய சுற்றிவளைப்பில் நான் அகப்பட்டுக் கொண்டேன். அந்தச் சுற்றிவளைப்பில் ஒரு புதுமை நிகழ்ந்தது. தமிழர்களையெல்லாம் இராணுவம் விடுவித்து விட்டு, சிங்கள இளைஞர்களை மட்டுமே கைது செய்து அழைத்துச் சென்றது.

யாழ்ப்பாணத்தில் சிறார்களைப் பிடிப்பவர்களிடமிருந்து, தங்களது குழந்தைகளைக் காப்பாற்றிய தாய்மார்கள், பலாலியிலிருந்த இலங்கை விமானப்படை முகாமுக்கு குழந்தைகளை இரகசியமாக அழைத்துச் சென்று ஒப்படைத்தனர். விமானச் சீட்டுக்கான பணத்தைக் கட்டிவிட்டால், இலங்கை இராணுவம் இந்தச் சிறார்களை விமானத்தில்

அழைத்து வந்து கொழும்பு - இரத்மலானை விமான நிலையத்தில் இறக்கி விட்டது. அவ்வாறாக வந்து சேர்ந்த எனது தம்பியையும் இன்னும் சில நண்பர்களையும் வரவேற்பதற்காக நான்தான் விமான நிலையத்திற்குச் சென்றேன்.

தப்பி வந்தவர்கள் அச்சத்தின் குழந்தைகளாக இருந்தார்கள். மனிதர்களின் முகம் பார்த்துப் பேசத் தயங்கினார்கள். இரவுகளில் அலறியபடியே தூக்கத்திலிருந்து பதறியடித்து எழுந்தார்கள். பகலில் அறைகளுக்குள்ளேயே உட்கார்ந்திருந்து வெறித்துப் பார்த்துக் கொண்டிருந்தார்கள். குழந்தைப் பருவத்தில் படைகளில் இணைந்தவர்கள் அல்லது இணைக்கப்பட்டவர்கள், அதற்குப் பின்பும் பல வருட காலங்களுக்கு உளம் பிறழ்ந்தவர்களாக வாழ்ந்து கொண்டிருப்பதை நான் பார்த்திருக்கிறேன். சிலருக்கோ மரணம் வரை இது நீடிக்கிறது. புதைகுழிக்குள்ளும் அச்சம் அவர்களோடிருக்கிறது.

ஈ.பி.ஆர்.எல்.எஃபால் தொடக்கி வைக்கப்பட்ட கட்டாய பிள்ளை பிடிப்பைப் புலிகளும் தொடர்ந்தார்கள். வீட்டுக்கு ஒரு பிள்ளை, இரண்டு பிள்ளையெனச் சட்டம் செய்து சிறார்களை விரட்டிப் பிடித்தார்கள். புலிகள் முள்ளிவாய்க்காலில் வீழும்வரை இந்த நடவடிக்கை தொடர்ந்தது. போரில் தோல்வி நிச்சயமென அறிந்த பின்பும் கூட, புலிகள் சிறார்களைத் தூக்கிச் சென்றார்கள். இரண்டு வாரப் பயிற்சியின் பின்பாக, இச்சிறார்களை யுத்தத்தின் முன்னரங்கத்தில் நிறுத்தி வைத்துக் கொல்லக் கொடுத்தார்கள்.

வன்னியில் புலிகள் மட்டுமே சிறார்களைப் பிடித்துக்கொண்டிருக்க, கிழக்கிலோ புலிகளும், கருணா அணியினரும் போட்டி போட்டுக் கொண்டு குழந்தைகளைப் பிடித்து, ஒரு சிறார் படைக்கு எதிராக இன்னொரு சிறார் படையை நிறுத்தினார்கள். ஒரே குடும்பத்தைச் சேர்ந்த பதினான்கு வயது அண்ணனும் பதின்மூன்று வயதுத்

தங்கையும் ஒருவருக்கொருவர் எதிராகத் துப்பாக்கியைப் பிடிக்க வேண்டியிருந்தது. இந்த இரு குழந்தைகளையுமே மீட்டு, வீட்டுக்கு அழைத்து வர அவர்களின் தாயார் போராடிக் கொண்டிருந்தார். பெரும்பாலான வேளைகளில் அந்தத் தாய்க்குக் குழந்தைகளின் சடலங்கள் கூடக் கிடைக்கவில்லை.

அழுவதற்குக் கண்களில் நீருமற்ற இந்த எளிய தாய்மார்களின் நடுவே நின்று கதைகளைச் சேகரித்த குமாரி, வெறுமனே ஓர் எழுத்தாளராகவோ ஆய்வாளராகவோ செயற்பட்டு இந்தக் கதைகளை எழுதவில்லை. வஞ்சிக்கப்பட்ட குழந்தைகளும், தாய்மார்களின் கண்ணீரும் அவருக்கு நூலுக்கான பண்டங்களல்ல. இந்தக் கதைகளில் ஒரு பாத்திரமாகவே அவர் மாறிப் போய் விடுகிறார். துக்கங்களின் பங்காளியாக இருந்து நம்முடன் பேசுகிறார். நூலின் ஒவ்வொரு பக்கத்திலும் அவர் வெளிப்படுத்தும் தனது கையறுநிலையும், குற்றவுணர்வும் வாசிப்பவர்களையும் தொற்றாமல் விடாது.

இந்தப் பாவப்பட்ட குழந்தைகளதும், தாய்மார்களதும் பெயரால் தங்களது வயிறுகளை வளர்க்கும் என். ஜி. ஓ. அலுவலகர்களது இரட்டை வேடங்களையும் குமாரி விலாவாரியாகவே தோலுரித்துப் போடுகிறார். இது ஒரு வகையில் அவரது சுய ஒப்புதல் வாக்குமூலமும் தான். ஒரு தாய் தன்னுடைய வயிற்றெரிச்சலை நூலில் இப்படிப் பதிவு செய்கிறார்: ‘இலங்கையை வெள்ளைக்காரர்கள் ஆட்சி செய்த காலத்தை விட, இப்போது அதிகமான வெள்ளைக்காரர்கள் நாட்டிலிருக்கிறார்கள்‘.

3

இயக்கங்கள், குழந்தைகளைக் கட்டாயமாகப் படையணிகளில் இணைத்ததை நியாயப்படுத்துவோர் இன்னமும் நம்முள்ளே இருக்கிறார்கள். தங்களுடைய குழந்தைகளுக்கு இந்நிலை ஏற்பட்டால், அவர்கள் என்ன நிலைப்பாடு எடுப்பார்கள்? தங்களுடைய குழந்தையைக் கடத்திச் சென்று கொலைக் களத்தில் தள்ளியவர்களை அவர்கள் வழிபடுவார்களா? சிலைகள் அமைப்பார்களா? கவிதைகளாகப் பாடித் தள்ளுவார்களா? எந்தத் தத்துவத்தின் பெயராலும், புனிதங்களின் பெயராலும் இக் கொடுமையை நியாயப்படுத்திவிட முடியுமா?

ஒரு குழந்தை கடத்தப்படுவது தனிச் சம்பவமல்ல. இந்தச் செயல் ஒரு குடும்பத்தையே முழுவதுமாக அழித்துப் போடுவதை தாங்கள் இந்த நூலினுள்ளே காணலாம். சில சமயங்களில் ஒரு கிராமமே இடம்பெயர்ந்து, பிள்ளை பிடிகாரர்களுக்குத் தப்பி அகதியாக அலைந்து திரிகிறது. தங்களது வீடுகளையும் விவசாய நிலங்களையும் விட்டு, ஏதிலிகளாக அகதி முகாமில் அவர்கள் தஞ்சமடைகிறார்கள். அங்கே என்.ஜி.ஓக்கள் வழங்கும் புழு நாறும் அரிசிக்காகவும், வயிற்றைப் பொருமச் செய்யும் கோதுமை மாவுக்காகவும் வெயிலில் நீண்ட வரிசைகளில் கையேந்தி நிற்கிறார்கள். 'வரிசைகளில் ஆட்கள் நெருக்கியடித்துக் கொண்டு காத்திருக்கும் அளவுக்கு, வரிசையை உருவாக்கியவர்களின் மகிழ்ச்சியும் அதிகரிக்கும்' என்று நூலில் சொல்லப்படும் வார்த்தைகளில் பொதிந்திருப்பது, "ஒரு மக்கள் கூட்டத்திடமிருந்து சுய மரியாதை பிடுங்கப்பட்டதற்கான சாட்சியம். "

குமாரி அவர்கள் சொல்வது போலவே, அவர் இங்கே செய்திருப்பது துயரச் சித்திரமொன்றின் பகுதிதான். இலங்கை அரச படைகளாலும், துணை இராணுவக் குழுக்களாலும், விடுதலைப்

புலிகளாலும் சிறார்கள் மீது நிகழ்த்தப்பட்ட அனைத்து வன்முறைகளையும் கொடுமைகளையும் எக்காலத்திலாவது முழுமையாகத் தொகுத்து விட முடியுமென்று நான் நம்பவில்லை. சாட்சியங்கள் திட்டமிட்டே அழிக்கப்படுகின்றன. அரச படைகளை நியாயப்படுத்தும் தரப்போ, புலிகளுக்குப் புனித வெள்ளையடித்துக் கொண்டிருக்கும் தரப்புகளோ இவற்றை இதய சுத்தியுடன் செய்யப் போவதில்லை. உள்நாட்டு அல்லது வெளிநாட்டு ஆய்வு நிறுவனங்களின் பணியாளர்களுக்கு நிதி பெறுவதிலும், ஊதியத்திலும் இருக்கும் ஆர்வமளவுக்கு, இந்தச் சனங்களின் மீதும் அக்கறை இருப்பதற்கான தடயங்களில்லை. தொழில்முறை ஆய்வாளர்களிடமிருந்து ஒரு பருமட்டான புள்ளிவிபரங்களும், தேர்ந்தெடுத்துச் சொல்லப்படும் தரவுகளும் நமக்குக் கிடைத்தாலும், பாதிக்கப்பட்ட எளிய இதயங்களின் உணர்வுகளை அவர்களால் நம்மிடம் கடத்தி விட முடியாது.

இந்நூலாசிரியர் குமாரி அதைச் செய்திருக்கிறார். இவரைப் போன்ற சுயாதீனச் சிந்தனையாளர்களும், எழுத்தாளர்களுமே மீதிச் சித்திரத்தையும் எழுதி, நம்மிடம் கையளிக்க முடியும் என்றே நான் நம்புகின்றேன். எந்த மொழியில் லிபியில் எழுதினாலும் உண்மையின் வெப்பம் தகிக்கவே செய்யும்.

ஷோபாசக்தி 15.07.2020